1857 - சிப்பாய் புரட்சி

1857 – சிப்பாய் புரட்சி

உமா சம்பத்

கிழக்கு

1857 - சிப்பாய் புரட்சி
1857 - Sepoy Puratchi
Uma Sampath ©

First Edition: March 2009
240 Pages

ISBN: 978-81-8493-116-7
Title No: Kizhakku 381

Kizhakku Pathippagam
177/103, First Floor,
Ambal's Building, Lloyds Road
Royapettah, Chennai 600 014.
Ph: +91-44-4200-9601

Email : support@nhm.in
Website : www.nhm.in

Author's Email : umasampath60@gmail.com
Cover Image Courtesy: Wikimedia

Kizhakku Pathippagam is an imprint of New Horizon Media Private Limited

அன்புடன்

முத்துராமன்

மற்றும்

கு. மகாலிங்கம்

(மகாத்மா காந்தி நூல் நிலையம், சைதை)

உள்ளே

◆ 1857 புரட்சி - உச்சத்தில் இருந்த பகுதிகள்

1857

சிப்பாய் புரட்சி

1

மாயத் துறவிகள், மர்மச் சப்பாத்திகள்!

'ஹிந்துஸ்தானம் திடீரென்று மர்மபூமியாக மாறிவிட்டதா என்ன?' லெஃப்டினெண்ட் கர்னல் மார்ட்டினோவின் உள்ளுணர்வு அப்படித்தான் சொல்லியது. 'ஏய் பட்லர் இங்கே வா. பங்கா இழுப்பவனே நீயும் எழுந்து வா. வேகமாக வாருங்கள். நீங்கள் இந்த ஊர்காரர்கள்தானே? நிச்சயம் உங்களுக்குத் தெரிந்திருக்கும். சொல்லுங்கள். என்ன நடக்கிறது ஹிந்துஸ்தானத்தில்? ஏதோ விபரீதம் தெரிகிறது. மக்கள் முன்போல் இயல்பாக இல்லை. அவர்களிடம் ஏதோ மாற்றம் தெரிகிறது.

மதிக்கிறார்கள், சலாமிடுகிறார்கள், மரியாதையாக ஒதுங்கிப் போகிறார்கள். எல்லாம் சரி. ஆனால், ஆனால் என் முதுகுக்குப் பின்னால் அவர்களின் பார்வை குத்தித் துளைப்பதை என்னால் உணர முடிகிறது! அதில் ஊடுருவியிருப்பது வன்மமா? சொல்லுங்கள்!

அதுமட்டுமில்லை. சிப்பாய்கள் படை வரிசையில் வழக்கமில்லாத வழக்கமாக சுதேசி ஹிந்துச்

சிப்பாயும், முஸ்லிம் சிப்பாயும் கூடிக் குலவிக் கொள்கிறார்கள். கூட்டம் கூடிப் பேசிக் கொள்கிறார்கள். அவர்கள் முறைப்பும் உறுமலும் எங்கே காணாமல் போனது? எப்படி ஒன்று பட்டார்கள்? ஏன்?

சிப்பாய்கள் கட்டளைக்கு அடிபணிபணிவதிலும் இப்போ தெல்லாம் அவர்களிடம் ஒரு மெத்தனம் தெரிகிறது. மெல்லிய கேலி கூட தென்படுகிறது. அலட்சியம்? கடவுளே, இது உண்மைதானா? அல்லது நானாக ஏதாவது கற்பனை செய்து கொள்கிறேனா? பரேட் சமயத்தில் இரண்டு மணிநேரம் மட்டும்தான் நான் அவர்களுடன் இருக்கிறேன். மற்ற இருபத்திரண்டு மணிநேரங்களில் அங்கே என்ன நடக்கிறது என்பதை நான் எப்படி தெரிந்து கொள்வேன்?

பட்லர் நீ மிகவும் நல்லவன்தானே? நன்றி விசுவாசம் உள்ளவன் தானே? உண்மையைச் சொல்லுங்கள். பணம் தருகிறேன். மொத்தமாக இதுவரையில் நீங்கள் பார்க்காத பணம்! மதுபானம் வேண்டுமா, இந்தா எடுத்துக் கொள். அபின்...அபின் உனக்கு மிகவும் பிடிக்குமில்லையா? அதுவும் தருகிறேன். தயவு செய்து யாராவது சொல்லுங்கள். எனக்கு தலை வெடித்து விடும் போலிருக்கிறது. என்ன நடக்கிறது ஹிந்துஸ்தானத்தில்?

ம்ஹூம், நீங்கள் சொல்லமாட்டீர்கள். எனக்குத் தெரியும். சுதேசிகள் எல்லோருமே அழுத்தக்காரர்கள். கண் முன் நிற்காதீர்கள். ஓடிப் போங்கள் இங்கிருந்து!

என் அன்பான மதிப்பிற்குரிய பிரிட்டிஷ் அதிகாரிகளே, எந்த மலைவாசஸ்தலத்தில், எந்த வேசியின் மடியில் தலை வைத்துப் படுத்திருக்கிறீர்கள்? எந்தக் காட்டுப் பரணில் நீட்டிப் பிடித்த துப்பாக்கியும், உதட்டில் சுருட்டுமாக உட்கார்ந்திருக்கிறீர்கள்? சுதேசி சுட்ட புலியின் மேல் கம்பீரமாகக் கால்வைத்து நின்று போட்டோ எடுத்துக் கொண்டாகி விட்டதா?தயவுசெய்து உடனே புறப்பட்டு வாருங்கள் ஐயா!

இங்கே நான் ஒரு பெரும் புயலுக்கான அறிகுறியை உணர் கிறேன். ஒரு சூறாவளியின் சீற்றத்தை எதிர்பார்க்கிறேன். அது எங்கே எப்போது தாக்கும் என்று எனக்குத் தெரியவில்லை. ஆனால் ஒன்றுமட்டும் நிச்சயம். சேதங்கள் தவிர்க்கமுடியாத வையாக இருக்கப்போகிறது! அப்படித்தான் என் உள்ளுணர்வு சொல்கிறது.'

1857ம் வருடம் மே மாதம் 5ம் தேதி. அம்பாலா பிரதேசத்தின் லெஃப்டினெண்ட் கர்னலான மார்ட்டினோ ஹிந்துஸ்தானத்தின் அப்போதைய நிலையை அப்படியே விவரித்து தன் உயர் அதிகாரிக்கு கடிதம் எழுதினான். ஆங்கிலேயர்கள் யாருமே உணராத ஒரு நிழல் அபாயத்தை முன்கூட்டியே யூகித்தவன் அவன் மட்டும்தான்.

இதற்கு அஸ்திவாரமிட்ட சில சம்பவங்கள் 1857 ஆம் ஆண்டு மே மாதத்துக்கு முன்பாகவே நடந்திருந்தபோதும் ஒரு பெரும் புரட்சிக்கான அடிநாதம் அதிலிருப்பதை பிரிட்டிஷார் உணரத் தவறிவிட்டார்கள். எல்லாவற்றையும் அலட்சியப்படுத்தி னார்கள். எதிர்பட்டபோது மிரண்டு போனார்கள்!

பிரிட்டிஷ் ஆதிக்கத்தின் ஆணிவேரையே அசைத்துப் பார்த்தது அந்தப் புரட்சி!

●

1857 - ம் வருடம் பிறக்கும்போதே மக்களிடையே அப்படியோர் மூட நம்பிக்கை பரவிவிட்டது! 'நூறு வருடக் காலம்வரைதான் ஆங்கிலேய கிழக்கிந்தியக் கம்பெனியின் ஆட்சி இந்தியாவில் செல்லுபடியாகும். அதன் பிறகு நிச்சயம் அது விரட்டியடிக்கப் பட்டுக் காணாமல் போய்விடும்!'

மக்கள் கூடிக் கூடிப் பேசிக் கொண்டார்கள். நிறையக் கேள்விகள் கேட்டுக் கொண்டார்கள். பதில் கிடைக்காத போதும் உள்ளுக் குள் சந்தோஷப்பட்டுக் கொண்டார்கள். ஏக்கத்துடன் எதிர் பார்க்கத் தொடங்கினார்கள்.

சரி! அதென்ன நூறுவருடக் கணக்கு? வியாபாரத்துக்காக ஹிந்துஸ்தானில் காலடி எடுத்த வைத்த கிழக்கிந்தியக் கம்பெனி, 1757 - ல் நடந்த பிளாசிப் போரின் மூலம்தான் இந்தியாவில் திடமாகக் காலூன்றியது. அதை சாதித்தவன் ராபர்ட் கிளைவ். இதோ இப்போது 1857 ம் வருடம் பிறந்துவிட்டது. எனவே வெள்ளைக்காரர்கள் இந்தியாவிலிருந்து விரட்டியடிக்கப் படுவது நிச்சயம்!

எங்கிருந்து புறப்பட்டது? யார் கிளப்பிவிட்டது? எதுவும் தெரியாது! காட்டுத் தீயை விட வேகமாகப் பரவியது இந்த வதந்தி. யாரோ ஒரு தெய்வீக முனிவர் சொன்ன தீர்க்க தரிசனம்

என்றார்கள். ஆயிரம் வருடங்களுக்கு முன்பே ஓலைச் சுவடியில் எழுதப்பட்டுள்ளது என்றார்கள். இது, அடிமைப்பட்டு நசுங்கிக் கிடக்கும் மக்களின் மனத்தில் நம்பிக்கையை விதைப்பதற்காகத் திட்டமிட்டு மூட்டப்பட்டதா இல்லை ஏதாவது ஒரு கிளி ஜோசியக்காரனின் நெல்மணி வார்த்தைகளா என்று யாருக்கும் விளங்கவில்லை.

ஒன்றுமட்டும் நிஜம். இந்த வதந்தி உண்மையாகி விடவேண்டும் என்று ஒவ்வொருவரும் நினைத்தார்கள். 'இது மட்டும் நடந்து விட்டால்' என்கிற நினைப்பே சுகமாக இருந்தது! சந்தோஷம் ததும்பியது! கூடவே, 'இப்படி நடப்பது சாத்தியமா என்ன?' என்கிற அவ நம்பிக்கையும் அவர்களுக்குள் ஊசலாடியது.

ஆனாலும் ஆங்கிலேயர்களுக்கு எதிராக நாடு முழுவதும் ஏதோ சில மர்ம நடவடிக்கைகள் அங்கும் இங்குமாக நடைபெறுவது மட்டும் ஒரு சிலருக்குத் தெள்ளத் தெளிவாக விளங்கியது.

திடீர் திடீரென்று சில ரகசியப் பிரகடனங்கள் சுவரில் முளைத்தன. 'ஹிந்துக்களே, முஸ்லிம்களே, வீறு கொண்டு எழுங்கள். யாராலும் அசைக்க முடியாத ஒற்றுமையுடன் கை கோர்த்துக் கொள்ளுங்கள். காத்திருங்கள். நம் தேசத்தின் விதியை வெகு விரைவில் நீங்கள்தான் நிர்ணயம் செய்யப் போகிறீர்கள். கால நேரம் நெருங்கிக் கொண்டிருக்கிறது. தயாராயிருங்கள். இதுதான் நமக்குள்ள கடைசி சந்தர்ப்பம்!'

கிராமங்களிலும், நகரங்களிலும் அதுவரை அந்தப் பிராந்தியத் தில் முன் பின் பார்த்திராத இந்தியத் துறவிகளும், முஸ்லிம் மௌல்விகளும், பண்டிட்களும் மக்களின் மத்தியில் தீவிரப் பிரசாரம் செய்து கொண்டிருப்பது கண்ணில்பட்டது. மிக முக்கியமாகக் கம்பெனியின் சுதேசிச் சிப்பாய்களின் குடியிருப்பு களுக்குள் அவர்களின் நடமாட்டம் அடிக்கடி தென்பட்டது சந்தேகத்துக்குரியதாக இருந்தது.

ஏனெனில் ராணுவத்தின் ஒவ்வொரு பிரிவிலும் சிப்பாய்களின் மத உபதேசத்துக்காக ஒரு முல்லாவும் பண்டிதரும் நிரந்தரமாக இருப்பது வழக்கமாக இருந்தது. பின் புதிது புதிதாக இவர்கள் எதற்காக இங்கு வந்து போகிறார்கள்? சிப்பாய் குடியிருப்புகளில் இவர்களுக்கு என்ன வேலை?

இதுதவிர மூலைக்கு மூலை ஏராளமான பிச்சைக்காரர்களின் நடமாட்டமும் கூடியிருந்தது. அவர்கள் பிச்சையெடுப்பதை விட

மக்களிடம் பேசுவதையே விரும்பினார்கள். கைகளில் சப்பாத்திகள் வைத்திருந்தார்கள். பல வடக்கிந்தியக் கிராமங்களில் இன்ன தென்றே புரியாமல் மர்மமாகச் சப்பாத்திகள் பறிமாறிக் கொள்ளப்பட்டன. அதைப் பெற்றுக் கொண்ட கிராம மக்கள் தாங்களும் அதுபோல சப்பாத்திகள் செய்து மற்ற கிராமங்களுக்கு அனுப்பினார்கள். இன்னும் சில இடங்களில் செந்தாமரைத் தண்டுகள் பரிமாறிக் கொள்ளப்பட்டன.

முன் காலத்தில் ராஜ்ஜியங்களிடையே சண்டை மூளும் ஆயத்தங்கள் நடக்கும்போது அந்தச் சமயங்களில் இது போன்று சப்பாத்திகளும், தாமரை மடல்களுமாக ரகசியப் பறிமாறல் நடக்கும் என்று சில வயதானவர்கள் கூறினார்கள். அதுபோலவே சமஸ்தானங்களுக்குள்ளும் ரகசியக் கடிதப் பறிமாறல்கள் நடைபெறுவதாக உயர்ஜாதிப் பிரமுகர்கள் சிலர் கிசுகிசுத்துக் கொண்டார்கள்.

மே மாதம் 31-ம்தேதி. அந்த தேதியைத்தான் புரட்சிக்காரர்கள் எழுச்சிக்கான நாளாகத் தேர்ந்தெடுத்திருந்தார்கள். ஆங்கிலேயர் களுக்கு எதிராக ஒட்டுமொத்தத் தேசமும் ஒரே சமயத்தில் ஒன்று திரண்டு எழவேண்டுமென்று தீர்மானித்திருந்தார்கள்.

அதுவரை இந்தியா ஒன்றுபட்டு ஆங்கிலேயர்களை எதிர்த்ததே யில்லை. தனித் தனி சமஸ்தானங்கள், தனித்தனி பாளையங்கள், தனித் தனி ஆட்சியாளர்கள்தான் ஆங்காங்கே பொங்கியெழுந்து போரிட்டிருக்கிறார்கள். அவர்களுக்கு ஆதரவோ, உதவிகளோ கிடைக்காத காரணத்தாலேயே வெகு சுலபமாக அடக்கப் பட்டிருந்தார்கள். இப்போது அப்படியில்லை! குறித்தபடி எல்லாம் நடந்தால் குமுறி வெடிக்கப்போகும் தீப்பிழம்பில் ஆங்கிலேய ஆட்சி பொசுங்கிப் போய்விடுவது நிச்சயம் என்றே புரட்சியாளர்கள் கருதினார்கள்.

ஆனால், குறிப்பிட்ட காலத்துக்கு முன்பாகவே வங்காளத்தில் தன்னிச்சையாகப் புரட்சியைத் தொடங்கிவிட்டான் ஒரு சுதேசி வீரன். அவன், மங்கள் பாண்டே!

2

தீப்பொறி கிளப்பிய கொழுப்புக் குண்டு

மங்கள் பாண்டே ஒரு வங்காள வீரன். ஆங்கிலேயக் கிழக்கிந்தியக் கம்பெனியின் சுதேசிப் படையில் 34 வது பிரிவில் பணியாற்றிக் கொண்டிருந்த கம்பெனி சிப்பாய். நெடுநாள்களாகவே ஆங்கிலேயக் கிழக்கிந்தியக் கம்பெனியின் அடுக்கடுக்கான அடக்குமுறைகளாலும், இழைக்கப்படும் அநீதிகளாலும் மனம் வெறுத்துப் போய் உள்ளுக்குள் குமுறிக் கொண்டிருந்தான் மங்கள் பாண்டே. கூடுதலாக, மத உணர்வுகளையும் புண்படுத்தும் படியான செயல்களில் வெள்ளையர்கள் இறங்கி விட்டார்கள் என்பதைத்தான் அவனால் ஜீரணித்துக் கொள்ளவே முடியவில்லை.

சமீபகாலமாக சிப்பாய்கள் உபயோகிக்கும் என்ஃபீல்ட், ரெட் ஃபீல்ட் துப்பாக்கிகளின் தோட்டாக்கள் உராய்வற்ற அதன் வேகத்தன்மைக்காகவும் மிருதுவாகவும், வழவழப்பாகவும் இருப்பதற்காகவும் ஒருவிதக் கொழுப்புத் தடவப்பட்டு வருவதாகச் செய்தி வந்திருந்தது. அந்தத் தோட்டாக்களைத் துப்பாக்கிகளில் பொருத்தும் முன்பாக,

விரைவாகச் செயல்பட, குண்டின் முனையை சிப்பாய்கள் பல்லால் கடித்து நீக்கவேண்டும் என்றும் சொல்லப்பட்டது.

சிப்பாய்கள் வழக்கமான கட்டளையாக அதை மேற்கொள்ள முற்பட்ட போதுதான் திடீரென்று அந்த விபரீதத் தகவல் வெளிப்பட்டது. குண்டுகளில் தடவப்படும் கொழுப்புக்காகப் பசு மற்றும் பன்றியின் கொழுப்பை உபயோகப்படுத்துகிறார்கள். ஐயோ !

இஸ்லாமியர்கள் பன்றியை வெறுப்பவர்கள். அவர்களுக்குப் பன்றிக் கொழுப்பு, விலக்கப்பட்ட (ஹராம்) உணவு ஆகும். இந்துக்களோ பசுவைப் புனிதமாகக் கருதி வணங்குபவர்கள். தவிர சுதேசிப் படையில் இருக்கும் பிராமணர்களும் மற்ற சைவர்களும் மாமிசம் சாப்பிடாதவர்கள். அவர்கள் எப்படி மிருகங்களின் கொழுப்புத் தடவப்பட்ட குண்டுகளை வாயினால் கடித்துத் துப்பமுடியும்?

வெள்ளையர்கள் இதுநாள்வரை தங்களுக்கிழைத்த எத்தனை யெத்தனையோ அவமானங்களைச் சகித்துக் கொண்ட சிப்பாய் களால் இதைச் சகித்துக் கொள்ளமுடியவில்லை.எதிர்க்கத் துணிந்தார்கள். அது முதன்முதலாக பர்ஹாம்பூரிலிருந்த 19 வது காலாட்படைப்பிரிவின் சுதேசிச் சிப்பாய்களிடமிருந்தே வெளிப் பட்டது. அவர்கள் தங்களுக்கு அளிக்கப்பட்ட கொழுப்புக் குண்டுகளைத் தொட மறுத்து ஆவேசத்துடன் எதிர்ப்புத் தெரிவித்தார்கள்.

ஐரோப்பியர்களைப் பொருத்தவரை இது ஒழுங்குமீறல். மன்னிக்க முடியாத குற்றம். எனவே 19 வது படைப் பிரிவின் மேல் நடவடிக்கை எடுக்க முனைந்த அதிகாரிகள், இந்தச் சுதேசிக் கால்படையை மற்ற சுதேசி குதிரைப் படையினரைக் கொண்டோ சுதேசி பீரங்கிப் படைகளைக் கொண்டோ தண்டிக்கத் தயங்கினார்கள். எதிர்க்கவேண்டியவர்கள் ஒன்றுகூடி விட்டால் இன்னும் பெரிய தலைவலியாகிவிடும்.

கர்னல் மிட்சல் 19 வது படையை பர்ஹாம்பூரிலிருந்து பாரக்பூர் நகருக்குக் கொண்டு வந்தார். அதே சமயத்தில் அவர்களைத் தண்டிப்பதற்கான வெள்ளைப் படையும் பர்மாவிலிருந்து வந்து இறங்கியது. நாளையோ நாளை மறுநாளோ அவர்கள் ஒழுங்கு நடவடிக்கைக்கு ஆளாகித் தண்டிக்கப்படலாம்.

இது புதிதில்லை. இதற்கு முன்பாகவும் சில ஒழுங்கு நடவடிக்கைகள் எடுக்கப்பட்டிருக்கின்றன. 1824 ல் இரண்டாம் ஆங்கிலேய - பர்மியப் போர் நடந்து கொண்டிருந்தபோது வங்காள சுதேசிச் சிப்பாய்களை கடல் கடந்து சென்று போரிடக் கட்டளையிட்டது கிழக்கிந்தியக் கம்பெனி. இதைக் கேட்ட ஹிந்து சிப்பாய்கள் திடுக்கிட்டுப் போனார்கள். ஹிந்துக்கள் கடல் கடந்து செல்வதை மனு தர்மம் தடை செய்திருந்தது. அப்படிச் செல்பவர்கள் தங்கள் இனத்திலிருந்து கண்டிப்பாக சாதி விலக்கம் செய்யப்பட்டார்கள். எனவே, கடல் தாண்டிச் சென்று போரில் கலந்து கொள்ள ஹிந்து சிப்பாய்கள் மறுத்தார்கள். கடைசியில் கட்டளையை மீறியதற்காக பீரங்கிகளால் சுடப் பட்டு சிதறிப் போனார்கள். தப்பித்து நதியில் குதித்தவர்கள் நீரில் மூழ்கி இறந்தார்கள். பிடிபட்டவர்கள் தூக்கிலிடப்பட்டார்கள். 1824 ல் இந்த நிகழ்வு நடந்ததும் பாரக்பூரில்தான்.

மீண்டும் இதுபோல் நடக்க அனுமதிக்கலாமா? மங்கள் பாண்டே மனம் குமுறினான். மங்கள் பாண்டே அப்போது கல்கத்தாவுக்கு அருகிலிருந்த பாரக்பூர் கோட்டையின் படை முகாமுக்குள் தனது தனிக் குடிசையில் அமர்ந்திருந்தான். காலையிலிருந்தே குப்பி குப்பியாக அருந்திக் கொண்டிருந்த மது அவனுக்குள் புகைந்து கொண்டிருந்த ஆவேசக் கனலை மேலும் மேலும் விசிறிவிட்டது. இறுதி வாய் மதுவை உள்ளுக்குள் இறக்கிய பாண்டே இறுகிய முகத்துடன் ஒரு தீர்மானத்துக்கு வந்தவனாக கோப்பையை வீசிவிட்டு விருட்டென எழுந்தான்.

சீருடைக் கச்சைக்குள் வாளை எடுத்துச் செருகிக் கொண்டவன் கூடவே துப்பாக்கியையும் எடுத்துக் கொண்டு குடிசையை விட்டு வெளிப்பட்டான். விறுவிறுவென ராணுவ அணிவகுப்பு மைதானத்தின் மத்தியில் வந்து நின்று கொண்டு உரக்கக் கத்தினான்.

'அடேய், என் அன்பான சகோதரச் சிப்பாய்களே! எல்லோரும் என்ன செய்து கொண்டிருக்கிறீர்கள்? நாமெல்லாம் பெரும் ஆபத்தில் இருக்கிறோம்! எல்லோரும் வாருங்கள். எப்போது கொழுப்புத் தோட்டாவைக் கடிக்க வேண்டிய நிலை வந்ததோ அப்போதே நம் மதத்தையும் நம்மையும் சேர்த்து இழிபடுத்தி விட்டார்கள் வெள்ளைக்காரர்கள். நம்மைக் கொன்று தீர்க்க பீரங்கிகளோடு வந்து கொண்டிருக்கிறார்கள். கூனிக் குறுகிக் குழைந்து கும்பிடு போட்டது போதும். இனியாவது

பொங்கியெழுங்கள். மானம் ரோஷம் உள்ளவர்கள் என்னுடன் வாருங்கள்.

நா ம் இந்த மண்ணின் மைந்தர்கள். எங்கிருந்தோ வந்தவன் நம் முதுகின் மீது ஏறி சவாரி செய்கிறான். அதை நாம் பாக்கியமாகக் கருதி பல்லிளித்துக் கொண்டிருக்கிறோம். இனியும் வெள்ளைக் காரனின் கால்களைக் கழுவித்தான் நாம் வயிறு வளர்க்க வேண்டுமா? வேண்டாம். அப்படியொரு ஒரு கேவலமான வாழ்க்கை தேவையில்லை. இதற்கு மேலும் அமைதி காத்தால் நாம் கோழைகளாவோம். வாருங்கள்! இந்த வெள்ளையினத் துரோகிகளை ஒன்று சேர்ந்து விரட்டுவோம். விரைந்து வாருங்கள்!'

அதிர்ச்சியும் ஆச்சரியமுமாக சுதேசிச் சிப்பாய்கள் ஸ்தம்பித்துப் போனார்கள். மங்கள் பாண்டேவின் இந்தத் திடீர் அறைகூவல் அவர்களை மிரள வைத்தது. என்ன செய்வதென்றே புரியாமல் அவர்கள் திகைத்து நிற்க, அப்போது அந்த வழியே வந்த சார்ஜெண்ட் மேஜர் ஹியூசன், மங்கள் பாண்டேவின் புரட்சிக் குரல் கேட்டுக் கோபம் கொண்டான். ஆத்திரத்தால் அவன் தக்காளி முகம் மேலும் சிவந்தது. ஒரு சுதேசிச் சிப்பாய், அடிமைக் கருப்பன், நாகரிகமற்ற காட்டுமிராண்டி பிரிட்டிஷ் படைத் தளத்தில் நின்று தைரியமாகக் கூக்குரல் இடுவதா?

'ஏய்! யாரங்கே! இந்தத் திமிர் பிடித்த நாயைக் கைது செய்யுங்கள்!' - அதிகாரக் குரலில் கட்டளையிட்டான்.

சிப்பாய்கள் யாரும் இருந்த இடத்தை விட்டு அசையவில்லை. ஹியூசன் திகைத்துப் போனான். 'ஏய், சோல்ஜர்ஸ் என்னாயிற்று உங்களுக்கு?'

மங்கள் பாண்டே ஆவேசத்துடன் சிரித்தான். இடுப்பில் செருகி யிருந்த துப்பாக்கியை உருவினான். உயர்த்தினான். மேஜர் ஹியூசனைக் குறி வைத்துச் சுட்டான். அடுத்த நொடி ஹியூசன் பிணமாகிச் சரிந்தான்.

சிப்பாய்கள் யாரும் மங்கள் பாண்டேவின் இந்தத் துணிகரச் செயலை எதிர்பார்க்கவில்லை. அனைவரும் செயலற்று நின்றார்கள். அதற்குள் அங்கே குதிரையின் மீது ஏறி பாய்ந்தோடி வந்திருந்தான் லெஃப்டினெண்ட் பாக்.

காரியம் கை மீறிவிட்டது. ஒரு வெள்ளை உயிர் காலாவதியாகி விட்டது.

'சுதேசி நாயே! என்ன காரியம் செய்துவிட்டாய்?' கத்தினான். பதற்றமானான்.

அவன் அடுத்த வார்த்தை பேசும்முன் பாண்டே திரும்பி லெஃப்டினெண்ட் பாக்கையும் சுட்டான். ஆனால் குறி தவறி விட்டது. பாண்டேவின் அடுத்த குண்டு பாக்கின் குதிரையைத் தாக்கியது. பாக், குதிரையின் மீதிருந்து சரிந்து விழுந்தான். சுதாரித்து எழுந்தவன் மங்கள் பாண்டேவை நோக்கிச் சுட்டான். அவன் குறியும் தவறியது.

உடனே பாக் தனது வாளை உருவிக் கொண்டு பாண்டேவின் மேல் பாய்ந்தான். பாண்டேவும் தன் வாளை உருவிக் கொண்டு பாக்கைத் தாக்கினான். காயம் பட்ட மேஜர் பாக் ரத்தம் சொட்டச் சொட்டத் தரையில் விழுந்தான்.

அந்தச் சமயம் வேகமாக விரைந்து வந்த மற்றொரு வெள்ளை அதிகாரியும், இன்னும் சில வெள்ளைச் சிப்பாய்களும் ஆத்திரம் அடைந்தவர்களாக மங்கள் பாண்டேவைத் தாக்கத் தயாராக, 'ஏய்! பாண்டேவைத் தொடாதீர்கள்' - சுற்றிலும் குழுமியிருந்த சுதேசிச் சிப்பாய்கள் ஆக்ரோஷமாகக் குரல் கொடுத்தார்கள்.

இதற்குள் வெடிச் சத்தம் கேட்டுக் குடியிருப்புகளிலிருந்த மற்ற சிப்பாய்கள் சீருடை அணிந்தும் சீருடை அணியாதவர்களாகவும் அப்படி அப்படியே ஓடி வந்து குழுமினார்கள். விஷயத்தைக் கேள்விப்பட்டு அங்கு வந்த கர்னல் ஷீலர் கூடியிருந்த சிப்பாய் களின் ஆவேசத்தைக் கண்டு பயந்து பின் வாங்கினான். அவன் போய் ஜெனரல் ஹியர்சே என்பவரிடம் அணிவகுப்புக் களத்தில் நடக்கும் அமளியைப் பற்றிச் சொல்ல, முன்னெச்சரிக்கையாக ஆங்கிலேயச் சிப்பாய் குழுவினருடன் மைதானத்துக்கு விரைந்தான் ஹியர்சே. ரத்த வெள்ளத்தில் கிடந்த ஹியூசனின் பிணத்தைப் பார்த்து ஆவேசமானான். 'சிப்பாய்களே என்ன பார்த்துக் கொண்டிருக்கிறீர்கள்? வெறி பிடித்த இந்த மங்கள் பாண்டேவைப் பிடித்துக் கட்டுங்கள்' என்றான்.

சிப்பாய்கள் அவன் கட்டளையை ஏற்க மறுத்து அமைதியாக நின்றார்கள். உற்சாகமான மங்கள் பாண்டே ரத்தம் சொட்டும் வாளுடன் தனது சகோதரச் சிப்பாய்களைப் பார்த்து முழங்கினான்.

'நம் எதிரிகளைக் கொன்று நம் உயிருக்கும் மேலான மதத்தின் புனிதத்தைக் காப்பாற்றுவோம் வாருங்கள்.'

சுதேசிச் சிப்பாய்கள், மங்கள் பாண்டேவின் தார்மீகக் கோபத்தையும் அதனுள் பொதிந்திருந்த நியாயத்தையும் உணர்ந்து கொண்டாலும் அழைப்பை ஏற்று அவனோடு இணைந்து கொள்ளத் தயக்கம் காட்டினார்கள். பயந்தார்கள். சிலை போல் நின்றார்கள்.

ஹியர்சே அவர்களை முறைத்துவிட்டு, கோபத்துடன் தனது சிறிய குழுவினரோடு மங்கள் பாண்டேவை நெருங்கினான்.

பாண்டேவுக்கு தான் இருந்த அபாய நிலை புரிந்து போனது. சகோதர சிப்பாய்கள் உதவிக்கு வரப் போவதில்லை. இதோ வெள்ளைச் சிப்பாய்கள் தன்னைச் சுற்றிச் சூழ்ந்து கொண்டு விட்டார்கள். இனி தப்ப முடியாது. அவர்கள் கைகளில் சிக்கப் போவது உறுதி. என்னவானாலும் சரி; இந்த வெள்ளைப் பறங்கியரிடம் சிக்கி என் உயிர் போகக் கூடாது!

மங்கள் பாண்டே மனத் துணிவுடன் தீர்மானித்தான். தன் துப்பாக்கியைத் தரையில் வைத்து அதன் வாய் பகுதி தன் கழுத்தில் படுமாறு வைத்துக் கொண்டு தற்கொலைக்குத் துணிந்தான். கால் கட்டை விரலால் துப்பாக்கியின் விசையை அழுத்தினான். துப்பாக்கி வெடித்தது. ஆனால் மங்கள் பாண்டேவின் போதாத வேளை குறி தவறிவிட்டது. காயம் ஏற்பட்டு ரத்தம் பீறிட்டது. உயிர் போகவில்லை.

மங்கள் பாண்டே கைது செய்யப்பட்டான்.

3

முதல் பலி

பாண்டே சிறையில் அடைக்கப்பட்ட மூன்றாவது நாள் 1857 மார்ச் 31 ஆம் தேதி திட்டமிட்டபடி 19 வது படைப்பிரிவு பாரக்பூர் படைப்பிரிவுக்குள் கொண்டு வரப்பட்டது. வெள்ளையரின் பீரங்கிப் படைக்கும், ஆயுதமேந்திய காலாட் படைக்கும் மத்தியில் பாதுகாப்புடன் நிறுத்தப்பட்டது.

19-ம் படைப் பிரிவு வீரர்கள் பலமான காவலுக்கு மத்தியில் தாங்கள் சிக்கிக் கொண்டதை உணர்ந் தார்கள். முதல்கட்டமாக அவர்களிடமிருந்த ஆயுதங்கள் திரும்பப் பெறப்பட்டு எல்லோரும் நிராயுதபாணிகளாக்கப்பட்டார்கள். வேறு வழி யில்லை. தண்டனைக்குத் தயாராக வேண்டியது தான். கைது செய்யப்பட்டு சிறையில் அடைக்கப் படலாம், சித்ரவதை செய்யப்படலாம். உச்சபட்ச மாக பீரங்கி வாயில் கட்டப்பட்டோ, தூக்கில் தொங்க விடப்பட்டோ உயிரும் போகலாம். புரட்சி செய்த சிப்பாய்கள் விரக்தியுடன் காத்திருந்தார்கள்.

அப்படி எதுவும் நடக்கவில்லை!

தண்டனைக்குக் காத்திருந்த 19 - ம் படைப் பிரிவின் முன் நிதானமான குரலில் உரை நிகழ்த்தினான் ஜெனரல் ஹியர்சே.

‘19-ம் பிரிவின் ஸோல்ஜர்களே, இந்தச் சூழ்நிலையில் உங்களைச் சந்திக்க நேர்ந்ததற்கு நான் மிகவும் வேதனைப்படுகிறேன். சென்ற மாதம் நீங்கள் உங்களுடைய அதிகாரிகளின் கட்டளைக்குக் கீழ்ப்படிய மறுத்ததுடன், அவர்களுக்கெதிராக உங்களின் துப்பாக்கிகளையும் நீட்டி மிரட்டியிருக்கிறீர்கள். இது மன்னிக்க முடியாத குற்றம். உங்களின் இந்த ஒழுங்கு மீறிய நடவடிக்கை கிழக்கிந்தியக் கம்பெனியை மிகவும் வருத்தப்பட வைத்துள்ளது.

ராணுவச் சட்டப்படி இதற்காக உங்கள் அணியின் மீது மிகக் கடுமையான நடவடிக்கைகளை மேற்கொள்ளவும், தண்டனை அளிக்கவும் எங்களால் முடியும். ஆனாலும் இத்தனை காலம் கம்பெனிக்கு கட்டுப்பட்டு பல போர்களில் முன் நின்ற உங்களின் துணிவையும், வீரத்தையும், நாங்கள் கருத்தில் எடுத்துக் கொள்ளத்தான் வேண்டும். அந்தச் சேவையின் காரணமாக நிறுவனம் உங்கள் தவறை கருணையுடன் பரிசீலிக்கிறது.

அதன்படி, உங்களின் ஒழுங்கீனமான செய்கையின் காரணமாக இந்திய ராணுவத்தின் இந்த 19 - ம் படைப் பிரிவு இன்றுடன் கலைக்கப்படுகிறது. பொதுவாக தண்டனை அளிக்கப்பட்ட சிப்பாய்களின் ராணுவ உடையைக் களைவதுதான் வழக்கம். ஆனாலும் அத்தகைய அவமானத்தை நிறுவனம் உங்களுக்கு அளிக்க விரும்பவில்லை. நீங்கள் உங்கள் ராணுவ உடையுடனேயே அரசாங்கத்தின் செலவில் அவரவர் வீடுகளுக்குத் திரும்பிச் செல்லலாம்.’

கருணையோ கத்திரிக்காயோ ஒன்றும் இல்லை. ஹியர்சே நன்கு யோசித்துத்தான் இந்த முடிவுக்கு வந்திருந்தான்.

‘கிழக்கிந்தியக் கம்பெனியின் மிக முக்கியமான கேந்திரம் இந்த வங்காளப் படை. மிக பலம் வாய்ந்த படையும்கூட! படையிலிருந்த முக்கால்வாசி சிப்பாய்கள் வங்காளிகள்தான். இப்போதுதான் ஒரு வங்காளச் சிப்பாய் கிளர்ச்சியில் ஈடுபட்டு கைது செய்யப்பட்டிருக்கிறான். மங்கள் பாண்டே என்கிற ஒரு சாதாரணச் சிப்பாய் குடித்து விட்டுக் குடிவெறியில் கலாட்டா செய்திருக்கிறான் என்று அதை அத்தனை சுலபமாக எடுத்துக் கொள்ள முடியவில்லை. நிச்சயம் அப்படியான சம்பவம்

இல்லை அது. அதன் பின்னணி பற்றி இனிமேல்தான் விசாரிக்க வேண்டும்.

இந்த நிலைமையில் 19 ம் படை பிரிவுக்கு ஏதேனும் கடுமையான தண்டனை அளிக்கப்பட்டால் அது மற்ற வங்காள வீரர்களையும் பாதிக்கக்கூடும். இதுநாள் வரையிலான விசுவாசத்தை வீழ்த்தி அவர்களை ஏதேனும் விபரீதமாக யோசிக்க வைக்கலாம். வீணான அபாயத்தை விலை கொடுத்து வாங்க ஹியர்சே விரும்ப வில்லை. அதற்காக 19 ம் படைப்பிரிவை மன்னிக்கலாம் என்ப தற்கும் இடமில்லை. இனி அவர்களை நம்பி எங்கும் அனுப்பவும் முடியாது. ஆகவே, இந்த ஏற்பாடு.

ஆனால், கலைக்கப்பட்ட அணியின் உயர் பிராமண சிப்பாய் களும், ராஜபுத்ர வீரர்களும் அமைதியாக இருந்து விடுவார்கள் என்று நம்பியதுதான் அவன் செய்த மிகப் பெரிய தவறு. அவனது இந்தச் செயல் அப்போதைக்கு சரியான பலனைத் தந்ததாகத்தான் அவன் நினைத்தான்.

ஏப்ரல் 6ம் தேதி மங்கள் பாண்டே ராணுவக் கோர்ட்டில் நிறுத்தப் பட்டான். குடித்து விட்டுக் கலாட்டா செய்தது, பிரிட்டிஷாரைத் தூற்றியது, அதிகாரிகளுக்குக் கீழ்ப்படிய மறுத்ததுடன் அவர் களை கடுமையாகத் தாக்கியது, வெறித்தனமாகச் செயல்பட்டு ஆங்கிலேய அதிகாரி ஹியூசனைக் கொன்றது, மற்ற சிப்பாய் களையும் கலகம் செய்ய அழைத்தது என்று சரமாரியான குற்றச் சாட்டுகள் அவன்மீது வாசிக்கப்பட்டன. முறைப்படி விசாரணை தொடங்கியது.

'உன்னை இப்படிக் கலகத்தில் ஈடுபடும்படித் தூண்டி விட்டது யார்? துணை செய்தது யார்? நீதிபதி கேட்டார்.

மங்கள் பாண்டே அமைதியாகப் பதில் சொன்னான்.

'இது முழுக்க முழுக்க ஆத்ம திருப்தியுடன் நானே செய்ததுதான். தனிப்பட்ட முறையில் எனக்கு எந்த வெள்ளையர் மீதும் கோப மில்லை. என் மதத்தின் மீதும், தேசத்தின் மீதும் கிழக்கிந்தியக் கம்பெனி நிகழ்த்தும் அத்துமீறல்களும் அடிமைத்தனமுமே என்னைக் கோபம் கொள்ள வைத்தது. என் தேசம், என் மதம், என் தர்மத்துக்கான கடமையை நான் செய்தேன். இதற்காக என் உயிரை அர்ப்பணம் செய்வதில் நான் பெருமிதம் அடைகிறேன். ஆனால் ஒன்று! எனக்குப் பின்னும் ஓராயிரம் மங்கள்

பாண்டேக்கள் தேசத்துக்காகவும் தங்கள் உரிமைக்காவும் போராடத்தான் போகிறார்கள். இது நிச்சயம்!'

மங்கள் பாண்டேவுக்கு தூக்குத் தண்டனை விதிக்கப்பட்டது. ஆனால் அந்தத் தூக்கிலிடும் காரியத்தைச் செய்ய பாரக்பூர் நகரில் ஓர் ஆளும் முன்வரவில்லை. அதிகப் பணம் தருவதாகச் சொல்லி யும்கூட ஆங்கிலேயர்களுக்கு ஒருவரும் அகப்படவில்லை.

கல்கத்தாவிலிருந்து வேறு ஆட்கள் அழைத்து வரப்பட்டு 1857 - ஏப்ரல் 8 ம் நாள் பாரக்பூர் சிப்பாய்கள் கண்ணெதிரே தூக்கிலிடப் பட்டான் மங்கள் பாண்டே.

அந்த நிமிடம், பார்த்துக் கொண்டிருந்த அத்தனை சிப்பாய்களின் மனத்துக்குள்ளும் ஒரு எரிமலையின் குமுறல் உருவாகிவிட்டது! அந்தச் சீற்றம், முதல் சுதந்திரப் போரின் முதல் அத்தியாயத்தை எழுச்சியுடன் எழுதத் தொடங்கிவிட்டது.

அடுத்த சில நாட்களிலேயே சிப்பாய்களின் அதிருப்தியை அஸ்தி வாரமாகக் கொண்டு இந்தியக் குடியானவர்களும், கைவினைஞர் களும், கடைக்காரர்களும், நெசவாளிகளும் மற்றும் அடித்தட்டு மக்கள் அனைவரும் பிரிட்டிஷ் காலனியாதிக்கத்துக்கு எதிராகக் கொந்தளித்து எழுந்தபோது அவர்களால் அதை நம்பவும் முடியவில்லை, சுலபமாக எதிர்கொள்ளவும் தோன்றவில்லை!

சாதாரண வியாபாரிகளாக இந்தியாவுக்குள் அடியெடுத்து வைத்து, சிறு சிறு ராஜ்ஜியங்களாக இந்தியாவை ஆண்ட அரசர் களை அணுகிக் கெஞ்சிக் கூத்தாடி அவர்களோடு ஒப்பந்தம் செய்துகொண்டு தங்களது வணிகத்தை விரிவாக்கிக்கொண்ட பிரிட்டிஷ் கிழக்கிந்தியக் கம்பெனி, அதற்குப் பின் கட்டப் பஞ்சாயத்து தாதாவாக இந்திய தேசத்துக்கு இழைத்த அநியாயங் களும் அட்டூழியங்களும் கொஞ்ச நஞ்சமல்ல.

இதில் விசித்திரம் என்னவென்றால் ஆங்கிலேயர்களால் அதிக அளவு அடக்குமுறைக்கும் பாதிப்புக்கும் துரோகத்துக்கும் உள்ளான அடித்தட்டு மக்களிடமிருந்தோ, பிரபுக்கள், ஜமீன்தார்கள், சிற்றரசர்களிடமிருந்தோ முதல் எதிர்ப்புக் கிளம்பாமல் யாருமே எதிர்பார்த்திராத கம்பெனியின் சீருடை யும், சம்பளமும் பெற்று வந்த சுதேசிச் சிப்பாய்களிடமிருந்தே அது ஆரம்பித்ததுதான் ஆச்சரியம்! ஆனால் அந்த எதிர்ப்புக்கு கொழுப்புக் குண்டு மட்டுமே காரணம் இல்லை!

4

இந்தியக் கூடாரம்; பிரிட்டிஷ் ஒட்டகம்

இந்தியாவுக்கு ஆக்கிரமிப்புகள் புதிதல்ல என்றாலும் பிரிட்டனின் ஆக்கிரமிப்புப் பாணி நிச்சயம் புதிது. இந்திய ராஜாக்களின் படாடோப மான வாழ்க்கையும், அவர்களின் மாட மாளிகை கள், கூட கோபுரங்கள், கொட்டிக் கிடக்கும் ஆபரணங்கள், குவியல் குவியலாகப் பொற்காசுகள், விலையுயர்ந்த முத்துக்கள், வைர வைடூரிய கோமேதகக் கற்கள், விசுவாசமான வேலைக்காரர் கள் என்று இந்தியாவின் செல்வச் செழுமையைக் காதால் கேட்டே கண்களில் பேராசை மின்னப் படையெடுத்து வந்தவர்கள் பலர்.

தைமூரிலிருந்து தொடங்கி, முகமது கோரி, கஜினி முகமது என்று ஒவ்வொருவரும் வரிசையாக வாள் பிடித்து வந்து கொள்ளையடித்துச் சென்ற செல்வம் சொல்லி மாளாது! ஆனால், இவர்கள் அனைவருமே எதிரிகளாக உள்ளே வந்தவர்கள். பிரிட்டன் மட்டுமே நட்பு நாடகமாடி ஒட்டுமொத்த தேசத்தையும் வளைத்துப்போட்டது.

பதினேழாம் நூற்றாண்டில் ஹிந்துஸ்தான் முகலாயர்களின் கோட்டையாக இருந்தது. ஆட்சியில் இருந்தவர் மன்னர் ஜஹாங்கீர். பிரிட்டனின் ஈஸ்ட் இண்டியா கம்பெனிக்கு வாசல் திறந்து வைத்த மகானுபாவர் இவர்தான். கிழக்கிந்தியக் கம்பெனியின் சார்பில் ஹிந்துஸ்தானில் முதன் முதலில் கால் பதித்தவர்கள் கேப்டன் வில்லியம் ஹாக்கின்ஸ் மற்றும் சர் தாமஸ் ரோ. குழைவாகப் பேசினார்கள். நம்பிக்கையூட்டும்படி பேசினார்கள். பணிவுடன் பேசினார்கள். வியாபாரம். அதை மட்டும்தான் செய்வோம்.

அனுமதி கிடைத்தது. சிறிது சிறிதாக ஹிந்துஸ்தான் முழுவதும் பரவ ஆரம்பித்தார்கள். ரயில் போக்குவரத்து, தந்தி வசதிகள், அச்சகங்கள் எல்லாவற்றையும் அவர்களின் சுயநலத்துக்காகவே வர்த்தக விரிவுக்காகவே பார்த்துப் பார்த்துச் செய்து கொண்டார்கள். பின்னால் சிப்பாய் கலகம் பின்னடைவைச் சந்திக்க இவைகளும்கூட ஒரு காரணமாயின.

தன் விருப்பம்போல் ஹிந்துஸ்தானத்தைச் சுவீகரித்துக்கொண்ட வெள்ளையர்களுக்கு ஒரே ஒரு நெருடல்தான் இருந்தது. போட்டியாளர்கள். டச், போர்ச்சுகல், ஃபிரான்ஸ் நாட்டு வர்த்தகக் குழுக்களும் உள்ளே அடியெடுத்துவைத்துவிட்டன. இந்திய வர்த்தகக் குழுவின் கவலை இங்கிலாந்து அரசுக்கு எட்டியது. அபரிமிதமான லாபத்தை அள்ளிக் கொட்டும் கிழக்கிந்தியக் கம்பெனிக்குப் போட்டியாளரா? ஒரு தீர்மானத் துக்கு வந்தார்கள். மற்றவர்களிடம் இருந்து நாம் வேறுபட வேண்டும். அதற்குத் தேவை கூடுதல் வலிமை. ஆகவே தேவை படைகள், ஆயுதங்கள்.

ஒரு வியாபாரக் குழுவாக உள்ளே நுழைந்த கிழக்கிந்தியக் கம்பெனி பிரிட்டனின் மற்றொரு கிளை அரசாங்கமாகவே மாறிப் போனது. படிப்படியாக வங்காளம், பம்பாய், மெட்ராஸ் முதலான எல்லாப் பகுதிகளும் கிழக்கிந்தியக் கம்பெனியின் நேரடி ஆட்சியின் கீழ் வந்து சேர்ந்தன.

ஔரங்கசீப்பின் மரணத்துக்குப் பிறகு அத்தனை பெரிய ராஜ்ஜி யத்தை ஒரே குடையின் கீழ் ஆள்வது அடுத்தடுத்து வந்த ராஜாக் களுக்கு சுலபமாக இருக்கவில்லை. தேசத்தைப் பாதுகாப்பது பெரும் பிரச்னையாக இருந்தது. ஹிந்துஸ்தானத்தில் பெரும் சரிவு ஏற்பட்டது. ஆங்காங்கே உள்நாட்டுக் கலவரங்கள்

வெடித்தன. துண்டு துண்டு ராஜ்ஜியங்களாகப் பிய்த்துக் கொண்டு போயின. வேறு வழியின்றி பிரிட்டனின் உதவியை நாடியது முகலாய அரசு. அதாவது, முகலாய அரசுக்கு கிழக்கிந்திய நிறுவனம் படைகளை வழங்கவேண்டும். பாதுகாக்க வேண்டும். பதிலுக்கு வர்த்தக ஒப்பந்தங்கள் மானாவாரியாக அளிக்கப்படும்.

வீழ்ச்சி ஆரம்பமானது. முகலாயர்கள்சிறுகச் சிறுக தங்களது வலிமையையும், அதிகாரத்தையும் இழக்க ஆரம்பித்தார்கள். தேசம் அவர்கள் கையை விட்டு நழுவியது. முழுக்க கிழக்கிந்திய நிறுவனத்தையே நம்பி இருக்க வேண்டியதானது.

முகலாயர்களுக்கு அப்போது ஒருபுறம் பாரசீகப் படையெடுப்பும், மறுபுறம் மராத்தியர்களின் தாக்குதலும் பெரிய தொல்லையாக இருந்தது. ஒவ்வொரு போரின் போதும் வீரர்கள் எண்ணிக்கை குறைந்து கொண்டே வந்தது. எதிரிகளை வெல்வதற்கோ, தங்களைத் தற்காத்துக் கொள்வதற்கோ அவர்களிடம் உள்ள படைபலம் போதவில்லை. எனவே அவர்கள் கிழக்கிந்தியக் கம்பெனியின் உதவியை நாடினார்கள். கம்பெனி படையை அனுப்பச் சொல்லிக் குழைந்தார்கள்.

அப்போதுதான் கிழக்கிந்தியக் கம்பெனியின் நோக்கம் திசை மாறியது. வர்த்தகம் செய்யமட்டுமே வந்த அவர்கள் முகலாய அரசின் வீழ்ச்சியைக் காணக் காண வேறுவிதமாக யோசிக்கத் தொடங்கினார்கள். ஏற்கெனவே தாங்கள் ஸ்தாபித்து வைத்திருந்த தங்களின் தனிப் படையை மேலும் பலப்படுத்தத் தொடங்கினார்கள்.

அந்தத் தனிப்படையில் இருந்தவர்கள் எண்பது சதவிகிதம் ஹிந்துஸ்தானத்து சுதேசிகள்தான். பெரும்பாலும் தலித்துகளான தமிழர்களும், தெலுங்கர்களும், கொஞ்சம்போல மலேயாகாரர்களும் ஆப்பிரிக்க நீக்ரோக்களும் இன்னபிற இனத்தவர்களும். இவர்கள்தான் பிரிட்டிஷ் ராணுவ முறையில் பயிற்சியளிக்கப்பட்டு போர் வீரர்கள் ஆக்கப்பட்டார்கள். அவர்களை வழிநடத்தும் தலைமைப் பொறுப்புக்கு மட்டும் ஆங்கிலேயர்கள் நியமிக்கப்பட்டார்கள். அதற்கே ஆள்பற்றாக்குறை இருந்ததால் கிழக்கிந்திய நிறுவனத்தின் படையில் சேர இங்கிலாந்தில் உதவாக்கரையாக, வீட்டுக்கு அடங்காமல் திரிந்த இளைஞர்களையெல்லாம் குண்டுகட்டாகத் தூக்கி கப்பலேற்றி அனுப்பியது

பிரிட்டிஷ் அரசு. இந்தச் சிறுபடைதான் ஆங்கிலேயர்களுக்குச் சாதகமாக பல சாகசங்களை நிகழ்த்திக் காட்டியது.

ஆங்கிலேயர்கள், முகலாயர்கள் கேட்டபோதெல்லாம் முகம் சுளிக்காமல் தங்களின் இந்தத் தனிப்படையை அனுப்பி வைத்தார்கள். கூலிப்படை என்று அழைப்பது பொருத்தாக இருக்கும். முகலாய அரசு ஏராளமான பிரிட்டன் வீரர்களைத் தேடிப் பிடித்து வேலைக்குச் சேர்த்துக் கொண்டது. நூறு வீரர்கள் இருநூறு ஆகி முந்நூறு ஆகி பின் ஆயிரக்கணக்கில் அதிகரித்து எங்கு பார்த்தாலும் கம்பெனிச் சிப்பாய்களாகவே கண்ணில் படும் அளவுக்கு ஆகிப் போனது. காலப்போக்கில் பிரிட்டிஷ் நிறுவனப் படையை வைத்துக் கொள்வதென்பது கௌரவமாகவும் மாறிப்போனது.

ஆனால், ஒரு கட்டத்தில் பாதுகாப்பு ஏற்பாடுகளுக்கான தொகையை கிழக்கிந்தியக் கம்பெனிக்கு முகலாய அரசால் சரிவரக் கொடுக்கமுடியவில்லை. அரசு தரவேண்டிய தொகைக்குப் பதிலாக ஆக்ரா, அகமதாபாத், சூரத் போன்ற நகரங்களை உங்களிடம் ஒப்படைத்துவிடுகிறோம். அங்கே வரி வசூல் செய்யும் வேலையை நீங்களே பார்த்துக்கொள்ளுங்கள். சம்மதமா?

இல்லாமல் இருக்குமா? பிரிட்டனுக்குக் கொண்டாட்டமாகிப் போனது. இனி முகலாய அரசு பல் பிடுங்கப்பட்ட பாம்பு. இஷ்டப்படி நாம் என்ன வேண்டுமானாலும் செய்து கொள்ளலாம். எதிர்த்துக் கேட்க நாதியில்லை. வரி வசூல் கண்டு ருசி அடைந்த பூனை சும்மாயிருக்கவில்லை.சிறு சிறு ராஜ்ஜியங்களாக இந்தியாவை ஆண்ட அரசர்களை அணுகி அவர்களோடு ஒப்பந்தம் செய்துகொண்டு தங்களது வணிகத்தை மேலும் மேலும் விரிவாக்கிக்கொண்டார்கள்.

ஹிந்துஸ்தானத்தின் உதிரி அரசர்களுக்கிடையே நிலவிவந்த சிறு சிறு பிரச்சனைகளை ஊதி அவர்களுக்கிடையே போரை உருவாக்கி வேடிக்கை பார்த்தார்கள். பின் தங்களுக்குச் சாதகமான அரசர்களுக்கு கூலிப் படைகளை வழங்கித் தங்கள் எதிரியை வென்று அதன் மூலம் தங்கள் செல்வாக்கை அதிகரித்துக் கொண்டார்கள். பிறகு காலப் போக்கில் அந்த அரசர்களையே அடிமைப்படுத்தி அ்வர்களின் அதிகாரத்துக்கு உட்பட்ட பகுதியில் வரி வசூல் செய்யும் உரிமை பெற்றுத்

தங்கள் வியாபார வளையத்தை அதிகார வளையமாக்கி ஆதிக்கம் செய்யத் தொடங்கினார்கள்.

பிரிட்டிஷ் ஈஸ்ட் இண்டியா கம்பெனி கொழித்துக் கொட்டியது. போட்டியாளர்களை மட்டும் ஒழித்துவிட்டால், முழு ஹிந்துஸ்தானமும் கைக்குள் வந்துவிடும். பிரிட்டன் யோசித்தது. அதிரடி நபராக வந்து சேர்ந்தான் ராஜ தந்திரியும் வீரனுமான ஒரு வெள்ளை இளைஞன். அவன் பெயர் ராபர்ட் கிளைவ்.

5

அஸ்திவாரப் போர்கள், அடாவடி வசூல்!

ஒரு எழுத்தராக வேலைக்குச் சேர்ந்து இரண்டு முறை தற்கொலைக்கு முயற்சித்துத் தோற்று, 'போக மறுக்கும் உயிர், போரிலாவது போய்த் தொலையட்டும்' என்று துப்பாக்கி பிடித்து ராணுவத்தில் சேர்ந்தவன் கிளைவ். வாழ்க்கையை வெறுத்த இந்த 19 வயது இளைஞன்தான் இரண்டு போர்களின் மூலம் இந்தியாவின் அடிமைச் சரித்திரத்தை அழுத்தம் திருத்தமாக எழுதினான்!

ஒன்று, ஆர்க்காட்டுப் போர். ரெண்டு, பிளாசிப் போர். ஆர்க்காட்டுப் போர் என்பது உறவினர் களுக்குள் ஏற்பட்ட வாரிசு மோதல்தான். அதாவது பங்காளிச் சண்டை. முகலாய சாம்ராஜ்ஜியத்தின் சரிவானது பிரிட்டனைப் போலவே பிராந்தியப் பிரதிநிதிகள் சிலரையும்கூடத் துணிவு கொள்ள வைத்தது. ஹிந்துஸ்தானத்தின் தென்பகுதிப் பிரதி நிதியாக டெல்லி அரசாங்கத்தால் நியமிக்கப்பட்ட ஆஸப் ஜா அவர்களில் ஒருவர்.

டெல்லியின் பிடி லேசாகத் தளர்ந்த போதே அதன் கட்டுப்பாட்டிலிருந்து தன்னை விடுவித்துக்

கொண்ட ஆஸப் ஜா, தன்னிச்சையாக இயங்கப் போவதாக அறிவித்து விட்டு ஐதராபாத் நிஜாமாக முடிசூட்டிக் கொண்டு நாடாளத் தொடங்கிவிட்டார். கூடவே ஆர்க்காட்டை தலைநகர மாகக் கொண்ட கர்நாடகப் பிரதேசத்தையும் தன் கட்டுப் பாட்டுக்குள் கொண்டு வந்துவிட்டார்.

இவர் இறந்த பிறகுதான் ஆர்க்காடும், ஐதராபாத்தும் முட்டிக் கொண்டன. ஆர்க்காட்டு நவாப் பதவி யாருக்கு என்று சந்தா சாகிப்பும், முகமது அலியும் மோதிக் கொண்டனர். இதில் சந்தா சாகிப்புக்கு ஆதரவாக பிரெஞ்சுக்காரர்கள் களத்தில் இறங்க, முகமது அலிக்குப் பக்கபலமாக அணி வகுத்தது பிரிட்டிஷ் படை.

ராஜா சந்தா சாகிப்பின் பெரும் படையை தனது மிகச் சிறிய படையுடன் எதிர்கொண்ட ராபர்ட் கிளைவ், தனது அதிரடியான திட்டங்களாலும், வீரத்தாலும், யுத்த தந்திரத்தாலும் எதிரி படையை ஓட ஓடத் துரத்தி வெற்றி கண்டான். முகமது அலியை நவாபாக்கி 'ஆர்க்காட்டு வீரர்' பட்டம் பெற்றான். இதனால் முகமது அலியின் மூலம் அபரிமிதமான லாபம் கொட்டியது தவிர, அந்த ஆர்க்காட்டுப் போர்தான் ஹிந்துஸ்தானத்தில் பிரிட்டிஷார் இருப்பைக் கட்டுக்கடங்காத அதிகார பலத்துடன் அழுத்தமாக ஊன்றச் செய்தது என்பது உண்மை.

பிளாசிப் போர் கிளைவின் புகழை உச்சத்துக்குக் கொண்டு போனது மட்டுமல்லாமல் கிழக்கிந்தியக் கம்பெனியைக் கண்டு இந்தியாவின் ஒட்டு மொத்த ராஜாக்களையும் மிரள வைத்தது. அப்போது வங்காள நவாபாக இருந்த சிராஜ் உத்தௌலாக்கு பிரிட்டிஷாரைக் கண்டாலே பிடிக்காமல் போனது. எனவே தனக்கு முன் இருந்த ஆட்சியாளர்களைப் போல ஆங்கிலேயர் களுக்குச் சலுகைகள் எதுவும் காட்டாமல் அவர்கள் வர்த்தகத் துக்கு அபரிமிதமான வரிகள் விதித்து சற்றுக் கண்டிப்பாகவே நடந்துகொண்டார். இது பிரிட்டிஷாருக்கு கோபத்தை மூட்டியது. அத்துடன் சிராஜ் உத்தௌலா பிரெஞ்சுக்காரர்களுடன் நட்புப் பாராட்டியதும் அவர்கள் கண்களை உறுத்தியது.

இந்தச் சமயத்தில் ஐரோப்பாவில் நிலவி வந்த போர் மேகத்தின் காரணமாக பிரெஞ்சுக்காரர்களின் படையெடுப்புக்குப் பயந்து ஆங்கிலேயர்கள், தங்களின் கல்கத்தா கோட்டையைப் பழுது பார்த்துப் பலப்படுத்திக் கட்டிக் கொண்டார்கள். ஆயுத பலத்தை அதிகரித்துக் கொண்டார்கள். இதுவும் சிராஜ் உத்தௌலாவுக்கு

சினத்தை உண்டாக்கியது. நவாபான தன்னிடம் அனுமதி பெறாமல் ஆங்கிலேயர்கள் தங்கள் இஷ்டப்படி அத்துமீறி நடந்து கொள்வதாக நினைத்தவர் அவர்களுக்கு சரியான முறை யில் பாடம் கற்றுத் தர முடிவெடுத்தார்.

1756 ல் அவர் தனது படையுடன் புறப்பட்டுச் சென்று கல்கத்தாவைத் தாக்கிக் கோட்டையைக் கைப்பற்றிக் கொண் டார். அங்கிருந்த ஆலைகள், கிடங்குகளை எல்லாம் மன்னரின் படைகள் அடித்து நொறுக்கித் துவம்சம் செய்தன. கோட்டை யிலிருந்த 146 ஆங்கிலக் கைதிகள் ஒரு சிறிய கருங்குழியில் அடைக்கப்பட்டனர். மறுநாள் அவர்களில் 123 பேர் மூச்சுத் திணறி இறந்து போனார்கள். கல்கத்தா இருட்டறைச் சம்பவம் (Block hole tragedy of calcutta) என்று வரலாற்றில் ஒரு கருப்புச் சம்பவமாக பதிந்து போன நிகழ்வு இது.

ஆங்கிலேயர்கள் நிச்சயம் இதை எதிர்பார்க்கவில்லை. வெள்ளை இனத்தவர் 123 பேர் செத்துப் போனது அவர்களிடையே அதிர்ச்சி யையும் ஆத்திரத்தையும் ஏற்படுத்தியது. நவாபுக்கு எதிராக பொங்கியெழ வைத்தது. கல்கத்தா படுகொலைகளுக்குப் பழி வாங்கும் பொறுப்பை ஆர்க்காட்டு வீரன் ராபர்ட் கிளைவ் எடுத்துக் கொண்டான். ஆவேசத்துடன் புறப்பட்டான். அவன் தலைமையில் சென்னையிலிருந்து புறப்பட்ட ஆங்கிலேயப் படை வங்காளத்துக்கு வந்து சேர்ந்தது.

வங்காளத்தின் சூழ்நிலையும் அப்போது கிளைவ்வுக்குச் சாதக மாகவே அமைந்திருந்தது. மிகச் சரியாக அந்தச் சமயத்தில்தான் சிராஜ் உத்தெளலாவுக்கு எதிராக தீவிர சதி ஒன்று ரகசியமாக உருவாகிக் கொண்டிருந்தது. சதிக்காரர்கள் சிலர் சிராஜ் உத்தெளலாவை பதவியிலிருந்து நீக்கி விட்டு சிராஜ் உத்தெளலா வின் படைத் தளபதியும், உறவினனுமான மீர்ஜாபர் என்பவனை சிம்மாசனத்தில் அமர்த்த சமயம் பார்த்துக் கொண்டிருந்தனர்.

சூழ்ச்சிக்கார கிளைவ் இந்தச் சதிகாரர்களை தனது பகடைக் காய்களாகப் பயன்படுத்திக் கொண்டான். பிளாசிப் போர் தொடங்கியதுமே படைத் தளபதியான மீர் ஜாபர் நவாபுக்கு துரோகம் செய்து படைத் தளத்திலிருந்து பின் வாங்கி மறைந்தான். படைத்தலைமை இல்லாமல் வீரர்கள் திகைத்துத் தடுமாற, சிராஜ் உத்தெளலாவுக்கு எதிராக இயற்கையும் சதி செய்தது.

போரின் போது பேய் மழை பெய்து திணறடித்தது. மழையில் நவாபின் படை வசம் இருந்த வெடி மருந்துகள் நனைந்து போய் பயன்படுத்த முடியாமல் ஆனது. ஆனால் கிளைவ்வின் படைத் தரப்பு தங்களின் வெடி மருந்துகளைப் பாதுகாத்து பீரங்கிகளை முழங்க, வெற்றி வெகு சுலபமாக கிளைவ்வின் காலடியில் வந்து மண்டியிட்டது. சிராஜ் உத்தெளலா கைது செய்யப்பட்டு பின்னாளில் துரோகிகளால் கொல்லப்பட்டார். மீர்ஜாபர் நவாபானான்.

ஹிந்துஸ்தானத்தின் மகா பலம் பொருந்திய நவாப் ஒருவரை, ஒரு சாதாரண வணிகக் குழுவின் படை தோற்கடித்து வீழ்த்தியது கிழக்கிந்தியக் கம்பெனியின் பெருமையையும், மதிப்பையும், வல்லமையையும் உச்சத்துக்குக் கொண்டு போனது. சிறுகச் சிறுக பிரெஞ்சுக்காரர்களும், போர்த்துக்கீசியர்களும் ஓரம் கட்டப்பட்டு கோவா, பாண்டிச்சேரி என்று குறுகிப் போனார்கள்.

பாவம் மீர்ஜாபர் ! நவாப் நாற்காலியில் அமர்ந்தும் நிம்மதி யில்லை. சிராஜ் உத்தெளலாவை இவன் கவிழ்த்தது போலவே இவனைக் குப்புறத் தள்ளவும் முளைத்தெழுந்தான் ஒருவன். அவன் மீர் காசிம். மீர்ஜாபரின் மருமகன். நவாப் நாற்காலி இவர்கள் இருவருக்கும் இடையில் படாதபாடுபட்டது. ஓயாத சண்டை. ஒருவர் மாற்றி ஒருவர் பதவி நாற்காலியில் அமர்ந்தார்கள்.

இதில் ஆங்கிலேயர்களின் கைப்பாவையாகப் படாதபாடு பட்டான் மீர் ஜாபர். கிழக்கிந்தியக் கம்பெனி தனக்காகச் செய்த போர்களுக்காகச் செலுத்த வேண்டிய பணத்தைக்கூட அவனால் செலுத்த முடியவில்லை. கஜானா அப்போது காலியாகி விட்டிருந்தது. எனவே கொடுக்கவேண்டிய பணத்துக்குப் பதிலாக வங்காளத்தின் வரி வசூலிக்கும் உரிமையை அவன் நேரிடையாகக் கம்பெனிக்கே கொடுத்தான்.

ஏற்கெனவே ஆர்க்காடு நவாபின் மூலமாக தென்னகம் இவர்கள் கைக்கு வந்துவிட்டிருந்தது. இப்போது வங்காளம். இந்தியாவின் பெரும்பான்மையான இடங்கள் தங்கள் கைக்கு வந்ததுமே ஆங்கிலேயர்கள் வரி வசூல் முறையில் புதிய மாற்றங்களைக் கொண்டு வந்தார்கள்.

இதற்கு முன்பாக எல்லா இடங்களிலுமே ராஜாக்களின் பிரநிதியாக பாளையக்காரர்கள்தான் வரி வசூலித்துக்

கொண்டிருந்தார்கள். அப்போது அவர்கள் வசூலித்து வந்த வரியே அதிகமாகத்தான் இருந்தது. ஆனாலும் அவர்கள் மக்களோடு மக்களாகப் பழகி நேரடித் தொடர்பில் இருந்ததால் சற்று கருணையோடு விட்டுக் கொடுத்து வசூல் செய்து வந்தார்கள். ஆனால் இது வெள்ளையர் கைக்கு மாறியதுமே சூழ்நிலை கடுமையாகிவிட்டது.

ஆங்கிலேயர்கள் ஜமீன்தாரி முறை அமலாக்கப்பட்ட பகுதிகளில் முந்தைய ஆட்சியின் நிலப்பிரபுக்களான தாலுக்தாரர்கள் என்பவர்களை நீக்கிவிட்டு, ஜமீன்தாரி பதவிகளை ஏலம் விட்டார்கள். அதிக விலைக்கு ஏலம் எடுத்த பனியாக்கள் எனும் செல்வந்தர்கள் (பெரும்பாலும் கந்துவட்டிக்காரர்கள்) விவசாயி களைக் கசக்கிப் பிழிந்து வரி வசூலித்தனர். வரியும் வட்டியும் கொடுக்க முடியாதவர்களின் நிலங்கள் அவர்களிடமிருந்து பிடுங்கப்பட்டு பகிரங்க ஏலம் விடப்பட்டது.

இது விவசாயிகளை அதிர்ச்சியடையச் செய்தது. காலம் காலமாக பாட்டன் பூட்டன் காலத்திலிருந்து பரம்பரை பரம்பரையாக தங்கள் வசம் இருந்த நிலத்தை வேறொருவன் பறித்துக் கொள்வான் என்பதை அவர்கள் இதுவரை நினைத்துப்பார்த்ததே யில்லை. இது அவர்களை அவமானமும் ஆத்திரமும் கொள்ள வைத்தது. ஆனால் பாவம்! எதிர்ப்புத் தெரிவித்த அந்த அப்பாவி மக்கள் கொஞ்சம்கூட இரக்கமில்லாமல் கொடூரமான அடக்கு முறையின் மூலம் அடியோடு நசுக்கப்பட்டார்கள்.

ஹிந்துஸ்தானம் முழுவதும் நிலமற்ற விவசாயிகளின் எண்ணிக்கை அதிகரித்துக் கொண்டே போனது. மெட்ராஸ் மாகாணம் முதல் வங்காளம் வரை எல்லா விவசாயிகளுக்கும் இதேகதிதான்.

'நம்முடைய நிர்வாகம் ஒரு கடற்பஞ்சைப் போல செயல்படு கிறது. கங்கைக்கரையிலுள்ள அனைத்து வளங்களையும் உறிஞ்சி அவற்றை தேம்ஸ் நதிக்கரையில் பிழிந்து விடுகிறது!' என்று சட்டைக் காலரைத் தூக்கி விட்டுக் கொண்டான் கம்பெனி வருவாய் ஆணையத்தின் தலைவனான ஜான் சலிவன்.

இப்படி வெள்ளையர்கள் நேரடியாகவே அடாவடி வரி வசூல் கொள்ளையில் ஈடுபடத் தொடங்கியதுதான் முதன் முதலில் இந்திய மக்களிடையே பெரும் வெறுப்பையும் எதிர்ப்பையும் சம்பாதித்தது.

இந்திய மக்களால் ஆங்கிலேயர்களை ஆட்சியாளர்களாக ஏற்றுக் கொள்ளமுடியவில்லை.மக்களைப் போலவே குறுநில மன்னர் களும், சிற்றரசர்களும், பாளையக்காரர்களும் தனித் தனியாகவும் ஒன்று சேர்ந்தும் வரி கொடுக்க மறுத்துக் குரல் கொடுத்தனர்.

முதல் எதிர்ப்புக் குரல் தென்னாட்டில் எழுந்தது. வெள்ளையரை எதிர்த்த அந்த முதல் பாளையக்காரன் பூலித் தேவன். அவருக்குப் பின்னால் ஹைதர் அலி, திப்பு சுல்தான், முத்து வடுகநாதர், வேலு நாச்சியார், மருது சகோதரர்கள், வீரபாண்டிய கட்டபொம்மன், ஊமைத் துரை, தீரன் சின்னமலை என்று எண்ணற்றவர்கள் சுதந்திர வேட்கையுடன் வெள்ளையரை எதிர்த்தனர்.

இவர்கள் எல்லோருமே தங்களின் உரிமையை நிலை நாட்டிக் கொள்ளத்தான் சண்டையிட்டனர் என்றாலும், அடிப்படையில் ‘இது என் நாடு, என் மக்கள் , அந்நியர்களுக்கு எதற்கு நாங்கள் அடிபணிய வேண்டும்?’ என்கிற மண்ணின் மீதான நாட்டுப் பற்றும் இருந்ததால் இவர்களின் போராட்டத்தை வெள்ளையருக் கெதிரான விடுதலைப் போர் என்பதில் தவறேயில்லை.

தென்னகத்தில் மட்டுமல்லாமல் இந்தியா முழுவதிலுமே இந்த எதிர்ப்பு ஆங்காங்கே கிளர்ந்தெழுந்தது. அத்தனையும் தோல்வி யில்தான் முடிந்தது. காரணம், ஒற்றுமையின்மை. ஹிந்துஸ் தானத்து அரசர்கள் ஒருவரையொருவர் பகைத்துக் கொண்டு முறைத்து நின்றதும், பக்கத்து ராஜ்ஜியத்துக்கு ஒரு ஆபத்து என்னும்போது உதவிக்குப் போகாமல் எட்டி நின்று வேடிக்கை பார்த்ததும், சொந்தத் தேசத்து எதிராளியை அழிக்க அயல் தேசத்து வெள்ளையரோடு கூட்டு சேர்ந்து கொண்டதும், பகை வனைக் கொஞ்சமும் பச்சாதாபம் இன்றி பறங்கியரிடம் காட்டிக் கொடுத்ததுமே இந்தியா கிட்டத்தட்ட இரண்டு நூற்றாண்டு காலம் அடிமைப்பட்டுக் கிடக்கக் காரணங்களாயின.

தப்பித் தவறியும் இவர்களை ஒன்று சேரவிடாமல் பார்த்துக் கொண்டதுதான் வெள்ளையரின் ராஜ தந்திரம். நட்பை நாடிய அரசர்களை அடிமைப்படுத்தியும், தங்களின் அதிகாரத்தை ஏற்க மறுத்த அரசர்களைப் படையெடுத்து அழித்தும் ஆட்சியை விரிவு செய்து கொண்டே போனார்கள் ஆங்கிலேயர்கள். தங்களது ஆட்சி நிறுவப்பட்ட இடங்களில் எல்லாம் வரி வசூல் என்ற பெயரில் விதவிதமான சட்ட திட்டங்களை விதித்து வெளிப்படை யான கொள்ளையை நடத்தினார்கள்.

விவசாயத்துக்கு அடுத்தபடியாக கைத் தொழில்களுக்கும் ஆபத்து வந்து சேர்ந்தது. பத்தொன்பதாம் நூற்றாண்டில் ஐரோப்பாவில் நடந்த தொழிற் புரட்சியின் காரணமாக நவீன எந்திரங்களால் துணி உற்பத்தி பலமடங்கு அதிகமாகியது. ஆனால் அந்தத் துணிகளைக் காட்டிலும் இந்தியக் கைத்தறித் துணிகள் தரமானதாகவும், விலை குறைவானதாகவும் இருந்த தால் பிரிட்டிஷ் கம்பெனி இந்தியாவின் துணி ஏற்றுமதியை மொத்தமாகத் தடை செய்தது. இதற்கும் மேலாக பிரிட்டனின் துணிகள் இந்தியச் சந்தையை ஆக்ரமிக்கத் தொடங்கின.

இதனால் இந்தியத் தொழில் நசிந்தது. நெசவாளர்களும், தொழி லாளர்களும், கை வினைஞர்களும் பிழைக்க வழியில்லாமல் பிச்சையெடுக்கும் நிலைக்கு வந்து சேர்ந்தனர். இவர்களைப் போலவே வெள்ளையர்கள் படையெடுத்து வீழ்த்தும் ஒவ்வொரு சிற்றரசுகளிலும் வேலை பார்த்த மந்திரிகள், சேனாதிபதிகள், படை வீரர்கள், அரண்மனை வேலையாட்கள் என்று பல்லாயிரக்கணக் கான பேர் வேலை இழந்து நடுத்தெருவில் தள்ளப்பட்டார்கள்.

பசி, பட்டினி, நோய்த் தொற்று என ஹிந்துஸ்தான் தத்தளித்தது. 1770 முதல் 1857 வரை தோன்றிய 12 பஞ்சங்கள் லட்சக்கணக்கான மக்களைப் பலி கொண்டது. இதில் விவசாயிகளும் அடக்கம். நிலத்தில் நெல் விளைவித்த போதும் அது அவர்களுக்குச் சொந்தமில்லை. விளைந்த நெல்லைக் கிஸ்தி என்ற பெயரில் ஆட்சியாளர்கள் பிடுங்கிக் கொண்டு போனார்கள். பெரும்பாலான விவசாயிகள் ஒருவேளைச் சோற்றைக்கூட வயிறாறச் சாப்பிட்ட தில்லை என்பதுதான் நிஜம்.

நிலைமை இப்படியிருக்க, மேலும் இதை மோசமாக்கியது ஆங்கில ஆட்சி. நிலத்தில் அபினியும், அவுரி (சாயத்துக்காக உபயோகப் படுத்தப்படும் செடி) யும் பயிரிடச் சொல்லிக் கொஞ்ச நஞ்சமிருந்த உணவு உற்பத்தியையும் அழித்துப் போட்டது.

இதன் காரணமாகவே 1855 ல் எழுந்தது சந்தால் பழங்குடி மக்க ளின் ஆயுதப் போராட்டம். வங்காளத்திலும், பீகாரின் பல பகுதி களையும் ஆங்கிலேயரின் பிடியிலிருந்து விடுவித்துச் சுமார் இரண்டு ஆண்டுகள் வரை அவர்கள் கடுமையான போராட்டம் நடத்தினார்கள். ஆனாலும் இறுதியில் அந்த அப்பாவி பழங்குடியினர் மிகக் கொடுமையான முறையில் அடக்கி ஒடுக்கப்பட்டனர்.

இனி எவருக்கும் தங்களை எதிர்க்கத் துணிவு பிறக்காது என ஆங்கிலேயர்கள் மித மிஞ்சிய சந்தோஷத்தில் மூழ்கினார்கள். பிரிட்டன் ஒயினுடன் உள்ளூர் சாராயத்தைக் கலந்து குடித்துப் போதையேற்றிக் கொண்டார்கள். கிளப்புகளுக்குப் போய் சுருட்டுப் பிடித்துக் கொண்டே சீட்டு விளையாடினார்கள். தாங்கள் புதிதாக உருவாக்கிக் கொண்ட கோடை வாசஸ்தலமான சிம்லாவுக்குப் போய் சொகுசு பங்களாவில் தங்கிக் கொண் டார்கள். குதிரைப் பந்தயம் நடத்தினார்கள். யானைகளை மோதவிட்டு ஆரவாரம் செய்தார்கள். அபின் மயக்கத்தில் ஹிந்துஸ்தானம் தங்கள் கட்டுப்பாட்டில் அமைதியாக இருக்கிற தென்று மெத்தனம் கொண்டார்கள்.

ஆனால் உண்மையில் நிலைமை அப்படியிருக்கவில்லை!

6

இந்தியாவை விழுங்க இரண்டு திட்டங்கள்!

1857 ம் வருட ஆரம்பத்திலேயே ஒரு பெரும் சூறாவளிக்கான குமுறல் இந்தியா முழுவதும் மையம் கொண்டிருந்தது. பூகம்பத்துக்கான முன்னேற்பாடுகள் மறைமுகமாக நடந்து கொண்டிருந்தன.

அங்கங்கே ரகசியச் சங்கங்கள் உருவாகி, வெள்ளை யர்களை எதிர்ப்பதற்கான திட்டங்கள் வகுக்கப் பட்டு மக்களிடையே தீவிரப் பிரசாரம் பரவிக் கொண்டிருந்தது. யார் இதை வழி நடத்துகிறார்கள், எங்கிருந்து இது தொடங்குகிறது என்று யாருக்கும் தெரியவில்லை. குறிப்பாக இந்தப் புரட்சி நடவடிக்கையில் அரசன் முதல் ஆண்டி வரை அனைத்துத் தரப்பினரும் கை கோர்த்திருப்பதாகப் பேசிக் கொண்டனர். நம்பவே முடியாதபடி ஆங்கி லேயர்களுக்கு எதிரான இந்தப் புரட்சியில் பெரிய பெரிய தலைகள் எல்லாம் பங்கேற்றிருந்தன.

அவர்களுள் மிக முக்கியமானவர்கள் டெல்லியின் பேரரசர் பகதூர் ஷா, மகாராஷ்டிர பேஷ்வா நானா

சாகிப், ஜான்சி நாட்டின் ராணி லட்சுமி பாய், அவுத் நாட்டின் அரசி பேகம் ஹஸ்ரத் மகால், பீகாரின் பெரும் நிலச்சுவான்தார் குன்வர் சிங், நானா சாகிப்பின் நண்பன் தாந்தியா தோபே மற்றும் மௌல்வி அஹமது ஷா.

மகத்தான அதிகாரம் கொண்ட முகலாய சாம்ராஜ்ஜியத்தின் சக்ரவர்த்தியான பகதூர் ஷா கூடவா சதியில் பங்கேற்றார் என்றால் ஆமாம்! அப்போது அத்தனை பரிதாபத்துக்குரியதாகத் தான் இருந்தது அவருடைய நிலைமை.

பகதூர் ஷா மட்டுமல்ல நானா சாகிப், ராணி லட்சுமி பாய், பேகம் ஹஸ்ரத் மகால் இவர்கள் எல்லோரின் தலைக்கு மேலும் ஒரு கத்தி ஊசலாடிக் கொண்டுதான் இருந்தது. பிரிட்டிஷ் கத்தி. எப்போது வேண்டுமானாலும் அறுந்து தலை மீது விழலாம். தப்பிக்கவே முடியாது! தலை தப்பிக்க வேண்டுமானால் சிம்மாசனத்திலிருந்து எழுந்து ஓட வேண்டும். அதைத்தான் ஆங்கிலேயர்கள் எதிர்பார்த்தார்கள். அந்த அபாயக் கத்தியை முதலில் தொங்கவிட்டவர் கவர்னர் ஜெனரல் வெல்லெஸ்லி. ஐம்பதாண்டுகளுக்குப் பின் அதை மேலும் கூர் தீட்டிப் பளபளப்பாக்கியவர் தலைமை ஆளுநர் டல்ஹௌசி.

1798 ல் கவர்னர் ஜெனரலாக இந்தியா வந்த வெல்லெஸ்லிக்கு அலுப்பாயிருந்தது. எத்தனை காலத்துக்குத்தான் இப்படியே சின்னச் சின்னச் சூழ்ச்சிகள், சின்னச் சின்னப் பிரதேசங்கள் என்று கைப்பற்றிக் கொண்டிருப்பது? எப்போதுதான் இந்தியாவை பிரிட்டிஷ் பேரரசின் பகுதியாக மாற்றுவது? யோசித்தார். துணைப் படைத்திட்டம் உருவானது.

ஆங்கிலேயர்களின் கட்டுப்பாட்டில் இருக்கும் சிற்றரசுகள் முதல், பிரிட்டிஷ் நட்பை நாடும் அத்தனை நாடுகளும் இந்தத் துணைப் படைத் திட்டத்தில் பங்கு கொள்ளலாம். இதில் சேரும் சுதேசி மன்னர்கள் கம்பெனிப் படையின் மூலமாகப் பாதுகாக்கப் படுவார்கள். அதற்கான செலவை அந்தந்த அரசர்களே ஏற்றுக் கொள்ளவேண்டும்.

அட! இது ஒன்றும் புதிய திட்டம் இல்லையே. ஏற்கெனவே இந்திய மன்னர்கள்தான் ஆங்கிலக் கூலிப் படையைத் தேவைப் படும்போது அழைத்துக் கொண்டு சம்பளத்தைக் கொடுத்து விடுகிறார்களே? இங்கேதான் இருக்கிறது சூட்சுமம்! தேவைப்

படும்போதுதானே கூப்பிடுகிறார்கள். அப்புறம் நிரந்தர வருமானம் எங்கிருந்து வரும்? அதுமட்டுமில்லை. இந்தத் துணைப் படை திட்டத்தில் இன்னும் சில நிபந்தனைகளும் இருந்தன.

இதற்கு முன்பெல்லாம் சுதேசி மன்னர்களைக் காக்கச் செல்லும் பிரிட்டிஷ் படை அந்த அரசுகளின் அருகில் அல்லது எல்லைக்கு வெளியேதான் இருக்கும். ஆனால் துணைப் படை நிபந்தனையின்படி ஆங்கிலப் படையும், படையின் சார்பாக வரும் ஆங்கிலக் கண்காணிப்பு அதிகாரி ஒருவரும் சுதேசி ராஜ்ஜியத்தின் உள்ளேயேதான் நிறுத்தப்படவேண்டும். அந்தப் படையின் பராமரிப்புச் செலவுக்காக உதவித் தொகை ஏற்கப்பட மாட்டாது. அதற்குப் பதிலாக கிழக்கிந்தியக் கம்பெனிக்கு நிலப்பகுதியை ஒதுக்கீடு செய்யவேண்டும். அடுத்து இந்தத் துணைப் படைத் திட்டத்தில் சேரும் அரசர்கள் ஆங்கில நிறுவனத்தின் அனுமதியில்லாமல் போரிலும் வெளிநாட்டு உறவிலும் ஈடுபடக் கூடாது. மற்ற ஐரோப்பியருடன் தொடர்பு வைத்துக்கொள்ளக் கூடாது. குறிப்பாக பிரெஞ்சுக்காரர்கள்!

ஆங்கிலேயர்களைத் தவிர வேறு ஐரோப்பியர்களை சிவில் ராணுவச் சேவையில் சேர்த்துக் கொள்வது தகாது. ஆங்கிலேயர்கள் அனுமதி இல்லாமல் மற்ற அரசர்களுடன் கடிதப் போக்குவரத்தோ தொடர்போ கண்டிப்பாகக் கூடாது. சுதேசி மன்னர்கள் பிற அரசுகளுடன் ஏற்படும் தகராறுகளில் ஆங்கிலேயர்களின் தீர்ப்புக்குக் கட்டுப்படவேண்டும்.

இப்படியாகவே வரிவரியாக ஏகப்பட்ட அராஜக நிபந்தனைகள். அநீதியான விதிகள். மொத்தத்தில் இந்தத் துணைப் படைத் திட்டம் அப்பட்டமான அடிமை சாசனம் என்றுதான் சொல்ல வேண்டும். ஆச்சரியம் என்னவென்றால் இதில் கையெழுத்திட்டுச் சேரவும் ஆட்கள் தயாராக இருந்தார்கள்.

மராட்டிய பேஷ்வாவின் ஆக்ரமிப்பிலிருந்து தப்ப நினைத்த நிஜாம் முதல் ஆளாக ஓடி வந்து சேர்ந்தான். பின்னாலேயே தஞ்சாவூர், சூரத், கர்நாடகம்,மைசூர், என்று பல சிற்றரசுகளும், குவாலியர் சிந்தியா, இந்தூர் ஹோல்கார், நாக்பூர் போன்ஸ்லே போன்றோரும் ராஜ புத்திரர்களும்கூட ஆங்கிலப் பாதுகாப்பை நாடி வரிசையில் வந்து நின்று கொண்டனர்.

வெல்லெஸ்லி நினைத்தது நடந்தது. எதிர்பார்த்தது போலவே கிழக்கிந்தியக் கம்பெனியின் அதிகாரம் பல இடங்களுக்குப்

பரவியது. ஆங்கிலப் படை அசுர பலம் கொண்டதாக வளர்ச்சி பெற்றது. இந்தப் படைகளின் பராமரிப்புச் செலவு இளிச்சவாய் இந்திய அரசுகளால் ஏற்றுக் கொள்ளப்பட்டது. வருமானம் பெருகியது.

இதன் விளைவு, சுதேசி மன்னர்கள் தன்னம்பிக்கை இழந்தவர்களாக, அதிகாரம் குறைக்கப்பட்டவர்களாக அவரவர் நாட்டிலேயே ஒப்புக்குச் சப்பாணியாக ஆனார்கள். ஆங்கிலேய ஆட்சியே அனைத்தையும் பார்த்துக் கொண்டதால் சுதேச ராஜாக்கள் வெறும் கையெழுத்துப் போட்டுவிட்டு சோம்பித் திரிந்தார்கள். நாட்டில் நிர்வாகம் சீர்கெட்டது. நாளடைவில் பல இந்திய அரசுகள் அதிகாரமும் பலமும் குறைக்கப்பட்டு வெறும் மதிப்பு மட்டுமே மிஞ்சியிருந்தன. சில அரசுகள் நிர்வாகம் சீரழிந்து ஆங்கிலேயர்களால் விழுங்கப்பட்டன. அரசர்கள் மான்யங்கள் அளிக்கப்பட்டு ஓரங்கட்டப்பட்டார்கள். பிரிட்டிஷ் அரசின் விஸ்தீரணம் மேலும் மேலும் மேலும் விரிவடைந்து கொண்டே போனது.

வெல்லெஸ்லி வாய்ப்புகள் அமைந்த போதெல்லாம் கம்பெனியின் எல்லைகளை விரிவு படுத்திக் கொண்டே போனார் என்றால் அவருக்குப் பின் ஐம்பதாண்டுகள் கழித்து வந்த கவர்னர் டல்ஹௌசியோ ஆட்சியை விரிவுபடுத்துவதற்காகவே வாய்ப்புகளை ஏற்படுத்தினார்.

டல்ஹௌசி கொண்டு வந்த அவகாசியிலிக் கொள்கை என்கிற வாரிசு இழப்புக் கொள்கை (Doctrine of Lapse) இந்திய ராஜாக்களின் தலையில் ஆணி அடித்து இறக்கியது. பச்சை அயோக்கியத் தனமான பகாசூரத் திட்டம் அது! வாரிசு இல்லாத ராஜ்ஜியங்களை வாரிச் சுருட்டி வாயில் போட்டுக் கொள்ளும் திட்டம்.

அதாவது இந்த வாரிசு இழப்புக் கொள்கையின் சாராம்சம் என்னவென்றால், 'ஆங்கிலேயரால் உருவாக்கப்பட்ட மற்றும் பாதுகாக்கப்பட்ட அரசர்கள் தங்களுக்கு வாரிசுகள் இல்லாமல் போனால், அவர்கள் இஷ்டப்படி தத்தெடுத்துக் கொண்ட வாரிசுகளை ராஜாவாக முடிசூட்டக்கூடாது. அதை ஆங்கில அரசு அங்கீகரிக்காது. அப்படிப்பட்ட வாரிசு இல்லாத ராஜ்ஜியங்கள் பிரிட்டிஷ் அரசுடன் இணைக்கப்படும்' எளிமையாகச் சொல்வதென்றால் 'பிள்ளையில்லாத ராஜா எவனாவது செத்துப் போனால் அந்த ராஜ்ஜியம் ஆங்கிலேயர்களுக்கே சொந்தம்!'

அக்கிரமமான இந்த அவகாசியிலிக் கொள்கை இந்திய அரசர்கள் மத்தியில் ஆத்திரத்தை ஏற்படுத்தியது. 'இதென்ன இந்தியாவில் பிள்ளையில்லாதவர்களின் சொத்துக்களுக்கெல்லாம் வெள்ளை யன்தான் வாரிசா என்ன?' என்று கொதித்தார்கள், கொந்தளித் தார்கள். எல்லாம் ஒளிவு மறைவாகத்தான்! நேருக்கு நேர் வெள்ளையரை எதிர்க்கும் துணிச்சல் யாருக்குமே இல்லை.

டல்ஹௌசியின் அவகாசியிலிக் கொள்கை அமலுக்கு வந்ததுமே செம அறுவடை! மராட்டிய சிவாஜியின் வம்சத்தவரால் ஆளப் பட்ட சதாரா முதல் பலியாகி பிரிட்டிஷ் ராஜ்யத்துடன் இணைத்துக் கொள்ளப்பட்டது. பின் நாக்பூர், சம்பல்பூர், ஜெய்ப்பூர், உதய்பூர், ஜான்சி என வாரிசு இல்லாத ராஜ்ஜியங்கள் வரிசையாக வலையில் சிக்கி விழுங்கப்பட்டன.

இந்த நாடிழக்கும் கொள்கையினால் நேரடியாகப் பாதிக்கப் பட்டவர்கள்தான் பகதூர் ஷா, நானா சாகிப், ராணி லட்சுமி பாய், பேகம் ஹஸ்ரத் மகால், ஆகியோர்.

பகதூர் ஷா, பாபர் வழி வந்த பெருமைக்குரிய முகலாயப் பேரரசின் வாழ்ந்து கெட்ட வாரிசு. வயது 82 . ஆட்சி அதிகாரம் எல்லாம் கை விட்டுப் போய் வெகு காலமாகிவிட்டது. ஹிந்துஸ் தானம் முழுவதையும் கட்டி ஆண்ட பரம்பரை கடைசியாக டெல்லியோடு குறுகிவிட்டது. மிஞ்சியிருந்தது யமுனா நதிக் கரையின் செங்கோட்டையும், கோட்டைக்குள் இருந்த ஆளில் லாத அரச தர்பாரும், ராஜ குடும்பம் வசிக்கும் அரண்மனை மட்டும்தான்.

ஆங்கிலேயர்கள் போலி அரச மரியாதையுடன் கிள்ளித் தரும் ராஜ மான்யத்தை வைத்துக் கொண்டு தன் இறுதிக் காலத்தைக் கவிதைகள் எழுதிக் கழித்துக் கொண்டிருந்தார் பாதுஷா. புகழ் பெற்ற உருதுக் கவிஞர் கவி காலிஃப், ராஜாவின் நெருக்கமான தோழர்.

இந்த பகதூர் ஷாதான் நாட்டை ஆளும் முகலாய வம்சத்தின் கடைசி வாரிசு என்பதில் ஆங்கிலேயர்கள் தீர்மானமாயிருந்தார் கள். இந்தியாவின் பெரும் மன்னர் குலங்களையெல்லாம் ஏற்கனவே தூக்கிப் போட்டாகிவிட்டது. அவர்களின் வாரிசுகள் எல்லாம் அவரவர் தலை நகரங்களையும் ராஜ்ஜியத்தையும் விட்டு ஆங்கிலேயர்கள் ஒதுக்கிய இடத்தில் அவர்களின் பராமரிப்பில் சமர்த்தாக வாழப் பழகிவிட்டனர்.

ஆனால் மன்னர் மிடுக்குக் குறையாத இந்தக் கிழட்டு பகதூர் ஷா மட்டும் முகலாயத் தலைநகரான டெல்லியில் அதுவும் செங்கோட்டையில் ஆடம்பரமாக வாழ்ந்து கொண்டிருப்பது வெள்ளையரின் கண்களை உறுத்திக் கொண்டேயிருந்தது. என்னதான் செல்வாக்கு இல்லாத பொம்மையாக வைத்திருந்த போதும் இந்திய சுதேசி அரசுகள் இன்னமும் அவரைத்தான் பேரரசனாக மதிக்கின்றன என்பது உள்ளூர அச்சத்தை அளித்தது.

அவரை வலுக்கட்டாயமாக வெளியேற்றுவது பெரிய விஷயம் இல்லை. ஆனால் பிரிட்டிஷார் எதைச் செய்தாலும் சட்டபூர்வ மாகக் குற்றம் சாட்டித்தான் செய்வார்கள். பகதூர் ஷா மேல் பழி போட அவர்களுக்கு எந்தக் காரணங்களும் கிடைக்கவில்லை. அவரால் எந்தத் தொந்தரவும் இல்லை. தானும் தன் கவிதைகளும் ஹுக்காவுமாக ஆங்கிலேயர்களுக்கு சிறு தொல்லையும் தராமல் சலாம் போட்டுக் கொண்டிருந்தார். என்ன ஒன்று, மான்யத் தொகையை உயர்த்தித் தரும்படி சதா நச்சரித்துக் கொண்டேயிருந்தார்.

ஆங்கிலேயர்கள் அந்த வழியிலும் முயற்சித்துப் பார்த்தார்கள். 'மதிப்புக்குரிய சுல்தான் அவர்களே, தற்போது தங்களுக்கு அளிக்கப்பட்டு வரும் மான்யத் தொகை மற்ற ராஜாக்களுக்கும் தரப்படுவதை விட அதிகம்தான். எனவே மான்யத் தொகையை இதற்கு மேலும் உயர்த்துவது சாத்தியமில்லை என்று லண்டன் கவுன்சில் தெரிவித்து விட்டது. ஆனாலும் ஹிந்துஸ்தானத்தின் மகா மதிப்புக்குரியவர் வெட்கத்தை விட்டுக் கேட்கிறீர்கள் என்பதால் ஒரேயடியாக மறுப்புத் தெரிவிக்கவும் கம்பெனிக்கு விருப்பமில்லை.

நமக்குள் ஒரு ஒப்பந்தம் செய்து கொள்ளலாமா? தாங்கள் தற்போது வசித்து வரும் இந்த அரச தர்பாரையும், செங் கோட்டை அரண்மனையையும் விட்டு டெல்லிக்கருகில் குதுப் மாளிகையில் வசிக்கச் சம்மதித்தால் மான்யத் தொகையை அதி கரித்துத் தரலாம் என்று கம்பெனி கருதுகிறது. ஒப்புக்கொள்கி றீர்களா?' -

பகதூர் ஷா சம்மதிக்கவில்லை. பழம்பெருமை என்று பார்த்தால் இது ஒன்றுதான் மிச்சம். அதையும் தொலைத்துத் தலை முழுகி செங்கோட்டையை விட்டு அகன்றால் செல்லாக் காசாகி விடுவோம் என்று அவருக்குத் தெரியும். ஆனால், பகதூர் ஷாவின்

மகன் இளவரசன் ஃபக்ருதீன் அப்படியில்லை. கோட்டையாவது கொடியாவது! தந்தைக்குப் பிறகு ஆங்கிலேயர்கள் தன்னை அடுத்த வாரிசாக ஏற்றுக் கொண்டு மான்யத் தொகை கொடுத்தால் போதும். உலகம் முழுக்கச் சுற்றிக் கொண்டு உல்லாசமாக இருக்கலாம் என்று நினைத்தான்.

எனவே இளவரசன் ஃபக்ருதீனையே பட்டத்துக்குக் கொண்டு வர நினைத்தார் டல்ஹெளசி. ஆனால் பகதூர் ஷாவுக்கு மகன் ஃபக்ருதீன் மன்னனாவதில் விருப்பமில்லை. காரணம், பகதூர் ஷாவின் பிரியத்துக்குரிய இளைய ராணி ஜீனத் மஹால் வயதான காலத்தில் அவருக்கு ஒரு வாரிசைப் பெற்றுத் தந்திருந்தாள். பதினொரு வயதுச் சிறுவனான அந்த 'ஜாவன் பக்த்'தைத்தான் பகதூர் ஷா அடுத்த வாரிசாக்க எண்ணியிருந்தார்.

ஆங்கிலேயர்கள் ஃபக்ருதீனை அழைத்துப் பேசினார்கள். 'பிரிட்டிஷார் தன்னை அடுத்த வாரிசாக அங்கீகரித்தால், குடும்பத்தோடு கோட்டையை விட்டு வெளியேறி மான்யம் பெற்றுக் கொள்ளத் தயார்' என்று வெள்ளையர்களுடன் ரகசியமாக ஒப்பந்தம் செய்து கொண்டான் ஃபக்ருதீன்.

இந்த ஒப்பந்தம் முடிந்த சில ஆண்டுகளிலேயே திடீரென்று ஒருநாள் நெஞ்சு எரிவதாகச் சொல்லி வலி தாங்காமல் துடிதுடித்துச் செத்துப் போனான். அவன் மரணத்துக்குக் காரணம் சாப்பாட்டில் கலக்கப்பட்ட விஷம்தான் என்றும் இது இளைய ராணியின் சதி என்றும் கோட்டைக்குள் ஒரு வதந்தி பரவி அடங்கியது.

இளைய ராணியின் மகன் ஜாவன் பக்த்தையே வாரிசாக ஏற்றுக் கொள்ளவேண்டும் என்று பகதூர் ஷா மீண்டும் ஆங்கிலேயர் களிடம் விண்ணப்பிக்க , இம்முறை பகதூர் ஷாவின் மூத்த மகன் மீர்ஸா முகமது போட்டிக்கு வந்தான். 'சரி! சரி! பேசி ஒரு முடிவுக்கு வாருங்கள்' என ஆங்கிலேயர்கள் விலகி நின்று வேடிக்கை பார்க்கத் தொடங்கினார்கள். பின்னால் இருந்து மீர்ஸா முகமதுவைத் தூண்டிவிட்டார்கள்.

இதனால் பகதூர் ஷா மனம் கசந்து போனார். அவர் வெள்ளையர் களுக்கு எதிராக பாரசீகத்தின் உதவியை நாடுகிறார் என்று கிழக்கிந்தியக் கம்பெனிக்குத் தகவல் போனது. அவர்கள் கண் கொத்திப் பாம்பானார்கள்.

டஜன் கணக்கில் பிள்ளைகள் பெற்ற பகதூர் ஷாவுக்கே இந்தக் கதி என்றால் தத்துப் பிள்ளையான நானா சாகிப் எம்மாத்திரம்!

•

நானா சாகிப்பின் கதை பேஷ்வா இரண்டாம் பாஜிராவின் காலத்திலிருந்து தொடங்குகிறது. பேஷ்வா இரண்டாம் பாஜிராவ் 1817 -ல் ஆங்கிலேயருடன் போரிட்டுத் தோற்றவர். மகாராஷ்டிர ராஜ்யத்திலிருந்து பலவந்தமாக அகற்றப்பட்டு பிரம்மவர்த்தம் என்கிற பிதூரில் அமர்த்தப்பட்டவர். பட்டம் பதவி எல்லாம் பறிக்கப்பட்டு வருடத்துக்கு எட்டு லட்ச ரூபாய் மான்யம் கொடுக்கப்பட்டு ஓரம் கட்டப்பட்டவர்.

பிரம்மவர்த்தம் என்பது கிராமமும் அல்லாத நகரமும் அல்லாத ரெண்டுங்கெட்டான் சிற்றூர். நன்றி விசுவாசம் மாறாத சில மகாராஷ்டிர குடும்பங்களும் பேஷ்வா இருக்குமிடமே தங்கள் ராஜ்ஜியம் என்று அவருடனேயே புறப்பட்டு வந்துவிட்டனர். பேஷ்வாவும் தனது சொற்ப மானியத் தொகையில் பழம் பெருமைகளை விட்டுக் கொடுக்காமல் அந்தக் குடிமக்களை ஆதரித்து வந்தார். இப்படியாக பிரஜைகள், அரண்மனை, அந்தப்புரம், பேஷ்வா இலச்சினை அனைத்தும் பாஜிராவுக்கு இருந்தன. அரசாள ராஜ்ஜியம் மட்டும்தான் இல்லை.

பாஜிராவ் வேறு வழியில்லாமல் மனத்தைத் தேற்றிக் கொண்டு தன் கடைசி காலம்வரை வெள்ளையருக்கு விசுவாசமாகவே நடந்துகொண்டார். மிகுந்த சிக்கனவாதி. மான்யத் தொகையில் பெரும்பகுதியைச் சேமித்து வைத்துப் போர் நெருக்கடிக் காலங்களில் கிழக்கிந்தியக் கம்பெனிக்கே கடன் கொடுத்து உதவிய நட்புப் பெருந்தகை.

வெள்ளையரைப் பொருத்தவரை நட்பாவது விசுவாசமாவது? பாஜிராவ் இறந்ததுமே எல்லாவற்றையும் அவருடனே குழி தோண்டிப் புதைத்துவிட்டு நானா சாகிப்புக்கு நோட்டீஸ் அனுப்பி வைத்தனர்.

திருவாளர் நானா தூந்த் பகந் பகதூர் ஷா அவர்களுக்கு,

கிழக்கிந்தியக் கம்பெனியின் சட்டபூர்வ அறிவிப்பு.

ஸ்ரீமன் இரண்டாம் பாஜிராவுக்கு முறைப்படிக் குழந்தைகள் இல்லை. நானா சாகிப் ஆகிய தாங்கள் பாஜிராவால் தத்தெடுத்து

வளர்க்கப்பட்டவர்தான். பாஜிராவ் அவரது அடுத்த வாரிசாக உங்களை நியமித்திருந்தாலும் கிழக்கிந்தியக் கம்பெனியின் அவகாசியிலிக் கொள்கையின்படி நிறுவனத்தால் நீங்கள் அங்கீகரிக்கப்படாதவர் ஆகிறீர்கள். பாஜிராவின் சொத்துக் களுக்கு நீங்கள் வாரிசாவதில் எங்களுக்கு எந்த ஆட்சேபணையு மில்லை. அதைத் தவிர பாஜிராவின் பட்டம், பதவி, இலச்சினை, மான்யத்துக்கு உரியவராக பிரிட்டிஷ் அரசு எந்த வாரிசையும் ஏற்காது என்பதைத் தெரிவித்துக் கொள்கிறோம்.

கடிதம் அனுப்பிய கையோடு மான்யத் தொகையை நிறுத்தி விட்டு, பாஜிராவின் நிலங்களைக் கைப்பற்றிக் கொண்டுவிட்டது வெள்ளை நிறுவனம். பாஜிராவின் 'பேஷ்வா இலச்சினை'யை யும் நானா பயன்படுத்தக்கூடாது என்று தடை விதித்துவிட்டது. மராத்திய அரச குலத்தை அவமானப்படுத்திய இந்தச் செயல் மக்களிடையே நானாவின் மேல் அனுதாபத்தையும், ஆங்கி லேயர்களின் மீது வெறுப்பையும் உண்டாக்கியது.

பாஜிராவுக்கு செய்த சிரார்த்தக் காரியங்களின்போது அந்தணர் களுக்குத் தானம் அளிக்கக்கூட நானாவிடம் துண்டு நிலமில்லை. பாஜிராவ் சிக்கனமாகச் சேர்த்து வைத்துவிட்டுப்போன முப்பது லட்ச ரூபாய் நகை, பணம், கடன் பத்திரங்கள் மட்டும்தான் நானாவுக்கு மிச்சமிருந்தது. ஆங்கிலேயர்களை எதிர்த்து எதுவுமே செய்யமுடியாத கையாலாகாத்தனம் நானாவை வேதனைப்படுத்தியது. காரசாரமாக அவர்களுக்கு ஒரு கடிதம் எழுதினார்.

மதிப்பிற்குரிய ஆளுநருக்கு

பேஷ்வாவின் உயர் குடும்பத்துக்கு கம்பெனி இப்படியொரு அநீதி இழைக்கும் என்று நாங்கள் சற்றும் எதிர்பார்க்கவில்லை.

வருடா வருடம் பேஷ்வா குடும்பத்துக்கு எட்டு லட்ச ரூபாய் மானியம் தருவதான ஒப்பந்தத்தின் பேரில்தான் பேஷ்வா பாஜிராவ் எங்களின் ராஜ்ஜியத்தையும் தனது சிம்மாசனத்தையும் கம்பெனியிடம் ஒப்படைத்தார். இப்போது அவர் மறைந்த உடன் அந்த உதவித் தொகையைத் தர மனமில்லாமல் தாங்களே வைத்துக் கொள்வது நிச்சயம் நியாயமில்லை. உதவித் தொகைக்கு பதிலாகத்தான் ராஜ்ஜியம் உங்களிடம் தரப்பட்டது என்பதை மீண்டும் தங்களுக்கு நினைவூட்டுகிறேன்.

ஒப்பந்தப்படி நாங்கள் நடந்து கொண்டிருக்கும்போது நீங்கள் மட்டும் நிபந்தனையை மீறுவதென்பது மிக மிக அநீதியானது. தயவுசெய்து தாங்கள் இதை மறுபடியும் பரிசீலித்து எங்களுக்கு நியாயம் வழங்க வேண்டும் என்று கேட்டுக் கொள்கிறேன்.

பிதூரில் வாழும் பெரிய அரச குடும்பத்தையும், எம்மை நம்பியே வாழும் மந்திரி பிரதானிகளையும், பணியாட்களையும் நிர்வகிப்பதற்காவது முன்னர் வழங்கப்பட்டு வந்த மான்யத்தில் ஒரு பகுதியையாவது தொடர்ந்து வழங்கவேண்டுமென்று கிழக்கிந்திய கம்பெனிக்கு விண்ணப்பித்துக் கொள்கிறேன்.'

நானா சாகிப் மேற்படியான மகஜரை கிழக்கிந்தியக் கம்பெனிக்கு அனுப்பிவிட்டு, அது தவிர, தன் நெருங்கிய நண்பரான அசிம் முல்லா கான் என்பவரை இங்கிலாந்துக்கு அனுப்பி லண்டன் நீதி மன்றத்தின் மூலமும் நியாயம் பெற முயற்சித்தார்.

நானாவைப் போலவே கிழக்கிந்தியக் கம்பெனியிடம் விண்ணப் பம் அனுப்பி விட்டுக் காத்திருந்த மற்றொருவர் ஜான்சி ராணி லட்சுமி பாய்.

7

அந்தியும், அயோத்தியும்...

டல்ஹௌசி இந்தியாவுக்குள் கால் எடுத்து வைத்த அசுபவேளை அநேக ராஜ்ஜியங்களின் ராணிகள் குழந்தைகள் இல்லாமல் விதவையாகி நின்றதை காலத்தின் வினோதம் என்றுதான் சொல்ல வேண்டும்! அழுத கண்ணும் சிந்திய மூக்குமாக விதியை நொந்து கொண்டு, ராஜ்ஜியத்தைப் பறி கொடுத்துவிட்டு கம்பெனி கைகாட்டிய இடத்தில் மூலையில் முடங்கிக் கிடந்த எண்ணற்ற மகாராணிகள் மத்தியில் வெள்ளையர்களை நடுநடுங்க வைத்தவள் ராணி லட்சுமி பாய்.

பேஷ்வாக்களின் தலைமையின் கீழ் இருந்த மராத்தியப் பகுதிதான் ஜான்சி. இதை ராமச்சந்திர ராவ் என்பவர் ஆட்சி புரிந்து வந்தார்.

ஆனால் 1817-ல் இரண்டாம் பாஜிராவ் வெள்ளையரிடம் போரில் தோற்றபோதே ஜான்சியானது ஆங்கிலேயர்களிடம் வந்துவிட்டது. பாஜிராவின் கீழ் பணிந்திருந்த ராமச்சந்திர ராவ் அதன்பின் ஆங்கிலேயர்களின் கீழ் கட்டுப்பட்டு நடக்க ஒப்புக்

கொண்டு திறை செலுத்தி வந்ததால் ஜான்சியின் ஆட்சி அவரிடம் தரப்பட்டது.

ஜான்சி நாட்டுக்கு ஒரு சாபக்கேடு இருந்தது. அந்நாட்டை ஆண்ட ராஜாக்கள் யாருக்குமே குழந்தைகள் பிறக்கவில்லை. ராமச்சந்திர ராவ் இறந்த பின் அவனுடைய சிற்றப்பன் ரகுநாத ராவுக்கு ஆங்கிலேயர்கள் அரசுரிமையை அளித்தனர்.

ரகுநாத ராவுக்கும் குழந்தையில்லை. அவன் காலமானதும் ரகுநாதராவின் சகோதரன் கங்காதர ராவ் ஆட்சிப் பொறுப்புக்கு வந்தார். இந்தக் கங்காதர ராவின் இரண்டாவது மனைவிதான் மனுபாய் என்கிற மனுகர்னிகா என்கிற ராணி லட்சுமி பாய்.

லட்சுமி பாய் மிகுந்த தைரியசாலி. சிறு வயதில் பேஷ்வா பாஜிராவின் பிரம்மவர்த்ததில் தாய் தந்தையருடன் வசித்தவள். குழந்தைப் பருவத்தில் பேஷ்வாவின் தத்துப் புத்திரனான நானா சாகிப்புடனே ஒன்றாக வளர்ந்தவள். நானா சாகிப் யானை யேற்றம், குதிரையேற்றம் கற்றுக் கொண்ட காலத்தில் தானும் அதைக் கற்றுக் கொண்டே தீருவேன் என்று அடம் பிடித்து ஆண் பிள்ளைகளுக்கு நிகராக வீர தீர சாகசங்கள் செய்து வளர்ந்தவள்.

கங்காதர ராவுக்கு இரண்டாம் தாரமாக வாழ்க்கைப்பட்டாலும் மன நிம்மதியுடனும் சந்தோஷமாகவும்தான் இருந்தாள் லட்சுமிபாய். குழந்தையில்லாதது ஒன்றுதான் குறை. 1853 ல் கங்காதர ராவும் வாரிசு இல்லாமல் செத்துப் போக ஆரம்பித்தது பிரச்னை.

இதற்கு முன்னால் ஜான்சி அரசர்கள் யாராவது செத்துப் போனால் அவர் குடும்பத்து நபர்களே அண்ணனோ, தம்பியோ, பெரியப்பனோ, சிற்றப்பனோ ஆட்சிப் பொறுப்பை ஏற்று நடத்தினார்கள்.

ஆனால் கங்காதர ராவுக்குப் பிறகு அவர் குடும்பத்தில் யாருமில்லை. அவர் இறப்பதற்குக் கொஞ்ச நாட்கள் முன்புதான் தன் குடும்பத்தின் வேறொரு கிளையிலிருந்து சிறுவன் ஒருவனைத் தத்தெடுத்திருந்தார். அந்தச் சிறுவனையே தனது வாரிசாக அறிவித்துவிட்டு, கடைசி மூச்சை விட்டுக் கொண்டே வெள்ளைக்காரர்களுக்கு ஒரு வேண்டுகோளையும் வைத் திருந்தார்.

'ஐயா எஜமானர்களே! இதுநாள்வரை நானும் எனது முன்னோர் களும் ஆங்கிலேயக் கம்பெனிக்கு அடியார்களாகப் பரம விசுவாசமாகவே நடந்து வந்திருக்கிறோம். எங்களின் நன் நடத்தையை மனத்தில் கொண்டு, எனக்குப் பின் என் வளர்ப்பு மகன் தாமோதர ராவ் வளர்ந்து ஆளாகிப் பதவி ஏற்கும் வரை அவன் சார்பில் என் மனைவி லட்சுமி பாய் அரசு நடத்த அனுமதி தருமாறு பணிவுடன் வேண்டி விரும்பிக் கேட்டுக் கொள் கிறேன்.'

டல்ஹௌசி பார்த்தது ஆதாயக் கணக்கை மட்டும்தான். கங்காதரன் இறந்ததுமே ஜான்சியை ஆங்கிலேய அரசின் கீழ் கொண்டு வரும் நடவடிக்கையில் இறங்கிவிட்டார். வருடத் துக்கு 60,000 ரூபாய் மான்யத் தொகையும், ஒரு மாளிகையும் மட்டும் அளிக்கப்பட்டு ராணி லட்சுமிபாய் ஓரங்கட்டப்பட்டாள். அவளுடைய வளர்ப்பு மகன் தாமோதரனின் பூணூல் கல்யாணச் செலவுக்காக லட்சுமி பாய் கேட்ட தொகையைக் கூடத் தர மறுத்துவிட்டது ஆங்கில அரசாங்கம்.

லட்சுமி பாய் மனம் குமுறினாள். நானா சாகிப்பைப் போலவே லண்டன் கவுன்சிலில் முறையீடு செய்து நீதிக்காகக் காத் திருந்தாள்.

லட்சுமிபாயின் நிலைமையை விட மோசமானது அயோத்தி அரசி பேகம் ஹஸ்ரத் மகாலின் நிலைமை.

லட்சுமிபாய்க்குக் கணவர் இறந்துவிட்டார். சொந்த வாரிசு இல்லை. எனவே வாரிசு இழக்கும் சட்டத்தால் பந்தாடப் பட்டாள். ஆனால் பேகம் ஹஸ்ரத்தோ கணவர் உயிரோடு இருந்தும், சொந்தக் குழந்தை இருந்தும் வஞ்சிக்கப்பட்டாள்.

•

வெல்லெஸ்லி காலத்திலேயே தனிப்படை ஒப்பந்தம் செய்து கொண்ட சமஸ்தானம்தான் அயோத்தி.

தனிப்படை நிபந்தனைகளின்படி உள்நாட்டு நிர்வாகம் நவாப்பிடமும், பாதுகாப்பு மற்றும் வெளியுலகத் தொடர்பு கிழக் கிந்திய நிறுவனத்திடமும் நீடித்தது. இதனால் வழக்கம் போல அயோத்தி நவாப் ஒப்புக்கு அதிகாரம் கொண்டவராக இருந்தாரே தவிர எதுவும் அவர் கட்டுப்பாட்டில் இல்லை.

இதனால் அடுத்தடுத்துப் பட்டத்துக்கு வந்த நவாபுகளெல்லாம் பொறுப்பில்லாதவர்களாக மாறிப் போனார்கள். நிர்வாகம் சீர்கெட்டது. மன்னர் தலையிடாத நிர்வாகத்தில் அதிகாரிகள் வைத்ததே சட்டமாயிற்று. அயோத்தியின் பெரும் நிலச்சுவான்தார் களாகிய தாலுக்தாரர்களால் ஏழை விவசாயிகள் கசக்கிப் பிழியப்பட்டனர். பாமர மக்கள் பெரும் துன்பப்பட்டனர். மன்னரின் அதிகாரிகளையும் வீரர்களையும் எதிர்த்துப் போராடினர்.

நாட்டில் நடப்பது என்னவென்றே தெரியாத அரசர்கள் மதுவின் போதையிலும், மங்கைகளின் நாட்டியத்திலும் மதி மயங்கி அரண்மனையே கதியாகக் கிடந்தார்கள். பேகம் ஹஸ்ரத் மகாலின் கணவரான வாஜீத் அலிஷாவும் அப்படித்தான் பெரும் உல்லாசியாக உதவாக்கரையாகத் திகழ்ந்தார். நாடும் நாட்டு மக்களும் சீரழிந்து கொண்டிருந்தனர்.

இத்தனைக்கும் அயோத்தி சமஸ்தானம் சகல வளங்களும் கொண்ட செழுமையான பூமி. அவுரி (சாயத்துக்காக உபயோகப் படுத்தப்படும் செடி) மற்றும் பருத்தி விளைச்சலுக்கு ஏற்ற மண்வளமும் நீர் வளமும் கொண்ட தங்க பூமி.

அதுமட்டுமில்லாமல், கல்கத்தாவுடன் கங்கையாற்றின் வழியாக வும், ரெயில் பாதை மூலமாகவும் சரக்குப் போக்குவரத்துக் கேற்ற பாதை வசதிகளும் கொண்டிருந்ததால் சிறந்த வர்த்தக தேசமாகவும் உருவாக வாய்ப்பிருந்தது.

விருந்துகளும், கேளிக்கைகளுமாக மூழ்கியிருந்த வாஜீத் அலிஷாவின் கண்களுக்கு இந்தப் பெருமைகளெல்லாம் கண் ணுக்குத் தென்படவில்லை. அயோத்தியின் அருமை பெருமை கள் அறிந்த ஆங்கிலேயர்களுக்கோ அதை விட்டுவைக்க மனம் வரவில்லை. என்ன சொல்லி அயோத்தியை அலேக் செய்வது? காரணமும் கிடைக்கவில்லை!

வாஜீத் அலிஷா ஒருபோதும் வெள்ளையருக்கு விரோதமாக நடந்து கொண்டதில்லை. அவருக்கு வாரிசு இல்லையென்று சொல்லியும் நாட்டைப் பிடுங்க முடியாது. ஒன்று இரண்டல்ல நவாபுக்கு ஏராளமான குழந்தைகள் இருந்தார்கள். ஜான்சியைப் போல இங்கு வாரிசுப் பிரச்னையும் எழவில்லை. வாஜீத் அலிஷா, நானா சாகிப்பைப் போல தத்துப்புத்திரரில்லை. முந்தைய நவாபின் சட்டப் பூர்வமான மகன். என்ன காரணத்தைச் சொல்லித்தான் அயோத்தியைச் சுருட்டுவது?

டல்ஹௌசி காரணம் தேடிச் சுற்றி வந்தார். அவர் கண்ணெதிரில் ஒரு குடியானவன் தன்னிடம் வரி கேட்டுத் தொந்தரவு செய்த அதிகாரி ஒருவனை ஓங்கி அறைந்த காட்சி கண்ணில்பட்டது. மனத்தில் பொறிதட்டியது.

'அயோத்தியில் சட்டம் ஒழுங்கு சரியில்லை. நிர்வாகம் மிக மோசமாகிவிட்டது!'

டல்ஹௌசி அயோத்தி பற்றி தன் பரிந்துரையை இங்கிலாந்துக்கு எழுதியனுப்பினார்.

'வாஜீத் அலிஷாவுக்கு நாட்டை அரசாளும் தகுதியில்லை. எனவே அயோத்தியின் நிர்வாகத்தை நிறுவனமே எடுத்துக் கொண்டு வாஜீத் அலிஷாவுக்குப் பட்டம், பதவி, உதவித் தொகை போன்றவற்றைக் கொடுத்துவிடலாம்.'

'சொல்லிக் கொண்டு நிற்காதே! உடனே செய்' கட்டளையிட்டது இங்கிலாந்து.

அயோத்தியின் தனிப்படை நிலையரான அதிகாரி, நவாப் வாஜீத் அலிஷாவைச் சந்தித்தார்.

ஒரு பத்திரத்தை நீட்டி அதில் கையெழுத்திடுமாறு கேட்டார். கிழக்கிந்தியக் கம்பெனியிடம் நவாப் மனப்பூர்வமாக அயோத்தியை ஒப்படைக்க விரும்புவதாக அந்தப் பத்திரத்தில் குறிப்பிடப்பட்டிருந்தது.

பிரிட்டிஷார் பலாத்காரமாக அயோத்தியை அபகரித்துக் கொண்டார்கள் என்று யாரும் நினைத்து விடக்கூடாதல்லவா? அதற்காகத்தான்! பத்திரத்தைப் படித்துப் பார்த்த நவாப் பதறிப் போனார். கத்தினார். கோபித்தார். வாக்குவாதம் செய்தார். கடைசிவரை அதில் கையெழுத்திட மறுத்து விட்டார்.

'மன்னர் தானாகவே ஆட்சியைத் துறந்தால் நல்லது. பட்டம் பதவி மான்யம் கிடைக்கும். இல்லையென்றால் உதவித் தொகை கூட இல்லாமல் அவர் பலவந்தமாக வெளியேற்றப்படுவார்' - வெள்ளை அதிகாரி ஆசை காட்டி அச்சுறுத்தினார். என்ன செய்த போதும் வாஜீத் அலிஷா தன் முடிவில் உறுதியாக இருந்தார்.

வாஜீத் அலிஷாவின் பிடிவாதத்தை பிரிட்டிஷாரால் பொறுத்துக் கொள்ள முடியவில்லை. அயோத்திக்குள் வெள்ளை ராணுவம்

அழைக்கப்பட்டது. நவாப் கைது செய்யப்பட்டு சிறையில் அடைக்கப்பட்டார். அரண்மனையும் அந்தப்புரங்களும் கொள்ளையடிக்கப்பட்டன. ராணிகள் அவமதிக்கப்பட்டனர். ராஜ்ஜியத்தின் பட்டத்து யானைகளும், குதிரைகளும் பகிரங்க மாக ஏலம் விடப்பட்டன. அயோத்தி ஆங்கிலேயர்களின் வசமாகியது.

ஆங்கிலேயர்கள் எடுத்துக் கொண்டதால் மட்டுமே அயோத்திக் கும் அதன் மக்களுக்கும் புனர்ஜென்மம் கிடைத்து அவர்கள் ராஜபோகமாக வாழ்ந்துவிடவில்லை. வறுமையும் துன்பமும் தொடரத்தான் செய்தது. நவாப் சிம்மாசனத்திலிருந்து நீக்கப் பட்டதால் வேலையிழந்த அவரது ஐம்பதாயிரத்துக்கும் மேலான படை வீரர்களும், மந்திரிகளும், நாட்டியக்கார நங்கைகளும், மன்னரால் ஆதரிக்கப்பட்ட கலைஞர்களும், வாத்திய கோஷ்டி யினரும் பிழைக்க வழியில்லாமல் வீதியில் திரிந்தனர்.

இன்னும் ஆங்கிலேயர்கள் கொண்டு வந்த, 'தாலுக்தாரர்கள் தாங்கள் ஆண்டு அனுபவிக்கும் நிலங்களுக்கு சட்டபூர்வமான பத்திரங்கள் பெற்றிருக்கவேண்டும்' என்கிற புது நிலச் சட்டம் தலைமுறை தலைமுறையாக ஆண்டு அனுபவித்து வந்த தாலுக்தாரர்களை ஒரே நொடியில் தூக்கித் தூரப்போட்டது. வெள்ளை அரசாங்கம் அனைத்தையும் கைப்பற்றிக் கொண்டது. பணக்கார தாலுக்தாரர்கள் பரம ஏழைகளாக மாற, அவர்களை நம்பியிருந்த குடியானவர்கள் பிச்சைக்காரர்கள் ஆனார்கள்.

அப்படி பஞ்சப் பராரிகளானவர்கள்தான் பாபு குன்வர் சிங், மௌல்வி அகமது ஷா போன்ற தாலுக்தாரர்கள். இவர்களும் புரட்சிப் போரில் ஈடுபடத் தீர்மானித்து திட்டம் வகுத்தனர். அரசி பேகம் ஹஸ்ரத் மஹாலைச் சந்தித்து ஆதரவு தெரிவித்தனர்.

நாட்டு மக்கள் துன்பப்படுவதும் கணவர் கைதியாகக் கொண்டு போகப்பட்டதும் பேகம் ஹஸ்ரத் மஹாலை ஆத்திரமூட்டியது. வெள்ளையரை எதிர்த்து தன் மகன் பிர்ஜிஸ் காதரை அரியணை யில் அமர்த்த முயற்சியைத் தொடங்கினாள் அவள்.

•

வீரர் குலமான ராஜபுத்திர பரம்பரையில் வந்தவர் குன்வர் சிங். பீஹாரில் உள்ள ஜெகதீஷ்பூரியின் தாலுக்தாரர். நூற்றுக் கணக்கான கிராமங்கள் அடங்கிய பெரும் நிலப் பரப்பைக்

கட்டியாண்டு அரசுக்கு முறையாக வரி கட்டி வந்த நிலச் சுவான்தார். மற்ற தாலுக்தாரர்களைப் போல மக்களைக் கசக்கிப் பிழிந்து வரி வசூல் செய்யாமல் ஏழைகளுக்கு அள்ளிக் கொடுத்த இரக்க மனதுக்காரர்.

அதுவரையிலும் ஆங்கில அரசாங்கத்துக்கு விசுவாசமாக நேர்மையாக இருந்து பைசா பாக்கியில்லாமல் வரி வசூல் கட்டியிருந்தவர் குன்வர் சிங். ஆனால் அவருக்கு ஒரு இக்கட்டான நிலை ஏற்பட்டபோது உதவி செய்ய முன்வராமல் நிர்தாட்சண்யமாக கை கழுவி விட்டது கிழக்கிந்தியக் கம்பெனி.

குன்வர் சிங் இருந்த பராரி நிலை அவருக்குள் கோபத்தைத் தூண்டியது. இத்தனை காலம் நீதி நியாயத்தோடு நேர்மையாக நடந்துகொண்டும், இக்கட்டான நேரத்தில் தன்னைக் கழுத் தறுத்த வெள்ளை அரசாங்கத்தைப் பழி தீர்த்துக் கொள்வதென்று தீர்மானித்து விட்டார். நல்ல சந்தர்ப்பத்துக்காகக் காத்திருந்தார்.

●

ஆங்கிலேயர்களின் புதிய நிலச் சட்டத்தால் பாதிக்கப்பட்ட பைஜாபாத் தாலுக்தாரர்களில் ஒருவர் மௌல்வி அகமது ஷா. அயோத்தியை ஆங்கிலேயர்கள் அபகரித்துக் கொண்டபோது அந்த அநியாயத்தைப் பொறுக்க முடியாமல் தன் உடல் பொருள் ஆவி அனைத்தையும் தேசத்துக்காகவும், மதத்துக்காகவும் அர்ப்பணித்துக் கொண்டவர். அதன் காரணமாகவே பின்னர் மௌல்வியாகி ஹிந்துஸ்தானம் முழுவதும் யாத்திரை செய்து புரட்சியை மக்கள் மனத்தில் விதைத்தார். ரகசியச் சங்கங்கள் அமைத்து வெள்ளையர்களை அடியோடு ஒழிப்பதற்கான நேரம் குறித்துக் காத்திருந்தார்.

●

அடுத்த முக்கிய கதாபாத்திரம் தாத்தியா தோபே. பின்னாளில் பிரிட்டிஷ் படையினர் இவரை சிறைபிடிக்க நடத்திய தேடுதல் வேட்டை இந்தியச் சரித்திரத்தில் ஒரு சுவாரஸ்ய பக்கம்!

தாத்தியாவின் முழுப் பெயர் ராமச்சந்திர பாண்டுரங்க ஹவ்லேகார். தாத்தியாவின் தந்தை, பேஷ்வா பாஜிராவ் அரண்மனையில் வேலை பார்த்தவர். தாத்தியா, பாஜிராவின் தத்துப் பிள்ளையான நானா சாகிப்புடனே சிறு வயதிலிருந்து ஒன்றாக வளர்ந்தவர்.

சில காலம் கிழக்கிந்தியக் கம்பெனியின் கான்பூர் கிளையில் வேலை பார்த்து அது பிடிக்காமல் மீண்டும் பிதூர் திரும்பி பாஜிராவிடமே பணி புரிந்தார். ஒருமுறை பாஜிராவ் தாத்தியா வின் திறமையைப் பாராட்டி அவருக்கு விலையுயர்ந்த கற்கள் பதித்த தொப்பியை அணிவித்ததினால் 'தாத்தியா தோப்பி' என்றழைக்கப்பட்டார்.

பேஷ்வா பாஜிராவ் இறந்த பின் தாத்தியா தோபே நானா சாகிப்பின் நெருங்கிய தோழரானார். முறையான போர்ப் பயிற்சி இல்லாத தாத்தியா கெரில்லாப் போர் முறையில் மிகவும் திறமைசாலி. வெள்ளையரை கடைசிவரையில் எதிர்த்துப் போராடிய சிலரில் ஒருவர்.

இவர்கள் எல்லோருமே ஆங்கிலேயருக்கு எதிராக சிப்பாய்கள், பிள்ளையார் சுழியிட்டு, 786 போட்டுத் தொடங்கி வைத்த, புரட்சி போகப் போகத் தீவிரமடைந்த போது, ஒவ்வொரு கட்டத்திலும், ஒவ்வொருவராகத் தலைமையேற்று வழி நடத்தினார்கள். அது காலத்தின் கட்டாயமானது.

ஹிந்துஸ்தானத்தில் புரட்சி வெடிக்கவேண்டுமென்று திட்ட மிட்டார்களே தவிர, சரியான ஒருங்கிணைப்பை இவர்கள் யாரும் செய்திருக்கவில்லை.

அதுவும் தவிர சிப்பாய் மங்கள் பாண்டேவின் மூலமாக எதிர் பாராத தருணத்தில் வெடித்த புரட்சியை இவர்கள் கொஞ்சமும் எதிர்பார்க்கவில்லை.

8

சிப்பாய்கள், சில குமுறல்கள்!

சிப்பாய் புரட்சி இந்திய மக்களிடையே ஆச்சரியத்தை ஏற்படுத்தியதே தவிர அதிர்ச்சியை உண்டாக்கவில்லை! சிப்பாய்கள் பொங்கியெழுவதற்கான காரணங்கள் எல்லாவற்றையும் மக்களும் அறிந்திருந்தார்கள்.

சிப்பாய் என்பவனும் மக்களில் ஒருவன்தானே? இன்னும் சொல்லப்போனால் அவன் சீருடை அணிந்த விவசாயி என்பதுதான் நிஜம்.

பிரிட்டிஷார், வங்காள ராணுவத்தில் தங்களின் வசதிக்காக ஹிந்துஸ்தானி மொழி பேசுகிற புரிந்து கொள்கிற சிப்பாய்களையே அதிகம் தேர்ந்தெடுத்துச் சேர்த்துக் கொண்டனர். கல்வி என்பது பரம்பரைச் சொத்தாக மதிக்கப்பட்ட அந்தக் காலத்தில் பார்ப்பனர்களே படித்திருந்தனர். எனவே வங்காளப் படையில் பார்ப்பனர்களின் ஆதிக்கமே அதிகமாக இருந்தது.

அந்த உயர்சாதியைச் சேர்ந்த வட இந்தியச் சிப்பாய்கள் அனைவரிடமும் நிலம் இருந்தது.

மனைவி, மக்கள் கிராமங்களில் இருந்தார்கள். அவர்கள் ஆங்கி லேயர்கள் கொண்டு வந்த ஜமீன்தாரி முறை, கிராம வரி, ரயத்வாரி முறை போன்ற வழிமுறைகளால் நிலத்தைப் பறி கொடுத்து விட்டு சாப்பாட்டுக்கே வழியில்லாமல் தவித்தார்கள்.

'ஒருவேளை சோறைக்கூட வயிறாரச் சாப்பிடாத விவசாயக் குடும்பங்கள் ஐம்பது சதவிகிதத்துக்கும் மேல் இருக்கிறார்கள்' என்று அன்றைய நிலையை வெளிப்படையாக எழுதியனுப்பி னான் ஒரு ஆங்கிலேய அதிகாரி. இதற்கு மற்றொரு முக்கிய காரணம் அபினும், அவுரியும் பயிரிடச் சொல்லி ஆங்கில அரசு விவசாயிகளைக் கட்டாயப்படுத்தி உணவு உற்பத்தியை முற்றிலு மாக கை விட்டதுதான்.

இப்படியாக, விவசாயம் செய்து பிழைக்க வழியில்லாதவர் களும், நலிந்து போன நெசவாளிகளும், நசுக்கப்பட்ட தொழி லாளர்களும், ஆங்கிலேயர்களால் ராஜ்ஜியங்கள் கவிழ்க்கப் பட்டு வேலையிழந்த வீரர்களுமாக சோற்றுக்கு வழியில்லாத பரிதாபத்துக்குரிய நடுத்தர கீழ்தட்டு மக்கள்தான் பட்டாளத்தில் வந்து சேர்ந்தவர்கள்.

கௌரவமான வேலை, நிரந்தர வருமானம் தவிர படையெடுப் பின்போது அடிக்கப்படும் கொள்ளையில் பங்கு போன்றவை தான் ஆரம்பக் காலத்தில் இந்திய மக்களை ராணுவத்துக்கு ஈர்த்தது. பின்னாளில் சட்ட திட்டம், வரைமுறை என்று ராணுவம் பல கட்டுப்பாடுகள் கொண்டதாக வகுக்கப்பட்டது. கிழக்கிந்திய நிறுவனத்தின் சிப்பாயாக இருப்பது குடும்பத்தில் மகிழ்ச்சியும் பெருமைக்குரியதாகவும் மாறிப்போனது. இதனால் அடுத்தடுத்துத் தலைமுறை தலைமுறையாக தாத்தா, அப்பா, மகன் என்று நிறுவனத்தில் சிப்பாயாக இடம் பெற்றார்கள். அதற்காக போட்டி போட்டார்கள்.

அப்போதைய வெள்ளைக்காரர்களும் தங்களின் கீழ் பணி யாற்றிய சிப்பாய்களுடன் நெருக்கமாக அன்புகாட்டிப் பழகி னார்கள். இதனால் புல்லரித்துப் போன சிப்பாய்களின் கடமை யுணர்வும் விசுவாசமும் எல்லையில்லாமல் போனது.

சாதாரணமாகவே இந்திய மக்கள் நன்றியும் எஜமான விசுவாச மும் கொண்டவர்கள். அதிகாரிகள் அளவுக்கு மீறி அன்பு காட்டி னால் கேட்கவும் வேண்டுமா? ஆர்க்காட்டுப் போரின் போது ஒருமுறை ராஜா சாகிப்பின் முற்றுகையில் கிளைவ்

படையினருக்கு உணவுத் தட்டுப்பாடு ஏற்பட்டது. அப்போது சுதேசிச் சிப்பாய்கள், கிளைவிடம் வந்து, 'கேப்டன்! உணவுப் பொருள் குறைகிறதே, எப்படிச் சமாளிப்பது என்று கவலைப் படாதீர்கள். நாங்கள் வெறும் கஞ்சி குடித்தே பசி தீர்த்துக் கொள்வோம். நல்ல சாப்பாட்டை நீங்களும், உங்கள் பிரிட்டிஷ் சிப்பாய்களும் சாப்பிடுங்கள்' என்று கூறினார்களாம். நம்மவர் களின் விசுவாசத்தை என்னவென்று சொல்வது!

பதினெட்டாம் நூற்றாண்டு வரையில் இருந்த இந்த நெருக்கமான உறவு பத்தொன்பதாம் நூற்றாண்டின் தொடக்கத்தில் அதிகாரி களின் மனைவிமார்களும் வந்து இந்தியாவில் குடியேறத் தொடங்கியதுமே காணாமல் போனது. இந்தியக் கறுப்பர் களுடன் தங்களின் கணவன்மார்கள் நெருங்கிப் பழகுவதை இங்கிலீஷ் பெண்கள் விரும்பவில்லை.

சீதாராம் பாண்டே என்கிற சிப்பாய் எழுதிய 'நினைவுக் குறிப்பு களில்' ஒரு குறிப்பு இப்படிச் சொல்கிறது.

'முன்பெல்லாம் ஆபீஸர்கள் சிப்பாய்களுடன் சேர்ந்து நாட்டிய நிகழ்ச்சிகளில் பங்கு கொள்வார்கள். ஒன்றாக உட்கார்ந்து உணவு அருந்துவார்கள். வேட்டைக்குச் செல்வார்கள். விளையாடுவார் கள். இப்போது அருகிலேயே வருவது இல்லை. எல்லாம் அவர்களின் மனைவிமார்கள், பாதிரியார்கள் போதனை.'

ஆம்! காலப்போக்கில் எல்லாம் மாறியது. ஒன்று மட்டும் மாறவேயில்லை. சிப்பாய்களின் சம்பளம்! 1800 ம் ஆண்டு நிர்ணயிக்கப்பட்ட சிப்பாய்களின் மாதச் சம்பளமான ஏழு ரூபாய் ஐம்பது ஆண்டுகளாகியும் உயர்த்தப்படவேயில்லை. விலை வாசி இரு மடங்காகிவிட்டது. மாமிச உணவை விரும்பிச் சாப்பிடும் முஸ்லிம் சிப்பாய்கள்கூட வாங்கும் சம்பளத்தில் சப்பாத்தியும், பருப்பும்தான் சாப்பிட முடிந்தது. அவர்கள் தங்கியிருந்த குடியிருப்புகளோ மனிதர்கள் தங்கியிருக்கவே தகுதியில்லாத மாட்டுக் கொட்டில்கள் போல் இருந்தன.

பதவி உயர்வு கிடைத்தாலாவது சம்பளம் உயரும் என்றால் அதற்கும் வழியில்லை. சிப்பாய்களின் பதவி உயர்வு, தகுதி அடிப்படையில் அளிக்கப்படாமல் அனுபவத்தின் அடிப்படை யிலேயே வழங்கப்பட்டது. சிப்பாயிலிருந்து ஒருவர் சுபேதாரர் ஆக குறைந்தது இருபது முப்பது ஆண்டுகள் ஆனது. என்னதான்

திறமைசாலியாக, வீரனாக இருந்தாலும் சுதேசிச் சிப்பாய் அவனைவிடக் கீழ்நிலையிலிருந்த ஆங்கிலேயச் சிப்பாயின் ஊதியத்தை எட்டவேமுடியவில்லை.

இளைஞர்களான அந்த ஆங்கிலேயச் சிப்பாய்கள் இந்தியச் சிப்பாய்களை அற்பப் புழுக்களைப் போலப் பார்த்தார்கள். 'கருப்பனே', 'பன்றியே' என்றெல்லாம் கேவலமாக அழைத்துச் சிரித்தார்கள்.

இதெல்லாம் போதாதென்று அதுவரை சுதேசிச் சிப்பாய்கள் தொலைதூரப் பகுதிகளுக்கு போரிடச் சென்றால் கொடுத்து வந்த படித் தொகையையும் நிறுத்தியது கிழக்கிந்தியக் கம்பெனி. இது சிப்பாய்களை வேதனையில் ஆழ்த்தியது.

சிப்பாய்களாக இல்லாமல் சிறுகச் சிறுக வெள்ளையர்களின் கொத்தடிமைகளாக மாறிக் கொண்டு வருகிறோமோ என்று சிப்பாய்கள் மனக் கலக்கமடைந்த சமயத்தில்தான் , அவர்கள் அடி வயிற்றைக் கலக்கும்படியான நிகழ்ச்சிகளும் நடந்தன. இரண்டுமே மதத்தின் காரணமாக ஏற்பட்ட நிகழ்ச்சிகள்.

மதராஸ் படைப் பிரிவு அதிகாரியான ஜான் கிரேடோக், 'சிப்பாய்களின் புறத் தோற்றம் சாதி சமயக் குறியீடுகளைக் கொண்டிருக்கக்கூடாது' என்று அறிவித்தான். சந்தனம், விபூதி, குங்குமம், திருமண் இவைகளை அழிக்குமாறு கட்டளை யிட்டான். கடுக்கன், காப்புகளை களையச் சொன்னான். முஸ்லிம் சிப்பாய்களின் தாடியை மழிக்கச் செய்தான். தாங்கள் கொடுக்கும் தொப்பிகளைத்தான் போட்டுக் கொள்ளவேண்டு மென்று ஆணையிட்டான்.

வேற்று மதத்தவனான வெள்ளைக்காரன் தங்களின் மத உரிமையில் தலையிடுகிறானே என்கிற ஆவேசம்தான் சிப்பாய் களைத் தூண்டி 1806 ம் ஆண்டு நடந்த 'வேலூர் சிப்பாய் புரட்சி' யில் சென்று முடிந்தது. 800 சிப்பாய்களை உயிர் பலி வாங்கி அந்த சிப்பாய் புரட்சி மிகக் கொடூரமாக ஒடுக்கப்பட்டது.

சிப்பாய்களின் மத்தியில் மதத்தின் காரணமான பயம் அப்போதே தோன்றிவிட்டது. அடுத்ததாக நிகழ்ந்த ஆப்கானியப் போரின் விளைவோ அவர்களை மேலும் அதிர்ச்சிக்குள்ளாக்கியது. பெருமைக்குரியதாகக் கருதப்பட்ட சிப்பாய் உத்தியோகம் மத மாற்றத்துக்கும், சாதி விலக்கத்துக்குமான ஆபத்தையும்

உண்டாக்கும் என்பதை அவர்கள் அப்போது நேரிடையாகக் கண்டார்கள்.

1839 - 42 வரை நடந்த ஆப்கானியப் போர் ஹிந்துஸ்தானத்து உயர் சாதிச் சிப்பாய்களுக்கு மிகப் பெரும் சோதனைக் களமாக மாறிப் போனது. ஆரம்பப் போரில் தோற்றுப் போன இந்தியச் சிப்பாய்கள் காபூலில் எதிரிகளால் பிடிக்கப்பட்டு அடிமைகளாக விற்கப்பட்டனர். அந்த அடிமைச் சிப்பாய்கள் வலுக்கட்டாய மாக முஸ்லிமாக மத மாற்றம் செய்யப்பட்டனர். தப்பித்தவர் களோ காந்தகார் பாலைவனத்தில் அவதிப்பட்டு பசி தாகத்தின் காரணமாக முஸ்லிம்கள் வீட்டில் சாப்பிட்டு ஆசாரத்தைக் கைவிட்டு விட்டோமே என்று கதறினார்கள். தப்பித்து வீடு திரும்பியவர்களும் ஊர் மக்களால் சாதி விலக்கம் செய்யப்பட்டு புறக்கணிக்கப்பட்டார்கள். இந்த அவமானத்தைத் தாங்க முடியாமல் சில குடும்பங்கள் தற்கொலை செய்து கொண்டதும் நடந்தது.

பெரும் புரட்சி வெடித்த *1857* லும் கலவரத்துக்கான முக்கிய காரணங்களில் ஒன்றாக மதமே முன் நின்றது.

கம்பெனி சிப்பாய்களில் ஹிந்து, முஸ்லிம், சீக்கியர் என பலதரப் பினரும் இருந்தார்கள். மேல் ஜாதி, கீழ் சாதி பிரிவு அங்கும் இருந்தது. அதுவும் வங்காளச் சிப்பாய்களில் பெரும்பான்மை யாகப் பிராமணர்களும், ராஜபுத்திரர்களுமே இருந்தனர். மேல் ஜாதி இந்துக்களான இவர்கள் மிகக் கடுமையாக ஆசார அனுஷ்டானங்களைக் கடைப்பிடிப்பவர்கள். சடங்குகளைத் துல்லியமாகப் பின்பற்றக்கூடியவர்கள்.

இவர்கள் ராணுவக் குடியிருப்பில் கூடத் தங்கள் உணவைத் தாங்களேதான் சமைத்துச் சாப்பிட்டுக் கொள்வார்கள். தண்ணீரைக்கூடத் தங்களுக்குச் சமமான சாதியாளர்கள் தந்தால் தான் குடிப்பார்கள். அந்த அளவுக்கு சாதி மத உணர்வுகளில் ஊறியவர்கள். எந்த அபாயச் சூழ்நிலையிலும்கூட தங்களின் சாதி விதிகளை மீறாதவர்கள்.

ஒருமுறை வங்கப் படையைச் சேர்ந்த பிராமணரான ஒரு சிப்பாய் படுகாயமடைந்துவிட்டார். உச்சி வெயில் சுட்டுப் பொசுக்கிக் கொண்டிருந்தது. அந்தச் சிப்பாய் ரத்த இழப்பினாலும், தாகத்தினாலும் சிறுகச் சிறுகச் செத்துக் கொண்டிருந்தார். அப்போது அவர் அருகிலிருந்த ஆங்கில அதிகாரியான ஜெனரல்

ஸ்கின்னர் சிப்பாயின் பக்கத்தில் மண்டியிட்டு அவருக்கு தனது குவளையிலிருந்து தண்ணீரைத் தர முயன்றார். ஆனால் அந்த பிராமணச் சிப்பாய் தண்ணீரை ஏற்றுக் கொள்ளவில்லை. 'வேண்டாம்! வேண்டாம்! இதனால் என் சாதி நியமனம் கெட்டுப் போகும்' என்று புலம்பினார்.

ஜெனரல் ஸ்கின்னர் அவரிடம், 'சிப்பாய் கவலைப்படாதே! இங்கே பக்கத்தில் யாருமேயில்லை. நான் உனக்குத் தண்ணீர் தருவதை யாரும் பார்க்கவில்லை. இது யாருக்கும் தெரியப் போவதில்லை. கவலைப்படாமல் அருந்து!' என்றார்.

எத்தனையோவிதமாக சமாதானம் சொல்லியும் அந்தச் சிப்பாய், 'மனிதர்கள் பார்க்கவில்லை என்றாலும் ஆண்டவன் என்னைப் பார்த்துக் கொண்டிருக்கிறான்'என்று சொல்லி தண்ணீரைக் குடிக்க மறுத்து விட்டார்.

ஹெர்பர்டு எட்வர்ட்ஸ் எழுதிய, 'Life of sir henry lawrence' என்னும் புத்தகத்தில் குறிப்பிடப்பட்டுள்ள சம்பவம் இது.

இந்தியர்களைப் பொருத்தவரை மதம் என்பது உயிருக்கும் மேலானது. உயிரையே போக்கிக் கொண்டாலும் சரி, அவன் ஒருபோதும் தன் மதத்தை விட்டுக் கொடுக்க மாட்டான். ஹிந்துஸ்தானத்தில் கால் ஊன்றிய பொழுதில் ஆங்கிலேயர்கள் இந்த மத மாச்சரிய விவகாரங்களில் மிகுந்த சுதாரிப்பாகத்தான் இருந்தார்கள். இது ஒரு தேன்கூடு தேசம் என்பதைப் புரிந்து கொண்டதால் வந்த சுதாரிப்பு இது.

ஆமாம்! ஹிந்துஸ்தானம் ஒரு அழகான தேன்கூடு. அதன் மக்களுக்குள் பலவிதமான மதங்கள்; மதங்களுக்குள் கிளை கிளையாகப் பிரிவுகள்; அந்தப் பிரிவுகளுக்குள் ஏராளமான சாதிகள் என பல அடுக்குகளால் கட்டப்பட்ட அமைப்பு இது. சர்வ ஜாக்கிரதையாக கையாளப்படவேண்டிய சமாசாரம். எதையும் தொட்டுவிடாமல், கிண்டிக் கிளறாமல் முடிந்தவரை தேன் உறிஞ்சிக் கொள்ளும்வரை பிரச்னையில்லை. தப்பித் தவறிக் கைவிட்டால் அபாயம்தான் என்று தெள்ளத் தெளிவாகப் புரிந்து எச்சரிக்கையாகவே இருந்தார்கள்.

அதனால்தான், ஆரம்ப காலங்களில் ஐரோப்பாவிலிருந்து இந்தியாவுக்கு வர விரும்பிய பாதிரிகளைக்கூட தங்களின் கப்பலில் ஏற்றாமல் தடுத்திருந்தது கிழக்கிந்தியக் கம்பெனி.

இந்தியர்கள் மத்தியில் மத மாற்றத்தில் ஈடுபடுவது வியாபார நலன்களுக்கு கெடுதலாக முடியும் என்ற அச்சம்தான் பிரதான காரணம்.

இதெல்லாம் வியாபாரிகளாக இருந்தவரைதான்! இப்போதுதான் அரசியல் ஆதிக்கம் கைக்கு வந்துவிட்டதே அப்புறமென்ன? மத விவகாரத்திலும் ஒரு ஆட்டம் ஆடிப் பார்த்துவிடலாம் என்று முடிவெடுத்தார்கள்.

தெளிவான தீர்மான நோக்கம்; இந்தியாவில் கிறிஸ்துவ மதத்தைப் பரப்புவதன் மூலம் பிரிட்டிஷ் ராஜ்ஜியத்தை மேலும் விஸ்தரிப்பது. இது ஒன்றும் பெரிய விஷயமில்லை. ஏற்கெனவே ஆப்பிரிக்காவில், அமெரிக்காவில் மத மாற்றத்தை நிகழ்த்தி சாதிக்கவில்லையா என்ன? இங்கும் அதில் வெற்றி பெறமுடியும்!

'பாதிரிகளே எல்லோரும் தயாரா?பழைய ஏற்பாட்டின் பத்துக் கட்டளைகளை பிரிட்டனில் பரப்பியது போதும்; பைபிள், ஜப மாலையோடு புறப்பட்டு உடனே இந்தியா வந்து சேருங்கள்'

அடுத்த கப்பலிலேயே வெள்ளையுடைப் பாதிரிகள் அணி திரண்டு வந்து இறங்கினார்கள். 'சுகாதாரமற்ற இந்தியப் பிரஜைகளுக்கு வைத்தியம் செய்யப் போகிறோம்', ஆங்கிலக் கல்வியைப் போதித்து அவர்களை அறியாமையிலிருந்து மீட்டெடுக்கப் போகிறோம்' காரணங்களைக் கற்பித்துக் கொண்டு தேசம் முழுவதும் பிரிந்து களமிறங்கினார்கள்.

ஆங்காங்கே மருத்துவமனைகள் கட்டப்பட்டன. பல இடங்களிலும் கிறிஸ்துவப் பள்ளிக்கூடங்கள் தொடங்கப்பட்டன. போதனை ஆரம்பமாகியது; ஆங்கிலக் கல்வியுடன் கிறிஸ்துவமும் அதன் சிறப்பும்!

ஆங்கிலக் கல்விமுறையின் ஆரம்பகர்த்தாவான லார்டு மெக்காலே, தீர்க்க தரிசனம் தெரிவித்தார். ' நமது பிரிட்டிஷ் கல்வித் திட்டமானது சந்தர்ப்பத்தை நழுவ விடாமல் தீவிரமாகப் பின்பற்றப்பட்டால் இன்னும் முப்பதாண்டுக்குள் வங்காளத்தில் ஒரு ஹிந்துவோ, முஸ்லிமோ இருக்கமாட்டான் என்பது எனது உறுதியான நம்பிக்கை'

கிழக்கிந்தியக் கம்பெனியின் போர்ட் ஆஃப் டைரக்டர்களில் ஒருவரான மாங்கிள்ஸ் பிரிட்டிஷ் பாராளுமன்றத்திலேயே,

'பரந்த ஹிந்துஸ்தான சாம்ராஜ்ஜியத்தைக் கடவுளே நம்மிடம் ஒப்படைத்திருக்கிறார். இந்தியாவின் ஒரு முனையிலிருந்து மற்றொரு முனைவரையிலும் கிறிஸ்துவக் கொடி பறக்க வேண்டும் என்பதே அவருடைய கட்டளை. அந்தக் கட்டளை நிறைவேற ஒவ்வொரு ஆங்கிலேயனும் தன் முழுச் சக்தியையும் உபயோகிக்க வேண்டும். இந்தியாவை ஒரு கிறிஸ்துவ நாடாக மாற்றும் முயற்சியில் அணுவளவும் தயக்கமோ தாமதமோ கூடாது' என்று முழங்கினார்.

இதற்குமேல் வேறென்ன வேண்டும். பாதிரிகள் அதுநாள்வரை கொண்டிருந்த தயக்கத்தை உதறித் தள்ளி தைரியம் பெற்றார்கள்.

மத மாற்றப் பிரசாரம் மேலும் தீவிரமாகியது. அப்போதுதான் தொழிற்புரட்சியின் காரணமாக ஏற்பட்டிருந்த இருப்புப் பாதை ரயில் போக்குவரத்து, மின் தந்தி வசதிகள், அச்சக வளர்ச்சி எல்லாவற்றையும் பாதிரியார்கள் தங்களின் மதப் பிரசாரத்துக்கு பார்த்துப் பார்த்துப் பயன்படுத்திக் கொண்டார்கள்.

அவர்கள் தங்களின் கிறிஸ்துவ மதத்தை மட்டும் உயர்த்திப் பேசி பிரசாரம் செய்திருந்தால் மக்கள் சகித்துக் கொண்டிருந்திருப்பார் களோ என்னவோ, ஆனால் வெள்ளைப் பாதிரிகள் ஹிந்துக் கடவுள்களையும், முஸ்லிம் மகான்களையும் இழிவுபடுத்திப் பேசி பிரசுரங்கள் வெளியிட்டதைத்தான் அவர்களால் தாங்கிக் கொள்ளமுடியவில்லை. வேதங்களும், குரானும் பாதிரிகளால் மிக மோசமாக விமரிசிக்கப்பட்டன.

கிறிஸ்துவப் பாதிரியார்கள் ஹிந்து - முஸ்லிம் மதங்களுக்கு எதிராக நடத்தி வந்த கடும் பிரசாரத்துக்கு துணை செய்வதற் காகவே கிழக்கிந்தியக் கம்பெனி, 'இந்தியர்கள் யாரும் சொந்தத் தில் அச்சகம் நடத்தக்கூடாது' என்று தடை விதித்தது.

மேலும் ஹிந்து, முஸ்லிம் மதங்களிலிருந்து கிறிஸ்துவ மதத்துக்கு மாறுபவர்களுக்குச் சாதகமாக சில புதிய சட்டங்களை யும் அறிமுகப்படுத்தியது. அதன்படி ஹிந்து முஸ்லிம் மதங்களில் இருந்து மற்ற மதங்களுக்கு மாறியவர்களுக்கும் தங்கள் உறவினர்களின் சொத்துக்களில் உரிமை உண்டென ஷரத்துகள் கொண்டு வரப்பட்டன.

இது தவிர 1828 ல் நடைமுறைக்கு வந்த கணவன் இறந்தால் மனைவியும் கூடவே சிதையில் ஏறி உயிர் விடும் உடன் கட்டை

ஏறுதல் எனும் சதி ஒழிப்புச் சட்டமும், விதவை மறுமணச் சட்டமும் உயர்சாதி ஹிந்துக்களிடையே மிகுந்த அதிருப்தியை ஏற்படுத்தின. 1832 ல் கொண்டு வரப்பட்ட 'அனாதைக் குழந்தைகளைத் தத்தெடுத்து மதமாற்றம் செய்தாலும் பூர்வீகச் சொத்தில் பங்கு உண்டு' என்ற சட்டம் முஸ்லிம் மதத்தின் 'சரியாட்' சட்டத்துக்கு முற்றிலும் விரோதமாக இருந்தது. அது முஸ்லிம்களிடையே மனக் கசப்பை உண்டாக்கியது.

இவை எல்லாமும் சேர்ந்துதான் உயர்ஜாதி ஹிந்து, முஸ்லிம் களின் மத்தியில், 'தங்களின் மதம் கிறிஸ்துவர்களால் திட்டமிட்டு அழிக்கப்படுகிறது' என்கிற அச்சத்தையும் கலக்கத்தையும் ஏற்படுத்தியது.

மதப்பிரசாரம் பொது ஜனங்களின் மத்தியில் மட்டுமில்லாமல் சிப்பாய்களின் மத்தியிலும்கூட தீவிரமாக நடந்தது. இந்தியச் சிப்பாய்களில் பெரும்பாலோர் ஏழைகளாகவும், விசுவாசம் கொண்டவர்களாகவும் இருந்ததை வெள்ளையர்கள் தங்க ளுக்குச் சாதகமாக உபயோகித்துக் கொண்டனர். ராணுவத்தை முழுமையாக கிறிஸ்துவ மயமாக்கிவிட்டால் அதன் பிறகு பொது மக்களிடம் கிறிஸ்துவத்தைப் பரப்புவது சுலபம் என்று திட்டமிட்டனர்.

கிறிஸ்துவ மதத்தை ஆதரித்த சிப்பாய்கள் உயர்ந்த பதவியும் கூடுதல் சம்பளமும் பெற்றனர். மதம் மாறாத சிப்பாய்கள் அலட்சியமாக நடத்தப்பட்டனர். மேலும் உயர்சாதி சிப்பாய் களின் முக்கியத்துவத்தைக் குறைக்கும்படியான நடவடிக்கை களும் மேற்கொள்ளப்பட்டன.

பதினெட்டாம் நூற்றாண்டின் தொடக்க காலங்களில் 75% சதவிகிதம் வரை இருந்த உயர்சாதி சிப்பாய்களின் எண்ணிக்கை நாளடைவில் குறைந்து கொண்டே வந்தது. சீக்கியப் போர்களில் பிரிட்டிஷார் வெற்றி பெற்ற பிறகு பஞ்சாபி ஹிந்துக்கள், சீக்கியர்கள், பதான்கள், கூர்க்காக்கள் போன்றவர்கள் பெரு மளவில் ராணுவத்தில் சேர்க்கப்பட்டனர். இதனால் ராணுவத் தின் மீதிருந்த மேல் சாதியினரின் பிடி வலுவிழக்கத் தொடங்கியது.

இப்படி அடுக்கடுக்கான காரணங்களால் , அதிருப்தி! அச்சம்! ஆக்ரோஷம்! அவமானம்! வெறுப்பு! இயலாமை! - தேசம் முழுவதும் அனைத்துத் தரப்பு மக்களிடமும் நிரம்பி வழிந்தது.

இதுநாள்வரை, 'அந்நிய நாட்டுக்காரனிடம் அடிமைப்பட்டுக் கிடக்கிறோமே' என்பதான வெட்கம் மட்டும்தான் அவர்களிடம் இருந்தது. இப்போதோ 'அந்நிய மதக்காரனிடம் அடிமைப் பட்டுக் கிடக்கிறோம்' என்கிற வேதனை உள்ளத்தை ஊடுருவிக் குத்திக் கிழித்தது.

அரசாங்கத்துக்கும் மக்களுக்கும் இடையே மிகப் பெரிய பிளவு ஏற்பட்டது. ஒரு பெரும் பூகம்பத்துக்கான அபாய விரிசல்!

9

வெடித்தது மீரட்!

வெள்ளையர்கள் மதம் சம்பந்தமாக கொண்டு வந்த சட்டங்கள் சரியா தவறா? நன்மையா தீமையா? என்பதல்ல பிரச்னை! எங்கிருந்தோ வந்த அந்நியனான மாற்று மதக்காரனுக்கு அடுத்தவர் மத விவகாரங்களில் தலையிட உரிமையில்லை என்பது தான் முக்கிய விஷயம். அந்தந்த மதத்தின் நிறை குறைகளை நிவர்த்தி செய்து கொள்ள அந்தந்த மதத்தினருக்குத்தான் உரிமை உண்டே தவிர மாற்று மதத்தவன் அதில் தலையிடுகிறானென்றால் நிச்சயம் அதில் சுயநலமிருக்கிறது என்பதுதான் ஹிந்துஸ்தானத்து மக்களின் ஏகோபித்த கருத்தாக இருந்தது.

ஹிந்துஸ்தானத்து மக்கள் என்றால் ஹிந்து முஸ்லிம் இரு தரப்பினரும்தான்!

அதிசயம்தான்! ஆச்சரியம்தான்! நம்ப முடியாத விஷயம்தான்! எப்படி நடந்தது என்றே தெரியாமல் தன்னிச்சையாக இரு பிரிவினரும் ஒன்று சேர்ந்திருந் தார்கள்! 'நமக்குள் இருக்கும் முட்டல் மோதல்

சிணுங்கல்களையெல்லாம் அப்புறம் பார்த்துக் கொள்ளலாம். இப்போது நமது முதல் லட்சியம் நம்மிருவரின் மதத்தையும் அழிக்க வந்திருக்கும் பொது எதிரியான வெள்ளையரை விரட்டுவதுதான். வா! கை கோர்த்துக் கொள்ளலாம்!' இந்த ஒருங்கிணைப்பை மிக அழகாகச் சாதித்தவர்கள் அஸிமுல்லா கானும், ரங்கபாபுஜியும்!

அஸிமுல்லா கான் மராட்டிய பேஷ்வா நானா சாகிப்பின் நண்பர். நானாசாகிப்பின் மான்ய விண்ணப்பத்துக்காக வாதாட லண்டன் கவுன்சிலுக்குச் சென்றவர். இவரைப் போலவே சதாரா அரச குலத்தின் சார்பாக லண்டனில் ஆஜரானவர் ரங்கபாபுஜி என்ற மராத்திய பிராமணர். இருவரின் வாதங்களுமே லண்டனில் எடுபடவில்லை. தீர்ப்பு சாதகமாக இருக்கவில்லை. ஆனாலும் என்ன? தோல்வியில் ஒன்றுபட்ட இந்த முகமதியர் மற்றும் மராத்திய பிராமணரின் சந்திப்பு இந்தியாவில் பல விசித்திரங் களை நிகழ்த்தியது.

பிரம்மவர்த்தத்தில் ஓர் ரகசிய சங்கம் ஸ்தாபிக்க வித்திடப் பட்டது. 'ஒரே குறிக்கோள் வெள்ளையர் பிடியிலிருந்து தேசத்தை மீட்பது. அதற்கு மிக முக்கியமாக இரண்டு காரியங்களைச் செய்ய வேண்டும். முதலாவது, ஹிந்துஸ்தானம் என்பது ஹிந்துக்கள், முஸ்லிம்கள் இரண்டு சமூகத்தினருக்கும் சொந்தமானதுதான். எனவே தேசத்தை மீட்டெடுக்கும் லட்சியத்தில் இந்த இரு தரப்பினரும் மன்னர்கள் முதல் அடித்தட்டு மக்கள் வரை பாகுபாடு பார்க்காமல் இணைந்து கொள்ளவேண்டும்.

இரண்டாவதாக இந்த சுதந்தரப் புரட்சிக்காக ஹிந்துஸ்தானம் முழுவதும் ஒரேசமயத்தில் கொதித்தெழும்படிச் செய்ய வேண்டும். வெள்ளையருடனான யுத்தத்துக்கு முழுமூச்சில் தயாராகி விடவேண்டும். தவிர இந்த ஏற்பாடுகளையெல்லாம் ரகசியமாகச் செய்யவேண்டும்.'

இதன் தொடக்கமாக பழைய பகைமைகளையெல்லாம் மறந்து ஹிந்துக்களும், முஸ்லிம்களும் தோளோடு தோள் நின்று போராடுவதென்றும், சுதந்தரம் பெற்றதும் பகதூர் ஷாவை ஹிந்துஸ்தானத்தின் பேரரசராக ஏற்றுக் கொள்வதென்றும், நானா சாகிப் அரசனாக இருப்பாரென்றும் திட்டமிடப்பட்டது.

மராட்டிய பேஷ்வா நானா சாகிப்பின் முன்னிலையில் திட்டத் தின் அடுத்தடுத்த கட்டங்கள் உருவாகின. எல்லா இந்திய

மன்னர்களுக்கும், சமஸ்தானபதிகளுக்கும் ரகசியக் கடிதங்கள் அனுப்பப்பட்டன. நானாவின் தூதர்கள் சுதந்தர யுத்தத்தில் எல்லோரையும் கலந்து கொள்ளச் செய்வதற்காக டெல்லி முதல் மைசூர் வரையிலும் பல இடங்களுக்கும் சென்று புரட்சி விதைகளை விதைக்க முயன்றனர்.

பண்டாக்களும், துறவிகளும், முல்லாக்களும், மௌல்விகளும் மக்களின் மனத்தில் எழுச்சியை உண்டாக்குவதற்காக ஹிந்துஸ் தானத்தின் மூலை முடுக்குகளுக்கெல்லாம் பயணமாகினர். சிப்பாய்களின் படைத்தளங்களையெல்லாம் ஒன்றுவிடாமல் புகுந்து புறப்பட்டு ஆவேசப் பிரசாரம் செய்தனர். இவை யெல்லாம் மிக மிக ரகசியமாக நடந்தது.

அந்தச் சமயத்தில் நானா சாகிப்பும் தல யாத்திரை செல்லத் தயாரானார். ராஜ்ஜியத்தில் பொழுதுபோகாத சமயங்களில் மராட்டிய பேஷ்வாக்கள் காசி, கயா, அரித்துவார் என்று புனிதத் தலங்களுக்கு யாத்திரை செல்வது வழக்கம்தான். அதே பாவனையில்தான் நானா சாகிப்பும் பிரம்மவர்த்தத்திலிருந்து சகல பரிவாரங்களுடன் புறப்பட்டார். மராத்திய பிராமணரான இவருடன் ஹிந்துத் தலங்களின் புனித யாத்திரைக்கு துணையாகப் புறப்பட்டவர் யார் தெரியுமா? முஸ்லிம் மதத்தினரான அஸிமுல்லா கான்! இதைப் பார்த்த பிறகும் ஆங்கிலேயருக்கு சந்தேகம் ஏதும் வரவில்லை என்பதுதான் ஆச்சரியம்!

நானா ஆங்கிலேயருடனான நட்புறவை அந்த அளவுக்கு பரி பாலித்து வந்தார். தனது அதியற்புதமான அழகான அரண்மனை யில் வெள்ளையர்களை அழைத்து படாடோபமான முறையில் விருந்து வைப்பதையும், பரிசுப் பொருள்களை அள்ளிக் கொடுத்து அவர்களை குஷிப்படுத்துவதையும் அவர் நிறுத்தவேயில்லை. புரட்சி வெடிக்கும் கடைசித் தருணம் வரையிலுமான இந்த அவரது நடவடிக்கையும், பழகிய விதமும் வெள்ளையருக்கு அவர் மீது மிகுந்த நல்லெண்ணத்தை உருவாக்கி வைத்திருந்தது.

புண்ணிய யாத்திரைக்குப் புறப்பட்ட நானாவின் குழுவினர் முதன் முதலாக டெல்லிக்குச் சென்றனர். பின் அங்கிருந்து புறப் பட்டு அம்பாலாவுக்கும், அதன்பின் அயோத்தியின் லக்ஷ்மண புரி, கால்பி போன்ற இடங்களுக்கும் சென்று புரட்சியை சரியான முறையில் நடத்துவதற்கான திட்டமான ஏற்பாடுகளைக் கவனித்துத் திரும்பினர்.

1857 - மே மாதம் 31 ம் தேதி ஹிந்துஸ்தானம் முழுவதும் ஒட்டுமொத்தமாக கிளர்ந்து எழவேண்டிய நாளாக நிச்சயிக்கப் பட்டது. ஆனால் சராசரி தனி மனிதனின் உணர்வும், குமுறலும் நாள், தேதி, நேரத்துக்குக் கட்டுப்பட்டுக் கிடப்பதா என்ன?

அடங்கிக் கிடக்க முடியாமல் மங்கள் பாண்டே கிளர்ந்து எழுந்து விட்டான். தூக்கில் தொங்கி தனது உயிரை பலி கொடுத்ததன் மூலம் பிற சிப்பாய்களின் மனத்திலும் கொந்தளிப்பை நிரப்பி விட்டான்.

கலைக்கப்பட்ட 19வது அணியின் உயர்சாதி சிப்பாய்களும், ராஜ புத்திர வீரர்களும் ஊர் ஊராகச் சென்று வெள்ளையர்கள் தங்க ளுக்கு இழைத்த அநீதியைச் சொல்லி மதத்துக்கு நேரப் போகும் ஆபத்தைப் பற்றி விளக்கி மக்களின் மனத்தில் வெறுப்பைத் தூண்டிக் கொண்டிருந்தனர். புரட்சித் தழலின் நாக்குகள் துடி துடித்துச் சுழன்றன. அந்தத் தீயின் பசிக்கு எண்ணெய் ஊற்றும் விதமாக வெள்ளையரின் அடுத்த பல சம்பவங்களும் நடந்தன.

மங்கள் பாண்டே இறந்த ஒரு மாத காலத்துக்குப் பிறகு அவன் சார்ந்த 34 வது அணிக்கும் முற்றுப்புள்ளி விழுந்தது. சிப்பாய் மங்கள் பாண்டேவின் அத்துமீறிய அக்ரமச் செயல்களைத் தடுக் காமல் வேடிக்கை பார்த்துக் கொண்டிருந்ததற்காகவும், தாக்கப் பட்ட அதிகாரிகளை பாதுகாக்காமல் போன குற்றத்துக்காகவும் 34 வது அணி கலைக்கப்படுவதாக அறிவிக்கப்பட்டது. இம் முறை சிப்பாய்களின் ஆயுதங்களுடன் ராணுவச் சீருடையும் சேர்த்துப் பறிக்கப்பட்டது.

வேலையை விட்டு விரட்டப்படுவது அதுவும் ராணுவச் சீருடை களையப்பட்டு விலக்கப்படுவது சிப்பாயைப் பொருத்தவரை அவமானம்தான். ஆனால் மற்ற சிப்பாய்களோ, பொது மக்களோ அவர்களை அப்படிப் பார்க்கவில்லை. மதத்துக்காக வேலையை உதறத் துணிந்த தியாகிகளாகவே அவர்கள் கொண்டாடப் பட்டனர்.

அடுத்ததாக அயோத்தியில் இருந்த 7வது அணியின் சிப்பாய்கள் புது குண்டுகளை கடித்து உபயோகப்படுத்த தூண்டப்பட்டனர். சிப்பாய்கள் கோபத்துடன் திட்டவட்டமாக மறுத்து கைகளைக் கட்டிக் கொண்டனர். அதிகாரிகள் மேலும் வற்புறுத்தினால் அவர்களைக் கொன்று போடவும் ஆயத்தமாகினர். நல்லவேளை யாக ஹென்றி லாரன்ஸ் என்னும் அதிகாரி தலையிட்டு குண்டு

களை விநியோகிக்க வேண்டாம் என்று தடுத்ததனால் அங்கு மிகப் பெரிய களேபரம் நிகழாமல் போனது.

ஆனால் எதிர்பாராதவிதமாக மீரட்டில் வெடித்துவிட்டது.

●

கிழக்கிந்தியக் கம்பெனியின் மிக முக்கியமான படைத்தளங்களில் ஒன்று மீரட். முகலாயத் தலைநகரான டெல்லியின் வடகிழக்கே அமைந்த நகரம். அதனாலேயே இங்கு நடக்கும் எந்தச் சம்பவங்களும் ஹிந்துஸ்தானத்தின் எல்லாப் பகுதியினராலும் மிக உன்னிப்பாக கவனிக்கப்பட்டன.

கொஞ்ச நாள்களாகவே மீரட்டின் நிலைமை சரியில்லை. திரியின் நுனியில் தீ வைக்கப்பட்ட வெடிகுண்டு போல அது முணுக் முணுக்கென்று புகைந்து கொண்டிருந்தது. இந்த நகரில் குறைந்த விலைக்கு விற்கப்பட்ட மைதா மாவில் மாடு, பன்றியின் எலும்புகளைப் பொடி செய்து கலந்திருப்பதாக ஒரு தகவல் கை கால் முளைத்துப் பரவியது. கிணற்றில் மாமிசத் துண்டுகள் மிதந்தன. உப்பிலும், சர்க்கரையிலும்கூட எலும்புப் பொடி கலந்திருப்பதாகவும் இவையெல்லாம் வெள்ளையர் அரசாங்கத்தின் சதி என்றும் வதந்தி முளைத்துத் திரிந்தது. மக்கள் எதையும் சாப்பிடவும் பயந்தார்கள். சந்தேகத்துடனே திரிந்தார்கள். மனத்துக்குள் குமுறினார்கள்.

போதாக் குறைக்கு கடந்த ஒருமாத காலமாக முஸ்லிம் பக்கீர்களின் வருகை பெருகியது. ஊர் ஊராக வீடு வீடாகச் சென்றவர்கள் மக்களின் உணர்ச்சிகளைத் தூண்டிவிடும் தங்களின் பணியைக் கச்சிதமாக மேற்கொண்டிருந்தார்கள்.

இப்படி மீரட்டில் நிலவிய அமளியையோ, சலசலப்பையோ வெள்ளையர் அரசாங்கம் புரட்சி ஏற்படும் கடைசி தருணம் வரை கவனிக்கவில்லை என்பதுதான் விசேஷம்.

ஹிந்துஸ்தானத்தின் பரவலான கொழுப்புக் குண்டு அதிருப்திதான் இங்கும் கலவரத்துக்குக் காரணமானது.

கர்னல் மைக்கேல் ஸ்மித், மீரட்டின் 3வது குதிரைப் படையின் தளபதி. இவனுடைய குதிரைப் படையில் பெரும்பாலும் முஸ்லிம்களே இருந்தனர். எல்லாப் படைத்தலங்களிலும் பிரதானமாக ஹிந்துக்களே கொழுப்புக் குண்டுகளை பயன்படுத்த மறுத்து

வந்ததால், தனது படையின் முஸ்லிம் வீரர்கள் கொழுப்புக் குண்டுகளை பயன்படுத்த மறுக்கமாட்டார்கள் என்று கருதினான் ஸ்மித்.

மே மாதம் 6ம் தேதி தனது குதிரைப் படையினரிடம் குண்டுகளை விநியோகித்து அதை பல்லால் கடிக்கவேண்டாமென்றும், கையி னாலேயே உறையை நீக்கிவிட்டு உபயோகிக்குமாறும் கட்டளை யிட்டான். இந்த மாற்று ஏற்பாட்டினால் சிப்பாய்கள் சமாதான மடைந்து குண்டுகளை உபயோகிப்பார்கள் என்று நம்பினான்.

அது நடக்கவில்லை! ஸ்மித்தின் நம்பிக்கைக்கு உரிய சில தாழ்த்தப்பட்ட சிப்பாய்களைத் தவிர மற்றவர்கள் எல்லோரும் கொழுப்புக் குண்டுகளை தொடவும் மறுத்து எதிர்ப்பு தெரி வித்தனர். கூச்சலும் கொந்தளிப்புமாக சலசலப்பு நிலவியது.

உடனடியாக எப்போதும் போல அணி கலைக்கப்பட்டது. ஆனால் இம்முறை சிப்பாய்கள் விடுவிக்கப்படவில்லை. அவர்கள் மீது ராணுவ விசாரணை நடத்தப்பட்டு தோட்டாக் களைப் பயன்படுத்த மறுத்த 85 சிப்பாய்களுக்கும் பத்தாண்டு கடுங்காவல் தண்டனை முதல் பலவிதமான தண்டனைகள் வழங்கப்பட்டன. இந்தச் சம்பவம் மே மாதம் 9ம் தேதி நடந்தது.

தண்டனை விதிக்கப்பட்ட சிப்பாய்களின் ராணுவ உடைகள் ஈட்டி முனையால் குத்திக் கிழிக்கப்பட்டன. ஆயுதங்கள் பிடுங்கப்பட்டதுடன் அனைவரின் கைகளிலும் விலங்கு பூட்டப்பட்டது. இவையெல்லாம் மற்ற சிப்பாய்களின் கண் முன்பே நடத்தப்பட்டன.

தங்களின் தோழமைச் சிப்பாய்கள் இப்படி கீழ்த்தரமாக நடத்தப்பட்ட விதம் மற்ற சிப்பாய்களின் மனத்தில் ரத்தம் கசியவைத்தது. அவர்கள் மனத்துக்குள் புழுங்கினார்கள். ஆனால் எதுவும் செய்ய வழியில்லை. சுற்றிலும் வெள்ளைச் சிப்பாய்களின் துப்பாக்கிகளும், பீரங்கி முனைகளின் வாய்களும் சிறு எதிர்ப்பையும் சிதறடிக்கக் காத்திருந்தன.

தண்டனை பெற்ற சிப்பாய்கள் அனைவரும் சிறைச்சாலைக்குக் கொண்டு செல்லப்பட்டு அடைக்கப்பட்டனர். இந்தச் சம்பவம் காலையில் நிகழ்ந்தது. மாலையில் துக்கமும் துயரமுமாக கனத்த மனத்துடன் கடைத் தெருவுக்குச் சென்ற சுதேசிச் சிப்பாய்கள் தெருப் பெண்களால் வளைக்கப்பட்டனர். என்ன

சிப்பாய்கள் நீங்கள்? உங்களுடன் பணியாற்றிய சக சிப்பாய்கள் தண்டிக்கப்பட்டபோது உங்களுக்குக் கொஞ்சம்கூட கோபம் வரவில்லையா? வெள்ளையரை வெட்டி வீழ்த்தத் தோன்ற வில்லையா?

தங்கள் கையாலாகாத்தனத்தை நினைத்து சிப்பாய்களுக்கு வெறுப்பு ஏற்பட்டது. ஒருவருக்கொருவர் கூடிக் கூடி பேசிக் கொண்டார்கள். முடிவை நோக்கித் தள்ளப்பட்டார்கள்.

அன்றிரவு படைத்தளங்கள் பலவற்றிலும் சிப்பாய்களின் ரகசியக் கூட்டங்கள் நடத்தப்பட்டன. உணர்ச்சிக் கொந்தளிப்பில் சிப்பாய்கள் பரபரத்தனர். 'இனியும் பொறுக்கமுடியாது. ஏதாவது செய்தே தீரவேண்டும். மே மாதம் 31 ம் தேதி வரை நாள் கடத்தினால் நாமும் நாளை சிறைபட நேரிடும். இன்று மற்ற சிப்பாய்களுக்கு நடந்தது நமக்கும் நடக்கும். அதற்கு இடம் கொடுத்து விடக்கூடாது. இன்னும் இருபது நாள்கள் கழித்துத் தொடங்கப் போவதை இன்றே தொடங்கினால் என்ன நஷ்டம் வந்து விடப் போகிறது? சொல்லுங்கள் தோழர்களே! காத்திருப் பதா? உடனே செயலில் இறங்குவதா?'

'உடனே! உடனே! உடனே!' குரல்கள் கோரஸாக ஒலித்தன. 'வெள்ளையரை எதிர்ப்போம். சிறையில் கிடக்கும் நமது சிப்பாய்களை மீட்போம்!' இரவோடு இரவாக மீரட் சிப்பாய் களின் மத்தியில் செய்தி பரப்பப்பட்டது. அனைவரும் ஆயத்த மானார்கள்.

மறுநாள் ஞாயிற்றுக்கிழமை. மே 10 ம் தேதி விடிகாலை ஐந்து மணிக்கு சர்ச்சுகளின் ஆலய மணிகள் ஒலிக்கத் தொடங்கின. எப்போதும் போல வெள்ளையர்கள் தத்தம் மனைவி பிள்ளை களுடன் ஆலயப் பிரார்த்தனைக்குப் புறப்பட்டுக் கொண்டிருந் தனர். வீட்டு வேலைக்காரர்களைத்தான் காணவில்லை. 'சொல்லாமல் கொள்ளாமல் எங்கே போய்விட்டார்கள்? அட! கோச் வண்டி ஓட்டுபவனையும் காணோமே! வர வர இந்த சுதேசி வேலையாட்களுக்கு திமிர் அதிகமாகிவிட்டது. சரி, வா வந்து பார்த்துக் கொள்ளலாம். சர்ச் பக்கத்தில்தானே இருக்கிறது. நடந்தே போய் விடலாம்'

படைத்தளத்திலிருந்த காலாட் படை சிப்பாய்கள் தங்களின் துப்பாக்கிகளையும் வாளையும் எடுத்து செருகிக் கொண்டு நகரின் நாலாபுறமும் பரவினார்கள். சுதேசிக் குதிரைப் படை

யினர் தங்களின் சக சிப்பாய்கள் சிறைபட்டிருந்த சிறைச் சாலையை நோக்கிப் புயல் வேகத்தில் பாய்ந்தனர். குதிரைகளின் குளம்படிக் கால்கள் பட்டு மண் சாலைகளில் புழுதி பறந்தது. போகிற போக்கில் வெள்ளையர்களின் அடிவருடிகளான சிப்பாய்களின் குடிசைகளுக்கு தீ வைத்துக் கொளுத்தினார்கள்.

ஆவேசமாக வந்த குதிரைப் படையினருடன் சிறைச்சாலையின் சுதேசிக் காவல்படையினரும் சந்தோஷமாகச் சேர்ந்து கொண்டனர். சிறையின் இரும்புக் கதவுகள் உடைக்கப்பட்டு கைதிகள் அனைவரும் விடுவிக்கப்பட்டனர். கொல்லன் ஒருவன் அனைவருடைய விலங்குகளையும் உடைத்து நொறுக்கி தூக்கிப் போட்டான்.

அவ்வளவுதான்! அத்தனை கைதிகளும் சிப்பாய்களும், ஆக்ரோஷத்துடன் 'மாரோ பறங்கிகோ!' என்றபடி தங்களின் படை குடிசைகளுக்குள் புகுந்து வாள்களை எடுத்துக் கொண்டு வெள்ளையர்களின் வீடுகளைக் குறி வைத்து ஓடினார்கள்.

அடுத்து குதிரைப் படையினர் தேவாலயத்தை நோக்கிச் செல்லும் முன்பாகவே காலாட் படையினர் தங்கள் வேலையைத் தொடங்கி விட்டனர். நகரத்தில் என்ன நடக்கிறது? ஏன் இந்த அமளி என்று வெள்ளையருக்கு ஒன்றும் புரியவில்லை. கூட்டமாக கத்திக் கொண்டு வரும் சுதேசிப் படையை தடுத்து நிறுத்தி விசாரிப்பதற்காக கர்னல் பின்னிஸ் என்பவன் தன் குதிரையைக் கொண்டு வந்து குறுக்கே நிறுத்தினான்.

'என்ன கலாட்டா? ஏன் சத்தம் போடுகிறீர்கள்? - அடுத்த வார்த்தை பேச இடம் கொடுக்காமல் பின்னிஸின் முதுகை ஒரு துப்பாக்கிக் குண்டு துளைத்து ரத்த ஓட்டை போட்டது. மேலும் அவன் அலறவும் அவகாசம் இல்லாமல் அடுத்தடுத்து பல குண்டுகள் அவன் உடலை சல்லடையாக்கின. பின்னிஸ் குதிரையும் சுடப்பட இருவருமாக சரிந்து விழுந்து செத்துப் போனார்கள்.

பின்னிஸின் ரத்தத்தில் சிப்பாய் புரட்சியின் முதல் அத்தியாயம் எழுதப்பட்டுவிட்டது.

கர்னல் பின்னிஸ் கொல்லப்பட்ட செய்தி நொடி நேரத்தில் மீரட் முழுவதும் பரவிவிட்டது. சிப்பாய்கள் மேலும் வெறி கொண்டவர்களாக நாலாபுறமும் புகுந்து புறப்பட்டு கண்ணில்

தென்பட்ட வெள்ளையர்களை வெட்டிக் கொன்றனர். கடைகள் இழுத்து மூடப்பட்டன. பயந்த சுபாவம் கொண்ட மக்களெல் லாம் அவரவர் வீடுகளில் புகுந்து பூட்டிக் கொள்ள, துணிச்சலான பழி தீர்த்துக் கொள்ளக் காத்திருந்த ஜனங்களெல்லாம் கத்திகள், கட்டைகள், ஈட்டிகள் போன்ற ஆயுதங்களுடன் களமிறங்கினார் கள். தாங்களும் சிப்பாய்களுடன் சேர்ந்து கொண்டு வெள்ளையர் களை விரட்டினார்கள். துரத்தித் துரத்திக் குத்தினார்கள். கதறக் கதற வெட்டிக் கொன்றார்கள். பழி தீர்க்கும் உணர்வு ஒவ்வொரு வர் மனத்திலும் வெறித் தாண்டவமாடியது.

வெள்ளையர் சம்பந்தமான அலுவலகங்கள், ஹோட்டல்கள், கிளப்புகள், பங்களாக்கள் எல்லாம் அடித்து நொறுக்கப்பட்டன. கொள்ளையடிக்கப்பட்டன. தீ வைத்துக் கொளுத்தப்பட்டன. எரியும் நெருப்பின் ஜுவாலை ஆங்காங்கே ஆகாயத்தைத் தொட்டது. புகை மண்டியது. எங்கு பார்த்தாலும் 'மாரோ பறங்கிகோ' எதிரொலித்து திகிலூட்டியது.

சிப்பாய்களின் திடீர்ப் புரட்சியால் அதிர்ந்து போன கேப்டன் கிரெய்கி சில வெள்ளை வீரர்களுடன் புறப்பட்டு சிறைச் சாலைக்குச் சென்றான். விரியத் திறந்து கிடந்த கதவும், வெறிச் சோடிய சிறை வளாகமுமாக காற்றுதான் அலைந்து கொண்டிருந் தது. ஒருவர் என்றால் ஒருவர் கூட இல்லை. விடுவிக்கப்பட்ட சிப்பாய்களுடன் திருடர்கள், கொலைகாரர்கள், கொள்ளைக் காரர்கள், ஏமாற்றுக்காரர்கள் என அத்தனை அயோக்கிய சிகாமணிகளும் கூட பறந்துவிட்டிருந்தனர்.

நேரம் விரைந்து கொண்டிருந்தது. மீரட் படைத் தளத்தின் தளபதி பிரிகேடியர் ஆர்ச்டேர் வில்சனும், ஜெனரல் ஹெவிட்டும் சேர்ந்து வெள்ளை வீரர்களை பல திசைகளுக்கும் அனுப்பி ஆங்கிலேயர் குடும்பங்களை பாதுகாக்கக் கட்டளையிட்டனர். கருவூலப் பாதுகாப்புக்கு மேலும் சில வீரர்கள் அனுப்பி வைக்கப்பட்டனர். அதற்கு மேல் என்ன செய்வதென்று யாருக் கும் தெரியவில்லை!

ஆனால் சுதேசி வீரர்கள் தாங்கள் திட்டமிட்டபடி புரட்சி தொடங்கியதும் டெல்லி செல்லும் பாதையிலுள்ள தந்திக் கம்பங்களையெல்லாம் அறுத்தெறிந்தனர். ரயில் பாதைகள் கவனமாகப் பாதுகாக்கப்பட்டன. மீரட்டில் புரட்சி முழு வீச்சில் தொடங்கி விட்டதாகவும், இன்னும் இரண்டு நாள்களில்

தாங்கள் புறப்பட்டு வருவதாகவும் வெள்ளையருக்கு எதிரான போருக்குத் தயாராக இருக்கும்படியும் டெல்லிக்கும் தகவல் அனுப்பினார்கள்.

இத்தனை நாள்கள் தங்களுக்குக் கீழ்படிந்து நடந்த சுதேசிச் சிப்பாய்கள் தங்களைக் கொல்லும் அளவுக்குத் துணிவார்கள் என்று அதுவரை எந்த வெள்ளையனும் எதிர்பார்க்கவில்லை. பயம்! அதிர்ச்சி! நடுக்கம்! சிலர் குதிரை லாயங்களில் பதுங்கிக் கொண்டார்கள். சிலர் தங்கள் வீட்டு மாடிப் படிக்கட்டுகளின் மறைவில், அடர்ந்த மரத்தடிகளில், புதர்களின் அடர்த்தியில், பொந்துகளில் புகுந்து கொண்டார்கள். இன்னும் சிலர் சுதேசி வேலைக்காரர்களின் வீடுகளுக்குச் சென்று அவர்களின் கை கால்களில் விழுந்து கெஞ்சிக் கூத்தாடி தஞ்சம் அடைந்தார்கள்.

மீரட்டில் சிப்பாய்கள் தொடங்கிய புரட்சியை சந்தடி சாக்கில் திருடர்களும், கொள்ளையர்களும், ரௌடிகளும், அயோக்கியர் களும் சேர்ந்து பயன்படுத்திக் கொண்டார்கள். வெள்ளையர் களை வெட்டி வீழ்த்தி, பொருள்களைக் கொள்ளையடிப்பதும், வீடு புகுந்து சூறையாடுவதும் எல்லா இடங்களிலும் நடந்தது. பனியாக்களும், பெரும் செல்வந்தர்களும்கூட தாக்கப்பட்டார் கள். கொள்ளையடிக்கப் பட்டார்கள். சிப்பாய்கள் சில நேரங் களில் வெள்ளைப் பெண்களையும் கொன்றார்களே தவிர அவர் களிடம் தவறான முறையில் நடக்க முற்படவில்லை.

கேப்டன் கிரெய்கி தன் மனைவி குழந்தைகளுடன் பாழடைந்த கோயில் ஒன்றினுள் சென்று பதுங்கிக் கொண்டார். அவர் நண்பனான சேம்பர்ஸன் வீடு கொள்ளையர்களால் தாக்கப் பட்டது. சேம்பர்ஸின் மனைவி, நிறைமாதக் கர்ப்பிணி வெட்டிக் கொல்லப்பட்டார். டாக்டர் கிரிஸ்டி என்பவரும், சார்ஜெண்ட் பிலிப்ஸூம் பலியானார்கள். இவர்கள் தவிர கேப்டன் மெக்டொனால்ட், லெப்டினெண்ட் ஹெண்டர், காப்டன் டெய்லர் முதலியோரும் பலியானவர்கள் வரிசையில் சேர்ந்தார்கள்.

கொளுத்தப்பட்ட பல வெள்ளையர் வீடுகளில் பெண்கள், குழந்தைகள் தீயில் கருகி மாண்டனர். யாராவது இரக்க மனது சிப்பாய் கொலை செய்யச் சிறிது தயங்கினாலும், ‘வெள்ளை நரிகளின் வஞ்சகத்துக்கு நாம் பழி தீர்த்துக் கொள்ளும் நேரமிது. துரோகிகள் யாரையும் விட்டு வைக்காதீர்கள். மாரோ பறங்கி

கோ!' என்று சுற்றிலும் கோஷம் எழுப்ப கொலை யாகம் கொடூரமாக தொடர்ந்து நடந்தது.

மாலை நேரம் நெருங்கியதுமே சிப்பாய்கள் டெல்லி நோக்கிப் புறப்பட்டு விட்டார்கள். எதிர்பாராத விதமாக புரட்சியைத் தொடங்கியாகிவிட்டது. தென்பட்ட வெள்ளை விரோதிகளை முடிந்தவரை கொன்று குவித்தாகி விட்டது. அடுத்து என்ன செய்வது? தெளிவான திட்டம் ஏதுமில்லை. இப்போது அவர்களின் மனத்தில் மெல்லிய குற்ற உணர்வு இருந்தது. வெள்ளையர்களைக் கொன்றதால் உண்டான உணர்வல்ல! தலைவர்கள் வகுத்த திட்டத்திலிருந்து தடம் புரண்ட குற்ற உணர்வு.

புரட்சி திட்டத்தின் வரிசையில் மீரட் கடைசியாகத்தான் இருந்தது. ஏனென்றால் அங்கு சுதேசிச் சிப்பாய்களை விட ஆங்கிலேயர்களின் படை பலம் அதிகமாயிருந்தது. பெரும் துப்பாக்கிப் படையும், பலம் பொருந்திய பீரங்கிப் படையும் வெள்ளை வீரர்களின் வசம்தான் பாதுகாக்கப்பட்டது. இந்த நிலையில் அங்கு புரட்சி தோன்றினால் சுதேசிச் சிப்பாய்கள் வெற்றி பெறுவது கடினம் என்பதால்தான் மீரட்டை எழுச்சியின் கடைசி வரிசையில் வைத்திருந்தனர். இப்போது திடீரென ஏற்பட்ட கொந்தளிப்பில் நிலைமை தலை கீழாகிவிட்டது. எனவேதான் இதற்கு மேல் தாமதிக்க வேண்டாமென்று சிப்பாய்கள் டெல்லி நோக்கிக் கிளம்பிவிட்டார்கள்.

மீரட்டில் வெள்ளையர் படை அத்தனை பலம் பொருந்தியது என்றால், சுதேசி வீரர்கள் எப்படி இத்தனை சுலபமாக மீரட்டின் வெள்ளையரை சூறையாடி விட்டுத் தப்பிக்க முடிந்தது?

உண்மைதான்! பலம் பொருந்திய வெள்ளையர் படை உடனடியாக சுதாரித்துக் கொண்டு, சரியான தலைமையில், திட்டமான உத்தரவுடன் புறப்பட்டிருந்தால் டெல்லிக்குப் புறப்பட்ட சிப்பாய்களை வெகு சுலபமாக தடுத்து நிறுத்தி கைது செய்திருக்க முடியும்.

அப்படி நடக்காமல் போனதற்குக் காரணம் அதிர்ச்சியும், குழப்பமும், மலைப்பும் அதனால் ஏற்பட்ட திக்பிரமையும்தான்!

மீரட்டின் ஒட்டுமொத்த சுதேசிச் சிப்பாய்களும் தங்களுக்கு எதிராக இப்படி திடீரென்று ஆவேசத்துடன் கிளம்புவார்கள் என்பதை அவர்கள் கனவிலும் எதிர்பார்த்ததில்லை. வரிசையாக

நிகழ்ந்த வெள்ளையர் படுகொலைகள் அவர்களை செயலிழக்கச் செய்துவிட்டன. உயிர் பயம்,கோழைத்தனம் அவர்களை ஸ்தம்பிக்க வைத்துவிட்டது என்பதுதான் நிஜம்.

குதிரைப் படையின் தளபதி கர்னல் ஸ்மித், தனது கீழ் இருந்த சுதேசிப் படையினர் கலகத்தில் இறங்கி விட்டார்கள் என்று தெரிந் ததுமே உயிர் பயத்தில் தலைமறைவாகி விட்டான். அதுபோலவே மற்ற அதிகாரிகளும் அவரவர் உயிரையும் தத்தம் குடும்பத்தினரை யும் பாதுகாப்பதில் கவனம் செலுத்தினார்களே தவிர சுதேசிச் சிப்பாய்களை எதிர்த்துப் போரிடவேண்டும், அவர்களை கைது செய்ய வேண்டும் என்றெல்லாம் யோசிக்கவேயில்லை.

அன்றைய இரவு முழுவதும் கொலைகளும் கொள்ளையும் தொடர்ந்து நடந்தது. புரட்சியில் பங்கேற்காத சில கடமை யுணர்வு கொண்ட சிப்பாய்களால் பல வெள்ளையர்கள் காப் பாற்றப்பட்டதும் நிகழ்ந்தது.

மறுநாள் பொழுது விடிந்த பொழுது மீரட்டின் வீதிகளில் எல்லாம் வெள்ளையர் பிணங்கள் கணக்கில்லாமல் விழுந்து கிடந்தன. ஆங்கிலப் பெண்களின் சவத்துக்கு அருகில் அநாதை யாக அழுதபடி குழந்தைகள், காலடியில் வழிந்தோடும் ரத்த வெள்ளம், இடிக்கப்பட்ட கட்டடங்கள், தீ வைக்கப்பட்ட வீடு களிலிருந்து கசியும் புகை, எங்கு பார்த்தாலும் அழுகை, ஓலம், ஒப்பாரி!

நிதானமாகச் சுதாரித்துக் கொண்ட அதிகாரிகளின் மேற்பார்வை யில் இறுகிய முகத்துடன் மீட்பு வேலைகள் மேற்கொள்ளப் பட்டன. பிணங்கள் புதைக்கப்பட்டன. படுகாயமடைந்து முனகிக் கொண்டிருந்தவர்கள் மருத்துவ மனைகளுக்குக் கொண்டு செல்லப் பட்டனர். ஆங்காங்கே உயிர் பிழைத்து பதுங்கிக் கொண்டிருந்த வெள்ளையர்கள் தைரியம் அளிக்கப்பட்டு பத்திரமான இடத்துக்கு அழைத்துச் செல்லப்பட்டனர்.

இப்போது பழி தீர்க்கும் உணர்வு வெள்ளையரின் பூனைக் கண்களில் பிரதிபலித்தது.

அதே நேரத்தில் இரண்டாயிரத்துக்கும் அதிகமான சுதேசி வீரர்கள் மிகுந்த உற்சாகத்துடன் 'டெல்லி சலோ' என்று ஆரவார மாக முகலாயத் தலைநகர் நோக்கி விரைந்து கொண்டிருந்தனர்.

10

டெல்லி ராஜாவுக்கு செக்!

ஹிந்துஸ்தானத்தின் நெற்றிப் பொட்டாக ஜொலிக்கும் டெல்லி ஒரு பரிதாபகரமான நகரம். அழகான நகரம்தான்; பலமுறை அலங்கோலமான நகரமும்கூட!

தைமூரினாலும், முகமது கோரியாலும், கஜினி முகமதுவாலும், நாதிர்ஷா போன்றவர்களாலும் பலமுறை சிதைக்கப்பட்டு உயிர்த்தெழுந்த பீனிக்ஸ் பூமி அது. சுல்தான்கள் மற்றும் முகலாயர்கள் ஆட்சியில் அது சந்தித்த வஞ்சகக் கொலைகளுக்கும், ரத்தப் பலிகளுக்கும், அதிகாரச் சண்டைகளுக்கும், அக்ரமச் செயல்களுக்கும் அளவே கிடையாது.

இப்போதுதான் கடந்த ஒரு நூற்றாண்டு காலமாகத்தான் அமைதி என்றால் என்னவென்பதை அது ருசித்திருந்தது. காரணம் டெல்லியின் சக்ரவர்த்தி பகதூர் ஷா. 82 வயது முதியவர். யாருடனும் பகையில்லை; சண்டையில்லை; சச்சரவில்லை; அரசாள ராஜ்ஜியமோ, ஆட்சியோ, அதிகாரமோ எதுவும் இல்லை. பாதுஷாவின் பெயர் உருவம்

பொறித்த நாணயங்கள் கூட செல்லாக்காசாகி விட்டன. காலி யான வாசனைத் திரவியத்தின் குப்பி போல குல கௌரவத்தின் மிச்ச சொச்ச வாசமாக செங்கோட்டை அரண்மனையின் வாசம் தான் மிச்சம்.

ஆங்கிலேயர்களுக்கு விண்ணப்பம் அனுப்பி மான்யம் கேட்டு ஏமாந்து, கடைசி செல்ல மகனை வாரிசாக ஏற்றுக் கொள்ளும் படி கிழக்கிந்தியக் கம்பெனியிடம் மன்றாடி... எதுவும் நடக்கு மென்று நிச்சயமில்லை. விரக்தியும் அவநம்பிக்கையுமாக இறை நம்பிக்கையும், கஜல் கவிதைகளில் லயிப்புமாக நாள்களை நகர்த்திக் கொண்டிருந்த பொம்மை ராஜா.

வெள்ளையரின் மேல் கொண்ட கோபத்தின் காரணமாக பகதூர் ஷா ரகசியமாக பாரசீகத்தின் உதவியை நாடுகிறார் என்று வட இந்தியா முழுவதும் பரவலான கிசுகிசுப்பு உண்டு. ஆங்கிலேயர் களும் கண்களையும் காதுகளையும் கூர் தீட்டிக் கொண்டு காத்திருந்தும் அந்தச் செய்தி உண்மைதானா என்று யாருக்கும் தெரியவில்லை.

வாழ்நாள் முழுவதும் ஒரேயொரு போர்களத்தைக் கூடப் பார்த்தறியாத இந்த வயதான கிழவரைத்தான் புரட்சிக்குத் தலைமை தாங்கச் சொல்வதற்காக மீரட் சிப்பாய்கள் அப்போது செங்கோட்டை வாசலை நெருங்கியிருந்தனர்.

டெல்லியை நெருங்கிவிட்ட மீரட் சிப்பாய்களுக்கு இன்னும் ஆச்சரியம் விலகவில்லை. மீரட்டின் ஆங்கிலப் படைகள் பீரங்கி யுடன் தங்களைத் துரத்தி வரும் என்ற எண்ணத்தில்தான் அவர்கள் வழியில் எங்குமே நிற்காமல் விரைந்து வந்தனர். டெல்லியை நெருங்கிவிட்டால் அங்கு இருக்கும் சுதேசிச் சிப்பாய்கள் உதவிக்கு வந்துவிடுவார்கள். தாங்கள் தப்பிவிடலாம் என்று நினைத்தனர்.

அப்படி எதுவும் நடக்கவில்லை. வெள்ளையர் விரட்டி வரும் சுவடே தெரியவில்லை. ஏன் என்றும் விளங்கவில்லை. மீரட் சிப்பாய்களுக்கு உற்சாகம் கூடிவிட்டது. ஆங்கிலேயர்கள் பயந்து பதுங்கிவிட்டார்கள். இனி அவர்களின் அரசாங்கம் செல்லுபடி யாகாது. விரைவிலேயே தலைநகரையும் ஆங்கிலேயரின் பிடியில் இருந்து விடுவித்துவிட்டால் ஹிந்துஸ்தானமே தங்களின் கை வசம் வந்தது போலத்தான். அதுவும் மே 31 ம்தேதிக்கு பிறகு ஏற்படும்

பிரளயப் புரட்சியில் வெள்ளையர்கள் துரும்பு போல அடித்துச் செல்லப்பட்டு தேம்ஸ் நதிக்கே சென்று கரைசேர வேண்டியது தான். சலோ டெல்லி!

மீரட்டிலிருந்து டெல்லி கிட்டத்தட்ட முப்பத்திரண்டு மைல் தான். விடிகாலை நேரத்திலேயே டெல்லியை நெருங்கிவிட்ட சிப்பாய்கள் யமுனை நதியைக் கண்டதும் குஷியானார்கள். களைப்பு தீர குளியல் போட்டுவிட்டு படகுகளாலான பாலத்தை நெருங்கி விட்டார்கள்.

•

பகதூர் ஷா அதிர்ச்சியில் உறைந்து போய் விட்டார். அவரால் நம்பமுடியவில்லை!

'நிஜமா? மீரட்டில் கலவரம் வெடித்துவிட்டதா? அந்தப் புரட்சிக் காரர்கள் டெல்லியை நோக்கி வருகிறார்களா? இது எப்படி நடந்தது? எதற்காக நடந்தது? ஏன் இந்தத் திடீர் புரட்சி? சரி, அது எப்படியோ தொலைந்து போகட்டும். அந்தச் சைத்தான்கள் இங்கு எதற்கு வருகிறார்கள்?'

பகதூர் ஷாவின் நெஞ்சு படபடத்தது. ஆசுவாசப்படுத்திக் கொள்ள நெஞ்சு நிறைய ஹுக்கா இழுத்து இருமினார்.

ரகசியக் கடிதங்கள், திரைமறைவு பேச்சு வார்த்தை என்று என்னென்னவோ நடந்து கொண்டிருந்தபோதும் பகதூர் ஷா மனத்தளவில் புரட்சிக்கு இன்னும் தயாராகவில்லை. தீர்மானத் துக்கு வரவும் இல்லை. எனவே, மீரட் சிப்பாய்களை டெல்லிக் குள் நுழையவிட்டு, உடனடியாக வெள்ளையரிடம் கெட்ட பெயர் வாங்கிக் கொள்ளவேண்டாம் என்று முடிவெடுத்தார். ஆம்! டெல்லிக்குள் அவர் மட்டுமா இருக்கிறார்? தலைமை நிலையர், கமிஷனர், கர்னல், கேப்டன், ஜெனரல் என்று அடுக்குப் பாத்திரங்களாக எத்தனையெத்தனை அதிகாரிகள் நோட்டமிட்டுக் கொண்டிருக்கிறார்கள்.

பகதூர் ஷா தனது அந்தரங்க வீரர்களை அழைத்து கோட்டைக் கதவுகளை மூடும்படியும், மீரட் சிப்பாய்கள் உள்ளே நுழைய முடியாதபடி படகுப் பாலத்தை உடைத்து விடுமாறும் உத்தரவிட்டார்.

காரியம் கை மீறிவிட்டது!

ஏற்கெனவே அடி மனத்தில் புரட்சிக்குத் தயாராகிவிட்ட டெல்லி யின் கோட்டை வீரர்கள், படகு பாலத்தைக் கடந்துவிட்ட மீரட் சிப்பாய்களுக்கு ராஜ உபசாரத்துடன் கதவுகளைத் திறந் து விட்டிருந்தார்கள். ஆரவாரத்துடனும், ஆக்ரோஷத்துடனும் புகுந்துவிட்டது புரட்சிப் படை.

மீரட்டின் புரட்சிச் சிப்பாய்களின் வருகை தெரிய வந்ததுமே டெல்லியின் வெள்ளை அதிகாரிகள் பதறிப் போனார்கள். உடனடியாக அவரவர் படையின் சிப்பாய்களை அணிவகுக்க வைத்து நன்றி, விசுவாசம் பற்றியெல்லாம் போதனை நடத்தி னார்கள். பின்னர் கர்னல் ரிப்லி என்பவன் தலைமையில் சுதேசிச் சிப்பாய்கள் அடங்கிய 54 வது படைப் பிரிவு மீரட் சிப்பாய்களை தாக்கி வீழ்த்துவதற்காக புறப்பட்டுச் சென்றது.

இரண்டு தரப்பும் எதிரெதிரே சந்தித்துக் கொண்டதும் நிலைமை மாறிவிட்டது! மீரட் சிப்பாய்கள் 'டெல்லி சக்ரவர்த்தி வாழ்க! ஹிந்துஸ்தானம் வாழ்க! ஆங்கிலேய ஆட்சி வீழ்க!' என்று கோஷமிட, 54-வது படைப் பிரிவின் சிப்பாய்களிடமிருந்து உற்சாகத்துடன் எதிர் கோஷம் எழுந்தது. 'புரட்சி வாழ்க! தேசத்தைக் காப்போம்! அந்நியர்களை ஒழிப்போம்!'

கெட்டது குடி! கர்னல் ரிப்லி திகைத்துப் போனான். இனி என்ன நடக்கும் என்பது அவனுக்குப் புரிந்துவிட்டது. தனது படையின் சிப்பாய்களைப் பார்த்துச் சீறினான். 'துரோகிகளே!' அடுத் தடுத்துச் சிப்பாய்களின் துப்பாக்கிகளிலிருந்து சீறிப் பாய்ந்த பல தோட்டாக்கள் அவன் பேச்சை, மூச்சை உடனடியாக நிறுத்தின.

மீரட் சிப்பாய்களும், டெல்லி சிப்பாய்களும் ஒருவரையொருவர் மார்புறத் தழுவிக்கொண்டனர். எல்லோரும் இணைந்து கொண்டு காஷ்மீர் வாசலின் வழியாக டெல்லிக்குள் புகுந்தனர். வேட்டை ஆரம்பமாகிவிட்டது.

மீரட் சிப்பாய்களின் மற்றொரு பிரிவு கல்கத்தா வாசலின் வழியாக நுழைந்து தார்ய கஞ்ச் பகுதியின் வெள்ளையர் வீடு களைச் சூறையாடியது. சில வீடுகள் உடைத்து நொறுக்கப் பட்டன. சில வசிப்பிடங்கள் தீக்கிரையாக்கப்பட்டன. வெள்ளை இனத்தவர் அடுத்தடுத்துக் கொல்லப்பட்டனர். வெள்ளையர் களின் மருத்துவமனைகளைக்கூட சிப்பாய்கள் விட்டு வைக்க வில்லை. பெனாயில் நெடியையும் மீறி ரத்த வாடை மூக்கைத் துளைத்தது.

கலவரத்தை அடக்குவதற்காக டெல்லியின் கமிஷனர் பிரேஸரும், நீதிபதி ஹட்சின்னும் ஆங்கிலத் தலைமை நிலையத்துக்கு விரைந்து வந்தனர். அங்கேயும் வந்துவிட்ட புரட்சிச் சிப்பாய்களால் அப்போதே அவர்கள் வெட்டிக் கொல்லப்பட்டனர்.

மற்றொரு வீட்டின் மாடியில் மக்களை மதம் மாற்றும் முயற்சியில் தீவிரமாக ஈடுபட்ட பாதிரி ஜென்னிங்க்ஸும், அவருடைய மகளும் இருந்தனர். சிப்பாய்கள் ஆவேசத்துடன் வருவதைக் கண்டு முன்னெச்சரிக்கையாக கதவைச் சாத்தி தாழிட்டனர். என்றாலும் நீண்ட நேரம் அந்த மரக் கதவால் அவர்களைக் காப்பாற்ற முடியவில்லை. யார் வெட்டினார்கள்? யார் குத்தினார்கள்? யார் சுட்டார்கள்? என்பது தெரியாமல் வினாடி நேரத்தில் இருவரும் பிணங்களானார்கள்.

இங்கும் சிப்பாய் புரட்சியைக் காரணமாக வைத்து நகரின் அத்தனை குற்றப் பரம்பரையினரும் சிப்பாய்களுடன் கொலை கொள்ளைகளில் இறங்கி நகரை நாசப்படுத்தினார்கள். நகைக் கடைகள் ஒன்று விடாமல் கொள்ளையடிக்கப்பட்டன. தங்கம், வெள்ளி, வைர வைடூரிய ஆபரணங்கள் மூட்டை மூட்டையாகக் கட்டப்பட்டு உடலின் வலுவுள்ளவர்களால் பிரித்துக் கொள்ளப்பட்டு மாயமாகின.

இதுதவிர வெள்ளையர்களைத் தேடுவதான பாவனையில், இதுவரை மக்களைச் சுரண்டிக் கொழுத்திருந்த கந்து வட்டிக்காரர்கள், மார்வாரிகள், பனியாக்கள், பெரும் செல்வந்தர்கள் எல்லோரும்கூட தாக்கப்பட்டு கொள்ளையடிக்கப்பட்டனர்.

உச்சகட்டமாக நகரின் டெல்லி வங்கியும் இடித்துத் தரைமட்டமாக்கப்பட்டது. அதன் பெரும் இரும்புப் பெட்டகங்கள் உடைக்கப்பட்டு லட்சக்கணக்கான ரூபாய்கள் அள்ளிக் கொள்ளப்பட்டன. ஒருபுறம் பழி தீர்க்கும் படலமும், மறுபுறம் சூறையாடலும் குறைவில்லாமல் நடந்தது. 'டெல்லி கெஜட்' பத்திரிகை அலுவலகமும், அதன் அச்சகமும் தாக்கப்பட்டன.

நகரின் எங்கெங்கும் வெள்ளையர் குடியிருப்புகளில் புகுந்து ஆண்கள், பெண்கள், குழந்தைகள் என பாரபட்சமில்லாமல் வெள்ளை நிறத்தவர் அனைவரும் கொல்லப்பட்டனர். நூற்றுக் கணக்கான ஆண்டுகளாக அடக்கி வைக்கப்பட்டிருந்த வெள்ளையர் மீதான வெறி, கூரிய வாள்களாலும், ஈட்டிகளாலும்,

துப்பாக்கித் தோட்டாக்களாலும் அங்கு வஞ்சம் தீர்க்கப்பட்டது. ஆங்கிலேயர் மட்டுமில்லாமல் ஹிந்து, முஸ்லிம் மதத்திலிருந்து கிறிஸ்துவ மதத்துக்கு மாறியவர்களும் உள்ளூர் மக்களால் அடையாளம் காட்டப்பட்டு உயிரிழந்தனர்.

ஆனாலும், இங்கும் ஆங்கிலேயர் மீதான அபிமானமும், விசு வாசமும் மாறாத சிப்பாய்களும், பிரமுகர்களும் இருக்கத்தான் செய்தனர். அவர்கள் தங்களால் முடிந்தவரை பல ஆங்கிலேய ஆண், பெண், குழந்தைகளை மற்ற சிப்பாய்களின் கண்களில் படாமல் பாதுகாப்பான இடத்துக்கு அனுப்பிக் கொண்டுதான் இருந்தனர்.

அந்தப் பாதுகாப்பான இடம் டெல்லி சக்ரவர்த்தி பகதூர் ஷாவின் கோட்டை!

•

டெல்லியில் நடக்கும் அட்டூழியங்கள் எதையும் பகதூர் ஷாவால் ஜீரணித்துக் கொள்ள முடியவில்லை. அவர் மனம் பதறித் துடித்தது.

டெல்லி என்றுமே அவர் பிடியில் இருந்தது கிடையாது. ஆனாலும் அங்கும் இங்குமாக அவரது வார்த்தைகளுக்கு சிறிது மதிப்பிருந்தது. மக்களும் சிப்பாய்களும் ஓரளவுக்கு அவருடைய கட்டுப்பாட்டிலிருந்தனர். இன்று மீரட் சிப்பாய்களின் வருகை யால், அவர்களைக் கண்ட எழுச்சியால் எல்லாமே எல்லை மீறிவிட்டது.

'சுதந்தர தாகம் என்கிற பெயரில் கொலை வெறியும், கொள்ளையுமாக அலையும் டெல்லி மக்களை இனி என்ன சொல்லித் தடுப்பது? எதைச் சொன்னாலும் காதில் வாங்கும் மனநிலையில் அவர்கள் இல்லை. அல்லா! நான் என்ன செய் வேன்? என்னை ஏன் இப்படியோர் இக்கட்டான சூழ்நிலையில் சிக்க வைத்தாய்?'

பகதூர் ஷா வேதனையில் துவண்டார். அடிப்படையில் கவித் துவ உள்ளம் கொண்ட மென்மையானவர் பகதூர் ஷா. மத சார்பற்றவர். ஒரு சிறந்த அரசனுக்குரிய அத்தனை நற்குணங் களும் கொண்டவர். துரதிஷ்டவசமாக இந்த நல்லவர் ஆள் வதற்கு சாம்ராஜ்ஜியம்தான் இல்லை.

ஒரு சமயம் ஹிந்து ஒருவன், தான் முஸ்லிமாக மதம் மாறுவதற் காக பகதூர் ஷாவை அணுகி அனுமதி கேட்டான். 'உடனடியாக அந்த ஹிந்துவை அரண்மனையிலிருந்து வெளியேற்றுங்கள்' என்று கட்டளையிட்டவர் பகதூர் ஷா. மற்றொரு சமயம் ஏராள பழைமைவாத முஸ்லிம்கள் அரண்மனைக்கு வந்து, ஈத் பண்டிகையின்போது பசுக்களை வெட்டுவதற்காக அனுமதி கேட்டபோது, பசுவதை என்பது ஹிந்துக்களின் மனத்தைப் புண்படுத்தும் செயல் என்பதால் அனுமதி மறுத்து விட்டார். 'முசல்மான்களின் மதம் பசுக்கள் கொல்லப்படுவதற்காகக் காத்திருக்கவில்லை' என்று பதில் தந்தார்.

அவருடைய அந்தரங்க மருத்துவரான சாமன்லால் என்பவர் கிறிஸ்துவ மதத்துக்கு மாறியபோது, சில முஸ்லிம் பெரியவர்கள் சாமன்லாலை அரண்மனையிலிருந்து துரத்தவேண்டும் என்று கோரிக்கை வைத்தார்கள். ஆனால் பகதூர் ஷா, 'மருத்துவரின் மத நம்பிக்கை என்பது அவருடைய தனிப்பட்ட விருப்பம். அதில் தலையிட சக்ரவர்த்தியாகிய தனக்கும்கூட உரிமையில்லை' என்று சொல்லி சாமன்லாலை அரண்மனையிலிருந்து நீக்க மறுத்து விட்டார்.

இத்தனை உன்னத மனிதரால் தனது பிரதேசத்துக்குள் நடந்து கொண்டிருக்கும் அப்பட்டமான படுகொலைகளை ஜீரணிக் கவே முடியவில்லை. அவரது கோட்டைக்குள் அடைக்கலம் தேடிப் புகுந்த ஏராளமான வெள்ளையர்களுள் புரட்சிக்காரர் களால் தாக்கப்பட்டவர்களும் இருந்தார்கள். குற்றுயிரும் கொலையுயிருமாக கண்ணெதிரே சிறுகச் சிறுகச் செத்துக் கொண்டிருந்தார்கள். சிலர் இறந்தே போனார்கள். உயிர் தப்பி யிருக்கும் மற்றவர்களும் வல்லூறுகளால் விரட்டப்படும் கோழிக் குஞ்சுகள் போல நடுநடுங்கிக் கொண்டிருந்தார்கள். பார்க்கப் பார்க்க பகதூர் ஷாவின் மனது கரைந்து கசிந்தது.

இந்த வெள்ளை இனம்தான் அவரது ராஜ்ஜியத்தைப் பறித்தது. அதிகாரத்தைப் பிடுங்கிப் பாக்கெட்டில் போட்டுக் கொண்டது. பிச்சைக்காசு போல மான்யத்தை வீசி மூலையில் உட்கார வைத்தது. இதெல்லாம் போதென்று வாழ்விடத்திலிருந்தும் விரட்ட சமயம் பார்த்துக் கொண்டிருக்கிறது. ஆனாலும் பகதூர் ஷாவுக்கு இதொன்றும் நினைக்கத் தோன்றவில்லை. தன்னிடம் அடைக்கலம் புகுந்தவர்களை எப்படியாவது பாதுகாத்துக்

காப்பாற்றவேண்டும் என்பதான கருணை மட்டும்தான் அவருக்குள் பிரவாகித்துக் கொண்டிருந்தது.

வெளியே மீரட்டின் மிச்சம் மீதி பீரங்கிப் படையினரும் டெல்லி வந்து சேர்ந்துவிட்டார்கள். புரட்சிச் சிப்பாய்களின் பலம் கூடிவிட்டது. கொலைப் பணி வேகம் எடுத்துவிட்டது. வெள்ளையர்களை தேடித் தேடிக் கொன்று குவித்தாகி விட்டது. மற்றவர்கள் எங்கே போய் பதுங்கியிருக்கிறார்களோ தெரியவில்லை. விடக்கூடாது. ஒரு வெள்ளை உயிரையும் மிச்சம் வைக்கக்கூடாது.

ஆனால் அவர்களைத் தேடி பலி கொடுப்பது அப்புறம்! இப்போது நமது அதி முக்கிய கடமை ஹிந்துஸ்தானத்தின் பேரரசரைத் தரிசித்து நம் வருகையைத் தெரிவிப்பதுதான். முதலில் அவருடைய ஆசீர்வாதத்தைப் பெற்றுக் கொள்வோம்! அதன் பின் புனிதப் போரை தொடருவோம்.

சக்ரவர்த்தி பகதூர் ஷாவுக்கு மரியாதை செலுத்தும்விதமாக 21 குண்டுகள் போட்டு முழங்கினார்கள். வெற்றிக் கோஷங்கள் எழுப்பினார்கள். அடுத்து அனைத்துச் சிப்பாய்களும் திமுதிமு வென்று கூச்சலும் கும்மாளமுமாக பகதூர் ஷாவின் அரண்மனைக் குள்ளேயே நுழைந்துவிட்டார்கள்.

மன்னர் மிக முக்கியப் பிரமுகர்களை மட்டுமே சந்திக்கும் அந்தப் பரந்த சலவைக்கல் மஹால் ஆயிரக்கணக்கான சிப்பாய்களின் வருகையால் மூச்சுத் திணறியது. சேறும் சகதியுமான குதிரைகளின் காலடிகளால் அழுக்கடைந்தது. வீரர்களின் வாள்களில் இருந்து சொட்டிய ரத்தம் காலடிகளில் மிதிபட்டுப் பரவியதால் தரை முழுதும் பிசுபிசுத்தது. காலாட்படை வீரர்கள் ஆங்காங்கே குழுக்களாக அமர்ந்துகொண்டார்கள். குதிரை வீரர்கள் தங்களின் குதிரைகளை ஓரமாக அவிழ்த்துக் கட்டிவிட்டு தூண்களில் சாய்ந்து ஆசுவாசப்படுத்திக் கொண்டார்கள். அரண்மனை வேலையாட்கள் திகைப்பும் திகிலுமாக ஒதுங்கி நின்றார்கள்.

பகதூர் ஷாவின் அமைச்சர் அவசர அவசரமாக ஓடோடி வந்தார். சிப்பாய்கள் முன் வந்து நின்று அவர்களை அமைதிப்படுத்திப் பேச முயன்றார். கூட்டம் கட்டுப்படவில்லை.

‘சக்ரவர்த்தியைப் பார்க்கவேண்டும். பேரரசரின் தரிசனம் பெற வேண்டும். அவரை வரச் சொல்லுங்கள்’ கூச்சலிட்டார்கள்.

பகதூர் ஷா வரவில்லையென்றால் அவரது அந்தரங்க அறைக்குள்ளேயே நுழைந்து விடுவார்கள் போலிருந்தது! பகதூர் ஷாவுக்கு தகவல் போக, சிப்பாய்களின் எதிரே மேல் மாடத்தில் வந்து நின்று தரிசனம் தந்தார்.

'டெல்லி பாதுஷா வாழ்க! சுதந்தர ஹிந்துஸ்தானம் வாழ்க! வெள்ளையர் வீழ்க!' - சிப்பாய்களின் கோஷம் டெல்லி முழுவதும் எதிரொலித்தது.

'அமைதி! அமைதி! அமைதியாக இருங்கள்' பகதூர் ஷா கை உயர்த்தி அடக்கினார்.

சிப்பாய்களின் தலைவன் ஒருவன் முன் வந்து நின்று உணர்ச்சி பொங்கப் பேசினான்.

'சக்ரவர்த்தி நாங்கள் எல்லோரும் மீரட் சிப்பாய்கள். தங்களின் அன்பான குடி மக்கள். மீரட்டில் புரட்சி வெடித்துவிட்டது. அங்கு ஆங்கிலேயர்கள் வீழ்த்தப்பட்டு அவர்கள் தோற்று விட்டார்கள். டெல்லியும் இப்போது தங்கள் வசம்தான். ஹிந்துஸ்தானத்தின் அத்தனை சிப்பாய்களும் பெருமிதத்துடன் உங்கள் உத்தரவை எதிர்பார்த்துக் காத்திருக்கிறோம். மக்களும் இந்தப் புரட்சி வேள்வியில் எழுச்சி கொண்டுவிட்டார்கள். இதற்கு மேல் தாங்கள்தான் தலைமையேற்று எங்களை வழி நடத்தவேண்டும். நம் தேசத்தை அந்நியரின் பிடியிலிருந்து மீட்பதற்கான புனிதப் போரில் உங்கள் உத்தரவை எதிர்பார்த்துக் காத்திருக்கிறோம். கட்டளையிடுங்கள் அரசே! தேசத்தை மாசுபடுத்தும் வெள்ளையரை மிச்சம் வைக்காமல் நரகத்துக்கு அனுப்பி வைக்கிறோம்.'

பகதூர் ஷாவுக்கு சுருசுருவென்று கோபம் தலைக்கேறியது. சிரமப்பட்டு அடக்கிக் கொண்டார்.

'என்ன நினைத்திருக்கிறார்கள் இந்தச் சிப்பாய்கள்? வாழ்வின் கடைசிச் சொட்டுகளை ருசித்துக் கொண்டிருக்கும் வயோதிகன் நான். ராஜ்ஜியம் இல்லை. படை பலம் இல்லை. ஆயுதத் தளவாடங்கள் இல்லை. எல்லாவற்றுக்கும் மேலாக யுத்தத் துக்குச் செலவழிக்கவோ சிப்பாய்களுக்குச் சம்பளம் தரவோகூட கையில் பணமில்லை. கஜானா கருவூலம் காற்று வாங்கிக் கொண்டிருக்கிறது. உண்மையைச் சொன்னால் புரிந்து கொள்வார்களா?'

வேறு வழியில்லை! பகதூர் ஷா கொஞ்சம்கூட தயக்கமில்லாமல் டெல்லிப் பேரரசனின் சல்லிக்காசுகூட இல்லாத நிலையை அப்பட்டமாக வெளிப்படுத்தினார். தனது பரிதாபகரமான நிலையை விவரித்தபோது அவரது குரல் கம்மியது. துக்கத்தால் தொண்டை அடைத்தது. ஆனாலும் கம்பீரத்தைக் கை விடாமல் தனது மெலிந்த குரலில் நிதர்சனத்தைப் புரிய வைக்க முயற்சித்தார்.

பகதூர் ஷாவின் மனம் திறந்த பேச்சில் சிப்பாய்கள் நெகிழ்ந்து போனார்கள். 'ஹிந்துஸ்தானத்தையே கட்டியாண்ட இணை யற்ற முகலாயப் பரம்பரையின் நிகரற்ற பாதுஷா இன்று இந்த நிலைமைக்கு வர வெள்ளை நரிகள்தானே காரணம்.' - முஷ்டி குவித்துக் குமுறினார்கள்.

'சக்ரவர்த்தி! பொருளில்லாத கவலை தங்களுக்கு வேண்டாம். வெள்ளையர்களின் கஜானாக்களில் நிரம்பி வழிவதெல்லாம் நம் பணம்தான். ஹிந்துஸ்தானத்து மன்னர்களையும், மக்களையும் சுரண்டிச் சேர்த்த பணம். அவர்களின் அத்தனை கஜானாக்களை யும், பொக்கிஷங்களையும் கொள்ளையிட்டு மலை மலையாக செல்வங்களை தங்களின் காலடியில் கொண்டு வந்து கொட்டு கிறோம். இது எங்கள் கடமை. தயங்காமல் தலைமை ஏற்றுக் கொள்ளுங்கள். வெற்றிகளை தங்களுக்குக் காணிக்கையாக்கு கிறோம்'

'ஆம்! ஆம்! தலைமையேற்று ஆசீர்வதியுங்கள். வெள்ளையர் களைப் பழிதீர்க்க எங்களை வழியனுப்புங்கள்!'

சிப்பாய்கள் ஒருமித்த குரலில் வேண்டுகோள் விடுத்தார்கள்.

பகதூர் ஷா தனது வாழ்நாளில் வெகு உண்மையாக தன்னை ஒரு பேரரசனாக உணர்ந்த தருணம் அது! அலைகடல் போல கண்ணுக்கெட்டிய தூரம்வரை எழுச்சியுடன் திரண்டு நின்ற சிப்பாய்களைப் பார்க்கும்போது மனத்துக்குள் பெருமிதமாக இருந்தது. என் நாடு! என் மக்கள்! கர்வம் எழுந்தது. பீறிட் டெழுந்த பூரிப்பில் தலையை தன்னிச்சையாக ஆட்டிவிட்டார்.

சிப்பாய்கள் உற்சாகமானார்கள்; உத்வேகமடைந்தார்கள். முழக்கமிட்டார்கள்.

'ஹிந்துஸ்தானத்தின் பேரரசர் வாழ்க!'

முகலாய மன்னரை ஒட்டுமொத்த ஹிந்துஸ்தானத்தின் மன்னராகவும், அதிகாரத்தின் சின்னமாகவும் ஏற்றுக் கொண்ட பிரகடனக் குரல் ஓங்கி ஒலித்தது!

இந்தப் பிரகடனத்தின் மூலம் சிப்பாய்களின் கலகமாகத் தொடங்கிய போராட்டம் புரட்சி யுத்தமாக மாறிவிட்டது.

சிப்பாய்கள் வரிசையாக வந்து தங்களின் வாள்களை அவரது காலடியில் வைத்து மண்டியிட்டு தலைவணங்கினார்கள். பகதூர் ஷா அவர்களை ஆசிர்வதித்தார்.

சிப்பாய்கள் ஆர்ப்பரித்து நின்ற அந்தச் சமயத்தில் அதைத் தவிர அவர் வேறொன்றும் செய்திருக்க முடியாது என்பதும் உண்மை. வேகம் கொண்ட சிப்பாய்களின் மேலான பயம், தன்னை ஒப்புக்குச் சப்பாணியாக நடத்தி அகௌரவப்படுத்திய கிழக்கிந்தியக் கம்பெனியின் மீதிருந்த கோபம், டெல்லி நகரில் வாழ்ந்து கொண்டிருக்கும் மக்களின் மீதான கவலை எல்லாமு மாகச் சேர்ந்து அவரை அப்படி சம்மதம் தெரிவிக்க வைத்து விட்டது.

சிப்பாய்கள் ஆயிரம் யானை பலம் கொண்டவர்கள் ஆனார்கள். மகிழ்ச்சி கொண்டார்கள். டெல்லியை முற்றும் முழுதாக வெள்ளையரின் பிடியில் இருந்து மீட்க ஆயத்தமானார்கள். அவர்களுக்கு அதிமுக்கிய வேலை ஒன்று பாக்கியிருந்தது! டெல்லியின் கோட்டைக்கு அருகில் இருக்கும் ஆங்கிலேயரின் ஆயுதக் கிடங்கைக் கைப்பற்றுவது!

கிடங்கின் வெள்ளை அதிகாரி கேப்டன் வில்லபி, சுதேசிச் சிப்பாய்களின் வருகையை உத்தேசித்திருந்தான். முடிந்தவரை முன்னேற்பாடுகள் செய்திருந்தான். ஆனாலும் மனத்தில் நம்பிக்கையில்லை. கிடங்கைக் காப்பாற்றுவதற்கு அங்கே மிகக் குறைந்த வெள்ளை வீரர்கள்தான் இருந்தார்கள். மொத்தச் சிப்பாய்களும் முற்றுகையிட்டுத் தாக்க முனைந்தால் இதைக் காப்பாற்றுவது கடினம்.

கிடங்கின் உள்ளே ஏராள வெடி மருந்துப் பொருள்கள், லட்சக் கணக்கான தோட்டாக்கள், ஆயிரக் கணக்கான துப்பாக்கிகள், நூற்றுக்கணக்கான பீரங்கிகள். பிருமாண்ட ஆயுதக் குவியல். சுதேசிச் சிப்பாய்கள் மட்டும் இதைக் கைப்பற்றிவிட்டால் அவர்களுக்கு ஆயுதங்களுக்குப் பஞ்சமிருக்காது. ஆனால் அப்படி

விடக்கூடாது. போரிட்டுத் தடுத்துப் பார்ப்போம். இல்லா விட்டால்...

மீரட், டெல்லி சிப்பாய்கள் ஒட்டு மொத்தமாக கிடங்கைச் சுற்றிச் சூழ்ந்து கொண்டார்கள். தாக்குதல் நடத்தினார்கள். கிடங்கின் கோட்டைச் சுவரில் துளையிட்டு உள்ளே நுழைய முயற்சித்தார் கள். உள்ளிருக்கும் வீரர்களால் சுடப்பட்டு வீழ்ந்தார்கள். அதிரடி யாக உள்ளே நுழைவது ஒன்றும் கஷ்டமில்லை. ஆனால் ஆங்கி லேயர்கள் வேறு ஏதேனும் விபரீத முடிவு எடுத்துவிட்டால்?

அப்படித்தான் ஆனது! கிடங்கினுள் இருக்கும் வீரர்கள் ஒவ்வொருவராக தாக்கப்பட்டு வீழ்ந்து கொண்டிருந்தார்கள். இனியும் தாக்குப் பிடிக்க முடியாது என்று தோன்றிவிட்டது. கேப்டன் வில்லபி முடிவெடுத்தான். என்னவானாலும் சரி; இந்த ஆயுதங்கள் சுதேசிச் சிப்பாய்கள் வசம் சிக்கக்கூடாது. பாக்கெட்டிலிருந்து தீப்பெட்டியை எடுத்தான். குச்சியை எடுத்து உரசினான்!

அடுத்த சில நொடிகளில் கிடங்கு வெடித்துச் சிதறிய ஓசை மீரட் வரை கேட்டது. உள்ளிருந்த அத்தனை வெள்ளையரும், கிடங்கின் வெளிப்புறம் நெருக்கத்திலிருந்த சில சிப்பாய்களு மாக நூற்றுக்கும் மேலானவர்கள் உடல் சிதறி, கை வேறு கால் வேறாக, சதைத் துணுக்குகளாக சிதறிப் போனார்கள். அடர்ந்த கரும்புகை எழுந்து ஆகாயத்தில் பரவியது.

புரட்சிச் சிப்பாய்கள் எதிர்பார்த்துப் பயந்த நிகழ்வுதான் இது. ஆயுதக் கிடங்கைக் கைப்பற்ற முடியாமல் போனது ஏமாற்றம் தான். ஆனால் பெரிதாக ஒன்றும் நஷ்டமில்லை. ஒருவிதத்தில் லாபமாகவும் முடிந்தது!

டெல்லியின் பிற பகுதிகளில் ஆங்கில அதிகாரிகளின் கீழிருந்த மற்ற படைத்தலங்களின் சிப்பாய்கள் ரெண்டுங்கெட்டான் அவஸ்தையில் இருந்தார்கள். அவர்கள் அதுவரை சுதேசிச் சிப்பாய்களைத் தாக்கவும் செல்லவில்லை. வெள்ளையர்களை விரோதிக்கவும் இல்லை. தயக்கத்திலேயே நேரம் நகர்ந்து கொண்டிருந்தது. அந்தத் தயக்கத்தை ஆயுதக் கிடங்கின் வேட்டுச் சத்தம் தகர்த்தெறிந்துவிட்டது.

'சகோதரர்களே! ஆங்கிலேயர்களின் ஆயுதக் கிடங்கு சிதறி விட்டது. நம் புரட்சிச் சிப்பாய்கள் வெற்றி பெற்றுவிட்டார்கள்.

வெள்ளையர்களின் ஆதிக்கம் முடிந்துவிட்டது. இனி நாம் இவர்களின் கீழிருக்கத் தேவையில்லை. வாருங்கள் செல்வோம். ஹிந்துஸ்தானம் வாழ்க! புரட்சி வெல்க!' - கோஷமிட்டபடி புறப்பட்டுச் சென்று புரட்சிக் கோஷ்டியுடன் இணைந்து கொண்டார்கள். டெல்லியின் தளபதி மிர்ஸா மொகல் உள்பட!

வெள்ளையர்கள் விரட்டப்பட்ட கரப்பான் பூச்சிகள் போல் பதட்டத்தில் நாலா திசைகளிலும் பரவிச் சிதறினார்கள். யாரு மறியாமல் டெல்லியை விட்டு வெளியேற முற்பட்டார்கள். எந்த வெள்ளை நிறத்துக்காக பெருமிதப்பட்டார்களோ, அதை மறைக்க கருப்பு இந்தியர்கள் போல கரி பூசிக் கொண்டார்கள். ஹிந்து சந்நியாசி போல வேடம் அணிந்தார்கள். குழந்தை குட்டிகளுடன் குடும்பம் குடும்பமாக காடுகள், நதிகள் வழியாக பதுங்கிச் சென்று தப்பிக்க முனைந்தார்கள். இரக்கமுள்ள கிராமவாசிகள் சிலரின் உதவியால் மீரட்டிலிருந்த வெள்ளையர் முகாமுக்கு சென்று சேர்ந்தார்கள்.

அப்படி தப்பிக்க நினைத்த சில குடும்பத்தினர் ஐம்பது பேர் வரை சிப்பாய்களால் வளைக்கப்பட்டார்கள். பகதூர் ஷாவின் கண்டிப்பான உத்தரவால் சிறையில் அடைக்கப்பட்டார்கள். ஆனால் சிக்கிக் கொண்ட அந்த ஐம்பது வெள்ளையர்களின் உயிர்கள் நீண்ட நாள் நீடிக்கவில்லை. பகதூர் ஷா எத்தனையோ முயற்சித்தும் அறிவுரை சொல்லியும்கூட தண்டிக்கப்பட்டே தீரவேண்டும் என்று கொந்தளித்த சிப்பாய்களிடமிருந்து அவர் களைக் காப்பாற்ற முடியவில்லை. தளபதி மிர்ஸா மொகலே முன்னிலையில் நிற்கும்போது அவரால்தான் பாவம் என்ன செய்யமுடியும்?

மே 16-ம் நாள் அவர்கள் அனைவரும் ஒரு பொது இடத்துக்குக் கொண்டு வரப்பட்டு கூடியிருந்த மக்கள் முன்னிலையில் நிறுத்தப் பட்டனர். தலைகள் சீவப்பட்டு உடனடியாக உயிரிழந்தனர்.

பகதூர் ஷாவுக்குத் தெரியும். வெள்ளையர்கள் இதை நிச்சயம் பொறுத்துக் கொள்ளப் போவதில்லை. கண்டிப்பாக பழி தீர்த்துக் கொள்ள முனைவார்கள். ஆனால் வேறுவழியில்லை. எது வானாலும் இனி பின்வாங்க முடியாது. பயந்து பிரயோஜன மில்லை. வெள்ளையர்களுக்கு முன்பு நாம் முந்திக் கொள்ள வேண்டும். டெல்லியை பலப்படுத்திக் கொண்டு தயாராக இருக்கவேண்டும். அதற்கு இங்குள்ள படை பலம் போதாது.

பகதூர் ஷா மற்ற சுதேசி மன்னர்களுக்கு படை உதவி கேட்டுக் கடிதம் எழுதினார்.

நாள்கள் நகர்ந்ததே தவிர யாரிடமிருந்தும் பதில் இல்லை. ஆங்கிலேயர்கள் வீழ்த்தப்பட்டு விட்டார்கள் என்றோ, இனி மேலும் அவர்கள் தோற்றுப் போவார்கள் என்றோ யாரும் நம்பத் தயாராயில்லை. வெள்ளையரைப் பகைத்துக் கொள்ளத் துணிவு மில்லை.

மற்றவர்கள் இருக்கட்டும். பகதூர் ஷாவின் மனைவியான ராணி ஜீனத் மகாலே கூட ஆங்கிலேயர்களை விரோதித்துக் கொள்ள விரும்பவில்லை. அரண்மனை வைத்தியரும் அந்தரங்க ஆலோசகருமான அஷானுல்லா மூலமாக வெள்ளையருக்கு தொடர்ந்து தூது விட்டுக் கொண்டிருந்தாள்.

கலகம் எழுந்து ஐந்து நாள்களாகியும் டெல்லி சகஜ நிலைக்குத் திரும்பவில்லை. கட்டுக்கடங்காத சிப்பாய் படையினர்; கட்ட விழ்த்து விடப்பட்ட அயோக்கியர் கும்பல்; தடியெடுத்தவன் தண்டல்காரன் என்கிற நிலைதான் நீடித்தது. எத்தனை நாள்கள் சமாளிக்கமுடியும் என்று தெரியவில்லை. பெரும் செல்வந்தர் களிடம் கடன் வாங்கித்தான் ராஜ்ய பரிபாலனம் நடந்து கொண்டிருந்தது.

11 ம் தேதி ஆரம்பமான வெள்ளையர் வேட்டை ஒருவாறாக 16 ம் தேதி முடிவுக்கு வந்தது. நகரத்தில் ஒருவர் என்றால் ஒருவர்கூட வெள்ளையர் இருக்கவில்லை. டெல்லி சுதந்தர தேசமாகி விட்டது. பாதுஷாவின் பெயரால் விடுதலைப் பிரகடனம் விடப்பட்டு விட்டது.

'எல்லா தேசங்களும் மாகாணங்களும் இணைந்த ஒரு கூட்டமைப்பை உருவாக்குவோம். பிரிட்டிஷ் ஆட்சியைத் தூக்கியெறிவோம்.'

கோட்டையில் சுயராஜ்ய பச்சைக் கொடி படபடத்துக் கொண்டிருந்தது. பக்கத்தில் துவஸ்ஜம்ப காவிக் கொடியும் பறந்தது. இது நிலைக்குமா என்றுதான் தெரியவில்லை!

11

ரோஹில்கண்ட் புரட்சி

மீரட் எழுச்சியும், டெல்லி வீழ்ச்சி தகவலும் முதலில் கல்கத்தாவையும், அடுத்துஅம்பாலா பிரதேசத்தையும் எட்டியது. நம்பவே முடியாத தகவல்! ஆனால் நம்பித்தான் ஆகவேண்டும்.

அம்பாலா பிரதேசத்தின் தலைமைத் தளபதி ஆன்சன் அப்போது சிம்லாவில் இருந்தான். உடல்நிலை சரியில்லை. இந்தியாவின் கோடை வெப்பத்தையும் தாங்க முடியவில்லை. ஓய்வுக் காக சிம்லா வந்து டேரா போட்டிருந்தான். இரண்டு மாதகாலத்தை இப்படியே சிலுசிலு வென்று கழித்துவிடலாம் என்றிருந்த அவனின் நினைப்பை அடுத்தடுத்து வந்த தந்திகள் அழித்துப் போட்டன.

ஆன்சன் அதிர்ந்து போனான். அவன் மட்டுமல்ல சிம்லாவில் இருந்த வெள்ளையர்கள் அத்தனை பேரும் பிரதேசத்தின் குளுமையையும் மீறி வியர்த்து விறுவிறுத்து உறைந்து போனார்கள்.

அதிகாரபூர்வமாக வந்த தந்திகள் மட்டுமில்லாமல் அபாயகரமான வதந்திகளும் பிரதேசத்தில் திகிலைக் கிளப்பி வலம் வந்தன.

மீரட், டெல்லி போலவே கூர்க்கப் படைகளும் வெள்ளை யருக்கு விரோதமாக புரட்சி செய்யக் கிளம்பிவிட்டன என்று பரவிய வதந்தியால் சிம்லா வெள்ளையர்கள் குலை நடுங்கிப் போனார்கள். ஒருவர் பாக்கியில்லாமல் அத்தனை பேரும் அலறியடித்துக் கொண்டு சிம்லாவை விட்டு ஓட்டம் பிடித்தார் கள். குடும்பம் குடும்பமாக மூட்டை முடிச்சுகளைக் கட்டிக் கொண்டு இரண்டு நாள்கள்வரை நிற்காமல் நடந்து கொண்டே யிருந்தார்கள். வதந்தி பொய்; கூர்க்கப் படைகள் வரவில்லை என்று தெரிந்த பிறகுதான் அவர்கள் ஓட்டம் நின்றது.

கல்கத்தாவிலும் வதந்திகளுக்குப் பஞ்சமில்லை. அங்கே திடு மென்று ஒருநாள் 'பரக்பூர் சுதேசிச் சிப்பாய்கள் புரட்சிக்குக் கிளர்ந்து எழுந்துவிட்டார்கள்'என்கிற தகவலால் நகரம் அல்லோகலப்பட்டு அடங்கியது.

ஒன்று மட்டும் உண்மை! இந்த வதந்திகள் எல்லாம் நிஜமாகி யிருந்தால், வெள்ளையர்கள் பயந்தது போலவே ஆங்காங்கே புரட்சிப் படைகள் ஒன்றுபட்டுப் புறப்பட்டிருந்தால் அந்த 1857 யுத்தம் நிச்சயம் வேறுவிதமாகவும் முடிந்திருக்கலாம்.

ஆனால் அப்படி எதுவுமே நடக்கவில்லை. மீரட் கிளர்ந் தெழுந்து, டெல்லியைக் கைப்பற்றிய பிறகு கிட்டத்தட்ட மூன்று வார காலங்கள் வெறுமனே கழிந்தது மிகவும் விசித்திரம்!

சிப்பாய்களின் திடீர் கிளர்ச்சியும் டெல்லி வீழ்ச்சியும் வெள்ளையர்களைப் போலவே விடுதலைப் போராட்டத்துக்கு திட்டமிட்டிருந்த தலைவர்களையும்கூட ஸ்தம்பிக்க வைத்து விட்டது. காலமில்லாத காலத்தில் ஏற்பட்ட புரட்சி அவர்களை அதிர்ச்சியடைய வைத்தது.

இனி என்ன செய்வது? புரட்சி வீரர்கள் டெல்லியைக் கைப் பற்றியதன் மூலமாக புரட்சியானது யுத்தம் என்கிற அடுத்த கட்டத்துக்குப் போய்விட்டது. மக்களிடையே மகத்தான எழுச்சியையும் உண்டாக்கிவிட்டது. இந்தத் திடீர் எழுச்சியைப் பின்பற்றி உடனே தாங்களும் விடுதலைப் போராட்டத்தைத் தொடங்கிவிடுவதா? அல்லது ஏற்கெனவே திட்டமிட்டபடி மே 31ம் தேதிவரை காத்திருப்பதா?

எதையும் தீர்மானிக்க முடியவில்லை. ஆலோசனைகள், ஆட்சேபங்கள், விவாதங்களிலேயே நாள்கள் வீணாகக் கழிந்தது.

அவர்களின் இந்தத் தயக்கமும், தடுமாற்றமும் ஆங்கிலேயர்களுக்கு வேண்டிய அவகாசத்தை அளித்துவிட்டது. வெற்றியை நோக்கி நகர வேண்டியவர்கள் சுதாரித்துக் கொள்ளாமல் தடுமாற, தோல்வியால் தடுமாறிப் போகவேண்டியவர்கள் சுறுசுறுப்புடன் சுதாரித்துக் கொண்டார்கள்.

கல்கத்தாவின் தலைமை ஆளுநர் கானிங் அதிர்ச்சியிலிருந்து விடுபட்டு அடுத்தகட்ட நடவடிக்கையில் இறங்கினான். அம்பாலா பிரதேச படைத்தளத்தின் தலைமைத் தளபதியான ஆன்சனுக்கு தந்தியனுப்பி உடனடியாக படைகளைத் தயார் படுத்துமாறு உத்தரவிட்டிருந்தான்.

சுதேசிப் புரட்சி பெரிய விஷயமே இல்லை என்பது போல வெளியில் அலட்சியமாகக் காண்பித்துக் கொண்டாலும் கானிங்கின் அடிமனத்துக்குள் பயம் பரவி அலையடித்துக் கொண்டிருந்தது.

கல்கத்தா நகரம் ஆங்கிலேய ஆட்சியின் தலைநகரம். பெரும் வர்த்தக நகரமும்கூட! இந்த அதி முக்கிய நகரம் இப்போது பாதுகாப்பில்லாமல் இருக்கிறது. இங்கே போதுமான படைகள் இல்லை.

வெடி மருந்துக் கிடங்குகள், பீரங்கி துப்பாக்கித் தொழிற்சாலைகள், நாணயங்கள் அச்சடிக்கும் இடம் தவிர முக்கியமான வங்கிகள் நிறைந்த உயிர்நாடி நகரம் இது. வணிகர்கள், பாதிரியார்கள், அரசு அலுவலர்கள் என்று ஆயிரக்கணக்கான ஆங்கிலேயர்கள் இங்கு வசிக்கிறார்கள். முதலில் இதைப் பாதுகாக்க வேண்டும்.

கானிங்கின் பயத்துக்கு காரணம் இருந்தது. கல்கத்தாவின் அருகாமையில்தான் பரக்பூர் இருந்தது. அந்த பரக்பூரின் சுதேசிப் படைகள் புரட்சிக்கு எழுந்தால் கல்கத்தா நகரம் ஒரே ராத்திரியில் சுடுகாடாகி விடும். அத்தனை வெள்ளை உயிர்களும் ஒரே சமயத்தில் பரலோக சாம்ராஜ்ஜியத்தை அடைந்துவிடும்.

ஆன்சன், சிம்லாவை விட்டுப் புறப்பட்டு மலையடிவார நகரமான அம்பாலா படைத்தளத்துக்கு வந்து சேர்ந்து படைகளுடன் தயாராக இருப்பதாக கானிங்குக்கு தகவல் அனுப்பினான்.

அது மட்டும் போதாது. பரக்பூரிலிருந்து ஆக்ரா வரையிலான 750 மைல் தூரத்துக்கு ஒரேயொரு ஆங்கிலப் படைதான் இருந்தது. அடுத்து தீவிரமாகச் செயல்படுவதற்கு இந்தப் படை மட்டும் போதாது. டெல்லியை வேறு மீட்கவேண்டும். ஆங்கிலேயர் களின் கீழ் இருக்கும் சுதேசிப் படைகளை இனி முழுதாக நம்புவதற்கு இடமில்லை.

கானிங் மேலும் அதிகளவு வெள்ளைப் படைகளைத் திரட்டும் முயற்சியில் இறங்கினான். ரங்கூனுக்குப் புறப்பட இருந்த இரு ஆங்கிலேயப் படைகளை கல்கத்தாவுக்குக் கொண்டு வந்து நிறுத்தினான்.

ஆங்கில-பாரசீக யுத்தம் அப்போது முடிவுக்கு வந்திருந்தது. அந்தப் படைகளையும் இந்தியாவுக்கு அனுப்பும்படி செய்தி யனுப்பினான். இது தவிர பர்மாவிலும், இலங்கையிலும் இருந்த வெள்ளைப்படைகளையும்கூட வரச் சொல்லிக் கட்டளை யிட்டான். சென்னையின் 34 வது காலாட் படையையும், துப்பாக்கிப் படைகளையும் தயாராக இருக்கும்படி சென்னைக் கவர்னருக்கு தந்தி பறந்தது. ஆனால் இந்தப் படைகளெல்லாம் புறப்பட்டு வந்து சேர சில நாள்களோ, வாரங்களோ ஆகலாம். அதுவரை என்ன செய்வது?

கானிங் முன்பு இரண்டு வழிகள் இருந்தன. தற்போது இருக்கும் படைகளை வைத்து தற்காப்புக்கு முக்கியத்துவம் தந்து காத் திருப்பது. அல்லது உடனடியாக டெல்லியை மீட்கும் முயற்சி யில் இறங்குவது. பெரும்பாலான அதிகாரிகள் தற்காப்புக்கு முக்கியத்துவம் தரலாம் என்றனர். ஆனால் கானிங்கின் எண்ணமோ டெல்லியை மீட்பதிலேயே குறியாக இருந்தது.

இனியும் நாள்களைத் தள்ளிப் போடக்கூடாது. ஏற்கெனவே டெல்லி விடுதலை பெற்றது புரட்சியாளர்களை உத்வேகப் படுத்தி விட்டது. இந்த வெற்றி மற்றவர்களையும் உசுப்பும். கிளர்ந்து எழச் செய்யும். விடக்கூடாது. கிளர்ச்சியின் முனையை முளையிலேயே கிள்ளிப் போட்டு விடவேண்டும். காலின் கீழ் தேய்த்து நசுக்கி விடவேண்டும். உடனடியாக டெல்லியைக் கைப்பற்றி இந்த இந்திய அடிமைகளுக்கு சரியான பாடம் கற்பித்து விடவேண்டும்.

டெல்லியை அதிகபட்சம் ஒரு வாரத்தில் மீண்டும் கைப்பற்றி விடலாம் என்று தப்புக்கணக்கு போட்டான் கானிங். அவன்

ஒன்றை மறந்துவிட்டான். புரட்சி சிப்பாய்கள் அனைவருமே பிரிட்டிஷ் முறையில் நவீனமான போர்ப் பயிற்சி பெற்றவர்கள். ஆங்கிலேயர்களுக்கு நிகரான திறமைசாலிகள். வெள்ளையரின் தந்திரங்கள், திட்டங்கள், வழிமுறைகள், குயுக்திகள் அனைத்தை யும் நன்றாக அறிந்தவர்கள்.

உறுதியான பெரிய மதில்களால் சூழப்பட்டது டெல்லி மாநகரம். அந்த நகரை முற்றுகையிட்டு மீட்பதென்றால் குறிப்பிட்ட நாள்களுக்குத் தேவையான உணவுப் பொருள்கள், யுத்தத் தளவாடங்கள், தங்குமிட வசதிகள், கூடாரங்கள் போன்றவை யெல்லாம் தேவை. அவசரப்பட்டு இறங்கி தோற்றுப் போனால் பிரிட்டனின் பெருமை சிதைந்து போகும்.

கானிங் நன்கு யோசித்து திட்டமான ஏற்பாடுகள் செய்து கொண்டான்.

மே 25ம் தேதி அம்பாலாவின் தளபதி ஆன்சன் டெல்லி நோக்கிப் புறப்பட்டான். மீரட்டிலிருந்த பலம் பொருந்திய படையும் டெல்லி நோக்கி நகர்ந்தது.

அம்பாலாவுக்கும் டெல்லிக்கும் இடையே பாட்டியாலா, நாபா, ஜிந்த் சமஸ்தானங்கள் இருந்தன. இந்த இடங்களிலும் புரட்சி பரவியிருக்கிறதா, மன்னர்களின் மனநிலை என்ன என்று ஆங்கிலேயர்களுக்குப் புரியவில்லை. இவர்களும் கிளர்ந்து எழுந்துவிட்டால் ஆங்கிலப் படைகள் டெல்லியை அடைவது சாத்தியமேயில்லை!

அப்படியெல்லாம் ஒன்றும் நடக்கவில்லை. பாட்டியாலா, நாபா, ஜிந்த் மன்னர்கள் போட்டி போட்டுக்கொண்டு ஆங்கிலேயர் களுக்கு உதவிகளை வாரி வழங்கினார்கள். நாம் ஹிந்துஸ்தானி யர்கள் என்கிற பற்றோ, ஒரே தேசத்தவர்கள் என்கிற உணர்வோ, பக்கத்து ராஜ்ஜியத்தவர்கள் என்கிற நட்போ, பாசமோ எதுவுமே அவர்களுக்கு இல்லை. அவரவர் ராஜ்யம், அவரவர் சுக போகங் கள்; அவரவர் உல்லாசங்கள்; அதற்கு ஆபத்தில்லாதவரை அடுத்தவன் எக்கேடு கெட்டால் எனக்கென்ன?

வெள்ளை எஜமானனை சந்தோஷப்படுத்த பஞ்சாப், டெல்லி ரஸ்தாவை பலமான முறையில் பாதுகாத்து தங்களின் படைகளை காவலுக்கு நிறுத்தி ஆங்கிலப் படைகளுக்கு ஆபத்தில்லாமல் பார்த்துக் கொண்டார்கள்.

கோடைக்காலம் என்பதால் வெள்ளையர் படைகள் பகலில் ஓய்வெடுத்து, இரவில் பயணம் செய்தது. டெல்லியை நெருங்கும் முன்பே மே27 ம்தேதி தலைமை தளபதி ஆன்சன் வாந்தி பேதி நோயினால் பாதிக்கப்பட்டு கர்நாலில் செத்துப் போனான். அவனைப் புதைத்த கையோடு சர். ஹென்றி பர்னார்ட் என்பவன் தலைமைப் பொறுப்பை ஏற்றுக்கொண்டு படைகளை தொடர்ந்து டெல்லி நோக்கி நகர்த்தினான்.

அதே மே 27 ம் தேதி மீரட் படைகளும் அம்பாலா படைகளுடன் இணைந்து கொள்வதற்காக விரைந்து வந்து கொண்டிருந்தன. இரண்டு படைகளையும் சேரவிடாமல் தடுப்பதற்காக டெல்லி யின் சிறு புரட்சிப் படையொன்று ஹிந்தன் நதிக்கரையில் மீரட் படையை வழி மறித்துத் தாக்கியது.

மீரட் புரட்சிக்குப் பிறகு 20 நாள்கள் கழித்து வெள்ளை வீரர்களை, சுதேசி வீரர்கள் எதிரிகளாகக் களத்தில் சந்தித்தார்கள். பிரிகேடியர் ஆர்சட் வில்சன் ஆவேசமானான். ஏற்கெனவே தோற்ற வலி அவனை ஆக்ரோஷமாக இயக்கியது. இந்த முதல் யுத்தத் திலேயே புரட்சி வீரர்கள் தோற்றுப் போய் தங்களின் பீரங்கி களை அங்கேயே விட்டுவிட்டு டெல்லியை நோக்கிப் பின் வாங்கி ஓடிப் போனார்கள்.

ஜுன் 7 ம் தேதி தளபதி பர்னார்ட் தலைமையில் வந்த அம்பாலா படைகளும், வில்சன் நடத்தி வந்த மீரட் படையும் யமுனையைக் கடந்து பாக்பட் என்னும் இடத்தில் சந்தித்து இணைந்துகொண்டன. மறுநாள் பந்தில்-கி-ஸராய் என்னும் இடத்தில் முகாமிட்டன.

இனி டெல்லி தொட்டு விடும் தூரம்தான்!

பாவம்! டெல்லி அந்த நிமிடம்வரை அநாதரவாகத்தான் இருந்தது. புரட்சி எழுந்து, விடுதலை பெற்று, சுதந்தரப் பிரகடனம் விடுத்து இத்தனை நாள்களாகியும், ரகசியத் தலைவர்களிடமிருந்து தகவலோ, அண்டை தேசங்களின் உதவியோ எதுவுமே கிடைக்க வில்லை. பகதூர் ஷா பரிதவித்துக் கொண்டிருந்தார். இப்படியே தனித்து விடப்பட்டுவிடுவோமோ என்று அஞ்சினார்.

அவரது பயத்தைப் போக்கும்விதமாக வடமேற்கே பெரேய்லி யில் டெல்லிக்கு ஆதரவாக வெள்ளையரை எதிர்த்து புரட்சி வெடித்துவிட்டது!

டெல்லிக்குக் கிழக்கே நைனிடாலின் அருகாமையில் உள்ள மாநிலம் ரோஹில்கண்ட். இது மொராதாபாத், பெரேய்லி, ஷாஜகான்பூர், பியூடோன், பிஜ்நௌர் ஆகிய ஐந்து பிரதேசங்களை உள்ளடக்கிய மாநிலம். இதில் பெரேய்லிதான் ரோஹில்கண்ட் மாநிலத்தின் ஆங்கிலேயத் தலைமையகமாக செயல்பட்டுக் கொண்டிருந்தது.

இங்கு இரண்டு காலாட் படைகளும், ஒரு பீரங்கிப் படையும், ஒரு குதிரைப் படையும் இருந்தன. பெரும்பாலும் சுதேசிச் சிப்பாய்கள்தான். பிரிகேடியர் சிப்பால்ட் தளபதியாகவும், அவரின் கீழ் கர்னல் காலின் ட்ரூப்பும் படைகளை நிர்வகித்தனர். சுதேசிக் கிளர்ச்சிப் பற்றிக் கேள்விப்பட்டதுமே கர்னல் காலின் ட்ரூப் உஷாராகி விட்டான்.

முதல் வேலையாக பெரேய்லியில் இருந்த ஆங்கிலக் குடும்பங்களையெல்லாம் மலைநகரமான நைனிடாலுக்கு பத்திரமாக அனுப்பிவைத்தான். அடுத்தகட்டமாக சுதேசிச் சிப்பாய்களின் நம்பிக்கையைப் பெரும்விதமாக ஓர் அறிக்கை விட்டான்.

'அன்புள்ள சிப்பாய்களே! கொழுப்புக் குண்டுகளைப் பற்றிய பீதியோ, மதமாற்றம் குறித்த கலவரமோ உங்களுக்கு சிறிதளவும் தேவையில்லை. ஆங்கில அரசாங்கம் சிப்பாய்களுக்கு இந்த விஷயத்தில் எந்தத் துரோகமும் இழைக்காது என்பதை நீங்கள் பரிபூரணமாக நம்பலாம்.'

இந்தப் பசப்பு வார்த்தைகளுக்கெல்லாம் காது கொடுக்கும் நிலையில் சிப்பாய்கள் இல்லை. மே மாதம் 29 ம் தேதி பெரேய்லியின் படைப் பிரிவு ஒன்றின் சுதேசி அதிகாரி கர்னல் காலின் ட்ரூப்பின் வீட்டுக்கு அலங்க மலங்க ஓடிவந்தான். மூச்சிரைக்க சேதி சொன்னான்.

'கர்னல் சாப் நாம் மோசம் போய் விடுவோம் போலிருக்கிறது. சிப்பாய்களின் மனநிலை மாறிவிட்டது. அவர்கள் இப்போது நமக்கு விசுவாசமானவர்களாக இல்லை. காலையில் நதிக் கரைக்குக் குளிக்கச் சென்றவர்கள் அங்கேயே திட்டம் தீட்டி விட்டார்கள். நாளை பிற்பகல் இரண்டு மணிக்கு மொத்த சிப்பாய்களும் கிளர்ந்தெழுந்து புரட்சியில் ஈடுபடப் போகிறார்கள். இது நிச்சயம்.'

கர்னல் ட்ரூப் சிப்பாய்களை மனத்தில் சபித்துக் கொண்டு, மற்ற அதிகாரிகளை எச்சரித்து தயார்படுத்தினான். எல்லோரும் மறுநாளை எதிர்பார்த்து ஆயத்தங்களுடன் காத்திருந்தார்கள். ஆனால் அன்றைய தினம் எதுவும் நடக்கவில்லை. திகிலும் பீதியுமாக மே 30 ம் தேதி சொட்டுச் சொட்டாக நகர, மறுநாள் மே 31 ம் தேதி ஞாயிறு காலை சர்ச்சில் பிரார்த்தனை மணி யோசை கேட்டதுமே புரட்சி வேகமெடுத்து வெடித்துவிட்டது.

பெரேய்லியில் திட்டம் முன்னதாகவே வகுக்கப்பட்டிருந்தது. சில நாள்களுக்கு முன் மீரட்டிலிருந்து வந்திருந்த நூறு சிப்பாய் கள் ரகசியமாக பெரேய்லி சிப்பாய்களுடன் தங்கியிருந்து மீரட்டில் நடந்த சம்பவங்களையெல்லாம் விவரித்துக் கூறி கொந்தளிப்பை ஏற்படுத்திச் சென்றிருந்தார்கள்.

இதுமட்டுமின்றி மற்ற இடங்களைப் போல் இல்லாமல் பெரேய்லியில் சுதேசிச் சிப்பாய்களையும், மக்களையும் வழி நடத்த ஓர் தலைமையும் தயாராக இருந்தது. அவர், கான் பகதூர் கான். ரோஹில்கண்ட் முகலாயப் பேரரசின் கீழ் இருந்தபோது அந்நாட்டை ஆண்டு வந்த ஹமீஸ் ரஹமது கானின் பேரன். டெல்லி அரசரைப் போலவே முதியவர். ரோஹில்கண்ட் மன்னரின் வாரிசு என்பதால் அதற்கான உதவிப் பணமும், ஆங்கில ஆட்சியின் கீழ் நீதிபதியாக பதவி வகித்ததால் அதற்காக சம்பளமும் பெற்று வந்தவர்.

ஆங்கிலேயர் பகதூர் கானின் மீது அளவு கடந்த நம்பிக்கை வைத் திருந்தாலும், பகதூரின் அடிமனத்தில் ஆங்கிலேயரின் மீதான கசப்பு உணர்வு நிறைந்து வழிந்து கொண்டிருந்தது. ரோஹில் கண்ட்டில் ரகசியச் சங்கம் அமைத்து வழி நடத்திக் கொண்டிருந் தார்.

மே 31ம் தேதி விடியற்காலையிலேயே காப்டன் பிரௌன் லோவின் பங்களா தீப்பற்றி எரிந்தது. தொடர்ந்து துப்பாக்கி களின் வேட்டுச் சத்தமும், சிப்பாய்களின் கோஷங்களும் வெள்ளையர்களை நடுநடுங்க வைத்தது. பெரேய்லி எழுச்சித் திட்டம் அங்குலம் அங்குலமாக செதுக்கப்பட்டிருந்தது. எந்த வெள்ளையரை எந்தச் சிப்பாய் கொல்வதென்றுகூட சீட்டுக் குலுக்கிப் போட்டுத் தீர்மானித்திருந்தனர்.

எந்தக் குழப்பமும் இல்லாமல் சிப்பாய்கள் தெளிவாகச் செயல் பட்டனர். வெள்ளையர் இருப்பிடங்களை நோக்கி விரைந்தனர்.

இந்த ஆபத்தை எதிர்நோக்கியிருந்த வெள்ளையர்களும் தங்கள் குதிரைகளுடன் தயாராகவே இருந்தனர். அவர்கள் தங்களின் சுதேசிக் குதிரைப்படையின் மீது மிகுந்த நம்பிக்கை வைத்திருந் தனர். குதிரைப் படைத்தளத்துக்கு போய்விட்டால் குதிரைப் படை வீரர்களுடன் சேர்ந்து புரட்சி வீரர்களை எதிர்கொள்ளலாம் என்று நினைத்தனர். குதிரைப் படையினரும் புரட்சியில் சேர்ந்து கொண்டதை அவர்கள் அறிந்திருக்கவில்லை.

அனைவருமாக குதிரைப் படைத் தளத்துக்குச் செல்லும்போது வழியிலேயே புரட்சி வீரர்களால் மறிக்கப்பட்டு துப்பாக்கிக் குண்டுகளால் துளைக்கப்பட்டார்கள். பிரிகேடியர் சிப்பால்ட்டும் சிப்பாய்களால் சுடப்பட்டு உயிரிழந்தான்.

புரட்சி தொடங்கிய சிறிது நேரத்துக்குள்ளாகவே காப்டன் கர்பி, லெப்டினெண்ட் பிரேஸர், சார்ஜண்ட் வால்சன், கர்னல் ட்ரூப், காப்டன் ராபர்ட்சன் போன்ற முக்கிய அதிகாரிகள் அனைவருமே சிப்பாய்களின் ஆக்ரோஷப் போரில் பலியாகிப் போனார்கள். மற்ற வெள்ளையர்கள் புரட்சி வீரர்களின் உக்கிரமான தாக்குதலைச் சமாளிக்க முடியாமல் பதுங்கிப் பின்வாங்கி நைனிடாலுக்கு தப்பித்துச் சென்றார்கள்.

கிளர்ச்சி ஏற்பட்ட ஆறே மணி நேரத்துக்குள்ளாகவே பெரேய்லி யில் ஆங்கில ஆட்சி முடிவுக்கு வந்து அது புரட்சி வீரர்களின் வசமாகிவிட்டது.பெரேய்லி மட்டுமல்ல; ரோஹில்கண்ட் மாநிலத்தின் மொராதாபாத், ஷாஜகான்பூர், பியூடோன், பிஜ்நௌர் போன்ற பிற பகுதிகளிலும்கூட ஏக காலத்தில் புரட்சி ஏற்பட்டு அங்குள்ள சுதேசிச் சிப்பாய்களால் வெள்ளையர்கள் விரட்டப் பட்டனர். பல வெள்ளையர்கள் தப்பித்தோம் பிழைத்தோம் என்று காடுகளில் சென்று பதுங்கிக் கொண்டார்கள். பலர் உண்ண உணவும், இருக்க இடமுமில்லாமல் குதிரை லாயங்களிலும், பாழடைந்த வீடுகளிலும், கோயில்களிலும் ஒளிந்து உயிரைக் காப்பாற்றிக் கொள்ள முயன்றார்கள். சிக்கிக் கொண்டவர்கள் கொல்லப்பட்டார்கள். மற்றும் சிலர் இரக்கமும் அன்பும் நிறைந்த மக்களால் காப்பாற்றப்பட்டு கான்பூருக்கு தப்பித்தார்கள்.

ரோஹில்கண்ட் மாநிலம் முழுவதும் ஆங்கிலேய ஆட்சியின் கீழிருந்து விடுதலை பெற்றுவிட்டது. ஓர் இந்தியரின் ரத்தமும் சிந்தப்படாமலே வெற்றிகரமாக இது நடந்தேறியது பகதூர் கானின் சாமர்த்தியம்.

டெல்லிப் பேரரசர் பகதூர் ஷாவின் பிரதிநிதியாக பகதூர் கான் ரோஹில்கண்ட் மாநிலத்தில் பதவியேற்றுக் கொண்டார். புரட்சிப் படைக்கு சுபேதார் பகத்கான் என்பவன் தளபதியாக நியமிக்கப்பட்டான். முதல் காரியமாக ஒரு புதிய தனிப்படை அமைக்கப்பட்டு நகரத்தில் அமைதி நிலைநிறுத்தப்பட்டது. இதன்மூலம் சமூக விரோதிகளின் கொலை கொள்ளை போன்றவை தடுக்கப்பட்டு மாநிலம் இயல்பாக இயங்கியது.

சிவில் இலாகாக்கள் ஒழுங்குபடுத்தப்பட்டு ஏற்கெனவே அரசாங்கப் பதவிகளிலிருந்த இந்திய அதிகாரிகளும் ஊழியர் களும் அவரவர் இடத்திலேயே அமர்த்தப்பட்டனர். வெள்ளை யர்கள் வகித்த மற்ற பதவிகளுக்கு திறமையான ஆட்கள் நியமிக்கப்பட்டனர். நீதி மன்றமும் இந்திய நீதிபதிகளுடன் இயங்கியது. புரட்சியினால் ரோஹில்கண்ட் கொஞ்சமும் ஸ்தம்பிக்காதபடி கான் பகதூர் கான் முழுமூச்சில் செயல்பட்டு மாநிலத்தைத் தனது கட்டுப்பாட்டுக்குள் கொண்டுவந்தார்.

ஆனாலும் ஹிந்து முஸ்லிம் உரசல்கள் மட்டும் இருந்து கொண்டேயிருந்தது. காரணம் பெரேய்லி, இஸ்லாமிய அடிப் படை வாதத்தில் பற்று கொண்ட ஜிகாதிகள் உள்ள ஊர். வெகு காலமாகவே ஹிந்து, முஸ்லிம் பகைமை நிலவிய பிரதேசம். கான் பகதூர் கானின் ஆட்சி நிலைக்க வேண்டுமென்றால் இங்குள்ள ஹிந்துக்களின் ஆதரவு மிக முக்கியம். எனவே கான் பகதூர் கான் அவர்களை அரவணைத்துச் செல்ல விரும்பினார். டெல்லியைப் போலவே இங்கும் ஹிந்துக்களின் மனம் புண்படும்படியான பசுக்கொலையை மாநிலம் முழுவதும் தடை செய்து உத்தரவிட்டார்.

இப்படியாக ரோஹில்கண்ட் மாநிலம் விடுதலை பெற்ற பிரதேச மாக நிலை நிறுத்தப்பட்டாலும், ஹிந்து முஸ்லிம் தரப்பினருக் குள் முட்டலும் மோதலும் மட்டும் முடிவுக்கு வரவில்லை. தளபதி பகத்கானும் தீவிர மதப்பற்றாளன். அவனுக்கு மன்னர் கான் பகதூர் கானின் மத நல்லிணக்க நடவடிக்கைகள் பிடிக்க வில்லை. அவனாக புறப்பட்டானா, அல்லது பகதூர் கானை பக்கத்தில் வைத்துக் கொள்ள வேண்டாமென்று மன்னர் முடிவெடுத்தாரா தெரியவில்லை. 1857 ஜூன் மாதக் கடைசியில் பெரும் படைபலத்துடன் புறப்பட்டு வருவதாக டெல்லிப் பேரரசருக்கு தகவல் அனுப்பிய பகத்கான், தன்னைப் போலவே

இஸ்லாமிய அடிப்படை வாதத்தில் பற்று கொண்ட ஏராளமான ஜிகாதி சமய வீரர்களை அழைத்துக் கொண்டு எக்கச்சக்கமான ஆயுதத் தளவாடங்களுடன் டெல்லிக்குக் கிளம்பினான்.

நிச்சயம் இது டெல்லிக்கு மகிழ்ச்சியான செய்திதான். அதேபோல் வெள்ளையருக்குப் பக்கபலமாக சந்தோஷமூட்டிய மாநிலமும் ஒன்று இருந்தது. அது பஞ்சாப்!

12

புரட்சியில் சிக்காத சீக்கிய பூமி

1849-ம் ஆண்டே சீக்கிய சாம்ராஜ்யம் முடிவடைந்து பஞ்சாப், ஆங்கிலேய ஆட்சியின் கீழ் இணைக்கப்பட்டுவிட்டது. சீக்கியர்கள் வீரர்கள்தான்; போராளிகள்தான்; ஆக்ரோஷமானவர்கள்தான்; ஆனால் எத்தனை காலத்துக்குத்தான் வாழ்க்கையை போராட்டமாகவே கழிப்பது?

நூற்றாண்டு காலமாக முகலாயர்களின் முரட்டுத்தனத்துக்கும் கொடுங்கோல் ஆட்சிக்கும் ஈடு கொடுத்துப் போரிட்டவர்கள், முகலாயப் பேரரசின் சரிவுக்குப் பிறகு ஆங்கிலேயர்களுடன் மோத வேண்டியவர்கள் ஆனார்கள். எட்டு பத்து வருடங்களுக்கு முன்பு ஆங்கிலேயர்களுடனான போரில் தோற்றும் போனார்கள். உடலில் வலு இருந்தாலும் மனத்தில் வலுவில்லாமல் போய்விட்டது. சலித்துப் போன போராட்ட வாழ்க்கை!

பஞ்சாபைக் கைப்பற்றிய வெள்ளையர்கள் திட்டமிட்டே சீக்கியர்களின் வீரத்தை சிறுகச் சிறுகக் காணாமல் ஆக்கினார்கள். பஞ்சாப் மாநிலத்தின்

அத்தனை மக்களும் நிராயுதபாணிகளாக்கப்பட்டனர். வட இந்திய வெள்ளை ராணுவத்தின் பெரும் பகுதியும் பஞ்சாப் மாகாணத்தில் நிலை நிறுத்தப்பட்டது. சிறு சலசலப்பும் உடனடியாக நசுக்கப்பட்டது. கிளர்ச்சிக்கார சர்தார்ஜிகள் கடுமையான தண்டனைகள் மூலம் அடக்கப்பட்டார்கள்.

மீண்டும் அவர்கள் கிளர்ந்தெழவே கூடாது. என்ன செய்யலாம்? புரட்சியை பொருளாதார வளத்தின் கீழ் புதைப்பது என்று முடிவானது. போராவது எதிர்ப்பாவது; முதலில் வயிற்றுப் பாட்டைக் கவனிப்போம் என்கிற நிலைக்கு சீக்கியர்களைக் கொண்டு வந்து நிறுத்தினார்கள். வளமான வாழ்க்கைக்கு வழியமைத்தார்கள். நிஜமாகவே பார்த்துப் பார்த்து வசதிகளைப் பெருக்கினார்கள்.

நீர் வளமும் நில வளமும் மிகுந்த பஞ்சாபை தங்களின் சிறப்பான திட்டங்களால் செழுமையாக்கினார்கள். இதன் மூலம் பெரும்பாலான மக்களை விவசாயிகளாக மாற்றினார்கள். சிலரை தங்களின் படைகளிலேயே சேர்த்துக் கொண்டார்கள்.

வெறும் விவசாயிகளாகவே இருக்கும் மக்கள் நாளடைவில் தங்களின் போர்க் குணங்களை இழந்து சமாதானப் பிரியர்களாகி வாழ்க்கையோடு சமரசம் செய்து கொள்வார்கள் என்பது வெள்ளையர்களின் திட்டம். அது மிகச் சரியாகவே இருந்தது. போராட்டப் பிரியர்களான சீக்கியர்கள் வெகு சீக்கிரத்திலேயே தங்களின் வாள்களைத் தூக்கி தூரப்போட்டுவிட்டு கலப்பையைக் கையில் எடுத்துக் கொண்டார்கள்.

அத்துடன் ஆங்கிலேயர்கள் தங்களுக்கே உரித்தான பிரித்தாளும் சூழ்ச்சியையும், இனத்தை இனத்தோடும், மதத்தை மதத்தோடும் மோத விடும் போக்கையும் சீக்கியர்களின் மத்தியில் பிரயோகித்தார்கள். ஹிந்து மதத்தைச் சார்ந்த பூர்பியச் சிப்பாய்களுக்கும், சீக்கிய மதத்தைச் சார்ந்த பஞ்சாபி வீரர்களுக்கும் ஆகவே ஆகாது. வெள்ளையர்களின் கைங்கரியத்தால் நாளடைவில் இவர்கள் எலியும் பூனையுமாக மாறி எதிரிகளாக முறைத்துக் கொண்டார்கள்.

முகலாயர்களோ சீக்கியர்களின் தலைமுறை விரோதிகள். நூறு வருடங்களுக்குப் பின் ஆங்கிலேயர்களின் ஆட்சி காணாமல் போய்விடும் என்கிற ஜோசியத்தைப் போல சீக்கியர்களிடையே

யும், 'முகலாய சக்ரவர்த்தி சீக்கிய குருவை எந்த இடத்தில் கொன்றானோ அந்தப் பிரதேசமும் தலைநகரும் சீக்கியர்களின் வசமாகும்'என்ற தீர்க்க தரிசன வாக்கு நிஜமாகும் நாளுக்காகக் காத்திருந்தார்கள்.

முகலாயர்களின் மேல் இத்தனை வன்மம் கொண்டவர்கள் டெல்லியின் முகலாயப் பேரரசரை ஆதரிப்பார்களா என்ன? இது நிச்சயம் நடக்காது என்று ஆங்கிலேயர்களுக்குத் தெரியும். சீக்கியர்கள் சரி; மற்ற சுதேசிச் சிப்பாய்கள்?

மீரட் கலவரமும், டெல்லி வீழ்ச்சித் தகவலும் பஞ்சாபின் லாகூரை எட்டியதுமே அதிகாரிகள் எச்சரிக்கையாகி விட்டார் கள். லாகூரின் முதன்மை அதிகாரி சர். ஜான் லாரன்ஸ். ராணு வத்தின் தலைமை அதிகாரி ராபர்ட் மாண்ட்காபரி. இருவருமே தேர்ந்த திறமைசாலிகள். எத்தகைய ஆபத்திலும் நிதானத்தைக் கைவிடாமல் பொறுமையாகவும், தைரியமாகவும் செயல்பட்டு சூழ்நிலையைச் சமாளிப்பவர்கள்.

இருவரும் தங்களின் நம்பிக்கையான ஒற்றர்களை பஞ்சாபின் சுதேசிச் சிப்பாய்களின் மத்தியில் ஊடுருவச் செய்து இங்கும் சிப்பாய்களிடம் புரட்சி மனப்பான்மை நிலவுகிறதா என்று சோதிக்க முற்பட்டார்கள்.

அறிந்து கொண்ட உண்மை அவர்களுக்குச் சாதகமாயில்லை. ஆம்! இங்கும் சிப்பாய்கள் புரட்சிக்கான நாள்களை எண்ணிக் கொண்டிருக்கிறார்கள்!

ஜான் லாரன்ஸுக்கு நிலவரம் புரிந்துவிட்டது. புரட்சியானது எங்கோ வட இந்திய மூலையில் மட்டும் தலை தூக்கவில்லை. அது எங்கெங்கும் பரவி இங்கு பஞ்சாபிலும் நிலைகொண்டு விட்டது. நல்லவேளை மீரட்டின் அகாலப் புரட்சிக்கு நன்றி! அது தந்த முன்னெச்சரிக்கைதான் இங்கு சுதேசிகளின் சதி வெளிப்படக் காரணமாகிவிட்டது.

மறுநாள் காலை மியான்மரில் துப்பாக்கியேந்திய வெள்ளைப் படையினரும், பீரங்கிப் படையினரும் சூழ்ந்திருக்க ராணுவ அணிவகுப்பு நடத்தப்பட்டு இரண்டாயிரம் சுதேசிச் சிப்பாய் களின் ஆயுதங்களும் பிடுங்கப்பட்டன. அணி அப்போதே கலைக்கப்பட்டது. இதே கதி அமிர்தசரஸ் அணிக்கும் நேர்ந்தது. அத்தனை சிப்பாய்களும் தங்களின் ஆத்திரத்தை வெளிக்

காட்டாமல் ஆயுதங்களை எறிந்துவிட்டு அவரவர் இருப்பிடங் களுக்குச் சென்று சேர்ந்தனர்.

இந்தத் துரிதமான நடவடிக்கையின் மூலம் வெள்ளையர்கள் பஞ்சாபின் மிக முக்கியமான லாகூர் கோட்டையைக் காப்பாற்றிக்கொண்டார்கள் என்றுதான் சொல்லவேண்டும். அவர்கள் தாமதித்திருந்தால் இரண்டு வாரங்களில் லாகூர் கோட்டை சுதேசிச் சிப்பாய்களின் வசமாகியிருக்கும்! அவர்கள் அப்படித்தான் திட்டமிட்டிருந்தார்கள். அடுத்து அமிர்த சரஸுக்கு அருகில் உள்ள கோவிந்த குரு என்கிற பிரதேசத்தை யும் கோட்டையையும்கூட வளைக்க எண்ணியிருந்தார்கள்.

மீரட்டின் திடீர் புரட்சி எல்லாவற்றையும் சிதைத்துப் போட்டு ஆங்கிலேயர்களை சுதாரித்துக் கொள்ளவைத்துவிட்டது.

ஆனால் பஞ்சாபின் ஜலந்தர் சிப்பாய்கள் ஆங்கிலேய நட வடிக்கைக்கு முன்பாகவே கிளர்ந்து எழுந்துவிட்டார்கள். ஜூன் 9 ம் தேதி அங்கு புரட்சி வெடித்துவிட்டது. ராணுவப் படை தளபதியின் வீட்டுக்கு தீ வைத்துக் கொளுத்தி புரட்சியைத் தொடங்கியவர்கள் ஏனோ அங்கு ஆங்கிலேயர்களைக் கொல் வதில் ஆர்வம் காட்டவில்லை. அனைவரையும் உருட்டி மிரட்டி துரத்திவிட்டு, அங்கிருந்து கோஷமிட்டபடியே புறப்பட்டு பில்கூருக்குச் சென்றார்கள். ஜலந்தர் சிப்பாய்களுடன் பில்கூரின் சிப்பாய்களும் ஆரவாரத்துடன் புரட்சியில் இணைந்து கொண்டார்கள். பின் இருதரப்பினருமாகச் சேர்ந்து லூதியானா வுக்கு பயணமானார்கள்.

அவர்களை வழியில் ஆங்கிலப் படை குறுக்கிட்டுத் தாக்கியது. இரவு நேரத்தில் ஆரம்பித்த சண்டை விடியும்வரை தொடர்ந்தது. அதில் தளபதி வில்லியம்ஸ் துப்பாக்கிக் குண்டுக்கு பலியாகி இறந்தான். ஆங்கிலப் படை பின்வாங்கி தப்பித்து ஓடியது. புரட்சி வீரர்கள் வெற்றி முழக்கத்துடன் லூதியானாவுக்குள் புகுந்தனர்.

லூதியானா பிரதேசம் அங்கிருந்த ஒரு ரகசியச் சங்க மௌல்வி யால் முன்பாகவே புரட்சிக்கு தயார்படுத்தப்பட்டு இருந்தது. ஜலந்தர், பில்கூர் சிப்பாய்கள் நுழைந்ததுமே அங்கிருந்த சிப்பாய்களும் ஊர் மக்களும்கூட புரட்சிப் படையுடன் சேர்ந்து கொண்டு வெள்ளையர்களை விரட்டித் துரத்தினர்.

அரசு பண்டகச் சாலைகள், வெள்ளையர்களின் வீடுகள், அச்சுக் கூடங்கள், அரசு அலுவலகங்கள் என சகலமும் சூறையாடப் பட்டன. கணக்குப் புத்தகங்களும், கடன் பத்திரங்களும் அழிக்கப் பட்டன. பொதுவாக எல்லா இடங்களிலுமே ஆங்கிலேய ஆட்சி யின் சின்னங்களாகக் கருதப்பட்ட வருவாய்த் துறை, காவல்துறை அதிகாரிகள்தான் மக்களின் முதல் தாக்குதலுக்கு ஆளாகி தண்டிக்கப்பட்டார்கள். மிக முக்கியமாக நீதி மன்றங்கள் செங்கல் செங்கலாக நொறுக்கப்பட்டு தரைமட்டமாக்கப்பட்டன.

வெள்ளையர்களின் நீதி, விசாரணை, தண்டனை முறைகள் எல்லாம் மக்களுக்கு மிக அநியாயம் விளைவிப்பதாகவும், அந்நியமாகவும் அவர்களுக்குத் தோன்றின. உழைக்கும் மக்களின் கால நேரத்தை வீணடிக்கும் கோர்ட் நடவடிக்கைகள் கோபத்தைத் தூண்டின. கடன் மற்றும் அதிக செலவினத்தை ஏற்படுத்தி மிக நீண்ட வழக்குகளை உருவாக்கும் இ.பி.கோ. செக்ஷன்கள் என்கிற ஆங்கிலேய சட்டமுறை சுரண்டலாகவும் அநீதியாகவும் தெரிந்தது. இதுதவிர பூடகமாக எழுதப்பட்ட சிக்கலான ஒப்பந்தங்களும் தேவையற்ற ஆவணங்களும் தங்களைக் குழப்புவதற்காக ஏற்பட்டவை என்று மக்கள் கருதினார்கள். இந்த ஒட்டுமொத்த வெறுப்புதான் புரட்சியின் போது தாக்குதலாக வெளிப்பட்டது.

வெள்ளையர்கள் எல்லோரும் ஓடிப்போக பலமான லூதியானா கோட்டை புரட்சி வீரர்களால் கைப்பற்றப்பட்டது. ஆனால் அந்தக் கோட்டையைத் தக்க வைத்துக் கொள்ளவேண்டு மென்றோ, கோட்டையை மேலும் பலப்படுத்தி பின்னாளில் ஆங்கிலேயர்களைத் தாக்க உபயோகிக்கலாம் என்றோ யாருக்கும் தோன்றவில்லை. அதையெல்லாம் சொல்லித் தரு வதற்கோ, கட்டுக்கோப்பாக வழி நடத்தவோ அங்கே தலைவர் கள் யாரும் இல்லை.

சிப்பாய்கள் தாங்களாகவே தங்களுக்குள் ஒருவரை தலைவ ராக்கிக் கொண்டார்கள். நினைத்ததைச் செய்தார்கள். மனம் போன போக்கில் செயல்பட்டார்கள். இப்போது எல்லோரின் எண்ணமும் டெல்லிக்குச் செல்வதிலேயே இருந்தது. கைப் பற்றிய கோட்டையை அப்படியே விட்டுவிட்டு ஆர்வத்துடன் டெல்லிக்குப் புறப்பட்டார்கள்.

ஆங்கிலேயர்கள் அத்தனை சுலபமாக அவர்களை விட்டுவிட வில்லை. நாலாபுறமும் தங்களின் படைகளை அனுப்பி புரட்சி

வீரர்களை டெல்லிக்குச் செல்லவிடாமல் வேட்டையாடத் தொடங்கினார்கள். கூடவே ஆப்கன் பெஷாவரின் நாடோடி மலைவாசிகளை பணத்தாசை காட்டி தங்கள் பக்கம் இழுத்து புரட்சி வீரர்களின் தலைக்கு விலை பேசினார்கள். கொள்ளை யடிப்பதையே தொழிலாகக் கொண்ட அந்த மலைவாசிகளும் கொஞ்சமும் கூசாமல் புரட்சிச் சிப்பாய்களைக் கொன்றும் கட்டியிழுத்து வந்தும் வெள்ளையர்களின் காலடியில் கொண்டு சென்று போட்டார்கள்.

இதுபோலவே ஹிந்துஸ்தானத்து சிப்பாய்களுக்கு எதிராக பஞ்சாபி முஸ்லிம்களும், சீக்கியர்களும்கூட புரட்சிச் சிப்பாய் களை வேட்டையாடுவதில் வெள்ளையர்களுக்கு பெரும் உதவியாக இருந்தனர். சீக்கிய கிராமப்புற வாசிகளும் தங்கள் பகுதியில் தஞ்சமடையும் சுதேசிச் சிப்பாய்களைக் காட்டிக் கொடுத்தனர்.

சுதேசிச் சிப்பாய்கள் எத்தனையோ விதங்களில் முயற்சித்தும் சீக்கியர்களை தங்கள் பக்கம் அவர்களால் இணைத்துக் கொள்ளமுடியவில்லை. பகதூர் ஷாவின் அந்தரங்க ஊழியனான தாஜுதீன் என்பவன் வெள்ளையர் அறியாமல் பஞ்சாப்புக்கே வந்து சீக்கியர்களின் உதவிக்கு முயற்சித்து தோற்று பஞ்சாப்பின் நிலை குறித்து சக்ரவர்த்திக்கு கடிதம் எழுதினான்.

'பாஞ்சாலத்தில் சீக்கிய சர்தார்கள் வெள்ளையர்களின் சூழ்ச்சி வலையில் முழுதாக வீழ்ந்துவிட்டார்கள். அவர்கள் இனி நமது ஹிந்துஸ்தானத்து விடுதலைப் போரில் கலந்து கொள்வார்கள் என்று எதிர்பார்ப்பது வீண். அவர்கள் எல்லோரும் பிரிட்டி ஷாரின் கைப்பொம்மையாகி விட்டார்கள். நான் எத்தனையோ விதமாக பல சீக்கியத் தலைவர்களிடமும், சீக்கிய மன்னர்களிட மும் நன்மை தீமைகளைப் பற்றி விளக்கமாக பேசிப் பார்த்துவிட்டேன். பலனில்லை'

அதை ஊர்ஜிதப்படுத்தும்விதமாக விடுதலை யுத்தத்தில் கலந்து கொள்ளும்படி வேண்டுகோள் விடுத்து பகதூர் ஷா அடுத்தடுத்து அனுப்பி வைத்த தூதர்கள் சீக்கிய மன்னர்களால் தலைசீவப் பட்டனர்.

பஞ்சாப் வெகு பத்திரமாக வெள்ளையர் வசத்திலேயே நிலைத்து விட்டது. பலவிதமான ஜாலங்கள் செய்து சர். ஜான் லாரன்ஸ்

இதை சாதித்துவிட்டான். பஞ்சாபை பாதுகாத்துவிட்ட துணிச்சல் லாரன்ஸை மேலும் தைரியமாக செயல்பட வைத்தது.

நம்பிக்கைக்கு உகந்த சீக்கியர்களை மேலும் அதிகமாகப் படையில் சேர்த்துக் கொண்டு, இந்தப் படையின் மூலமாக உள்ளூர்க் கிளர்ச்சியை அடக்கிக் கொண்டு, தன் வசமிருந்த பஞ்சாபின் மொத்த ஆங்கிலேய படையையும் துணிச்சலாக டெல்லியை மீட்க அனுப்பிவைத்தான்.

வடமேற்கு இந்தியா முழுவதும் புரட்சி பூகம்பத்தால் கிடு கிடுத்துக் கொண்டிருந்த சூழலிலேயே தெற்கிலும் புரட்சி தலை தூக்கத் தொடங்கியது. அது அலிகாரின் 9-வது சுதேசிக் கால்படையின் மூலமாக ஆரம்பித்து ஆஜ்மீர், நசிராபாத், நீமக் என்று சங்கிலித் தொடராக நீண்டு ஆக்ரா வரையிலும் பரவியது.

எல்லா இடங்களிலும் திடீரென்று சிப்பாய்கள் கிளர்ந்தெழு வதும்,வெள்ளையர்கள் அந்தந்தப் பிரதேசங்களிலிருந்து தப்பித்து ஓடுவதும், கொலைகளும், கொள்ளைகளும், கஜானா சூறையாடலும், பதில் தாக்குதல்களும் மாற்றமில்லாமல் நடந் தன. சில இடங்களை உடனடியாக வெள்ளையர்கள் மீட்டதும் நடந்தது. அங்கங்கே சிறுசிறு போர்களும், இருதரப்பிலும் உயிர் பலிகளும் சகஜமாகின. ஆங்கிலேயர் தரப்பில் சற்றே சேதங்கள் அதிகம். எல்லாம் முடிந்ததும் கிளர்ந்தெழுந்த சிப்பாய்கள் ஆயிரக்கணக்கில் ஒன்றிணைந்து ஆயுதபாணிகளாக டெல்லி செல்லும் பாதையில் ஐக்கியமாவதும் தப்பாமல் நடந்தது.

இந்தூர், குவாலியர், பரத்பூர் மன்னர்கள் வெள்ளையர்கள் பக்கம் நின்று உதவினாலும் அவர்களின் தனிப் படையினர்கூட புரட்சி யில் சேர்ந்து கொண்டு அரசை விட்டு அகன்றனர். ஆக்ராவில் குடிமக்கள் அனைவருமே ஆங்கிலேயர்களுக்கு விரோதமாக பொங்கி எழ, அந்நகரத்திலிருந்த ஆறாயிரத்துக்கும் அதிகமான வெள்ளையர்களும், கிறித்துவ இந்தியர்களும், அவர்களின் வேலைக்காரர்களும் ஆக்ரா கோட்டைக்குள் நுழைந்து பதுங்கிக் கொண்டார்கள். பின்னாளில் டெல்லி மீட்கப்படும் வரை இவர்கள் கோட்டையை விட்டு வெளிப்படவேயில்லை.

1857 புரட்சியில் மிக முக்கியமாக ஒன்றைக் குறிப்பிட்டே தீரவேண்டும். வட இந்தியாவில் புரட்சி தொடங்கிய ஆரம்பக் காலங்களில் நூற்றுக்கணக்கான ஆண்டுகளாக அடக்கி வைக்கப் பட்டிருந்த வெள்ளையர் மீதான வெறி பீறிட்டெழுந்து ரத்தத்

தால் வஞ்சம் தீர்க்கப்பட்டது உண்மையிலும் உண்மை. ஆனால் பிறகு அந்த ஆத்திரம் தணிந்து ஒன்றிரண்டு பிரதேசங்களைத் தவிர்த்து மற்ற பகுதிகளில் அதிகாரிகளைத் தவிர மற்ற அப்பாவி களான ஆங்கிலேயர்களும், அவர்கள் பெண்களும் கொல்லப் படாமல் வெறுமனே விரட்டியடிக்கப்பட்டனர் என்பதுதான் நிஜம். பல இடங்களில் விசுவாசம் மாறாத சிப்பாய்களாலும், வேலைக்காரர்களாலும், அன்பும், இரக்கமும் மிகுந்த பொது மக்களாலும் ஏராளமான வெள்ளையர்கள் காப்பாற்றிப் பாது காக்கப்பட்டனர். பத்திரமாக வழியனுப்பப்பட்டனர்.

ஆனால் இந்திய வெள்ளையர்களின் தூண்டுதலால் பாதிரியார்கள் வேண்டுமென்றே இந்தியச் சம்பவங்களைப் பற்றி இங்கிலாந் தில் விஷமத்தனமான பொய்ச் செய்திகளைப் பரப்பி பிரிட்டிஷார் மனங்களில் வெறுப்பை விதைத்தார்கள்.

'இந்தியக் காட்டுமிராண்டிகள் பிடிபட்ட வெள்ளையர்களை விதம் விதமாக சித்ரவதை செய்வதாகவும், கை வேறு கால் வேறாக துண்டு துண்டாக வெட்டிப் போடுவதாகவும், பலவிதமான முறைகளில் கொலைகள் செய்வதாகவும், தவிர வெள்ளைப் பெண்களை நிர்வாணப்படுத்தி தெருக்களில் ஓடவிடுவதாகவும், அவர்களின் அங்கங்களை அறுத்தெரிந்து கொடுமைப்படுத்துவ தாகவும் பலவிதமான கதைகளை கூசாமல் கூறினார்கள்.

இங்கிலாந்துப் பத்திரிகைகள் இந்தக் கதைகளை மேலும் ஜோடனை செய்து வெளியிட்டு பிரிட்டிஷ் மக்களிடையே கோபத்தை ஏற்படுத்தின.

உண்மையில் இம்மாதிரியான கொடுமைகளையெல்லாம் பின்னாளில் இந்தியர்கள் மீது கொஞ்சமும் கருணையில்லாமல் நிகழ்த்திக் காட்டியவன் ஒரு வெள்ளையன்தான். அவன் ஜெனரல் ஜேம்ஸ் நீல். கட்டுக்கடங்காத கொலை வெறியுடன் அவன் நடத்திய வன்முறைத் தாண்டவமும், கொடூரமும் 1857 வரலாற்றின் அழிக்க முடியாத ரத்தக் கறை படிந்த அவல அத்தியாயங்கள். வட இந்தியாவில் அவன் நடந்த திசையெல்லாம் அலறலும், அழுகையும், ஓலமும் எதிரொலித்துக் கொண்டேயிருந்தது.

அப்படி ஜேம்ஸ் நீலின் ரத்தச் சுவடுகளால் சிவந்த பிரதேசங்களில் மிகவும் பரிதாபத்துக்குரியவை காசியும், அலகாபாத்தும்!

13

காசி, அலகாபாத் கொடூரம்!

புண்ணிய நதியான கங்கையின் கரையில் அமைந்த, புராணப் பெருமை கொண்ட புனித நகரமான காசி அப்போது பண்டிதர்களும், புரோகிதர்களும், பக்தர்களும் சங்கமிக்கும் பிரதேச மாக மட்டும் இருக்கவில்லை!

ஆங்கிலேயர்களிடம் ஆட்சியைப் பறிகொடுத்து கொத்தாகக் கொண்டு வந்து குடியமர்த்தப்பட்ட முகலாய அரச குலத்தவர்களும், ஹிந்து ராஜ்ய மன்னர்களும் கிழக்கிந்தியக் கம்பெனியின் கட்டா யத்தால் அங்கே வசிக்கவேண்டியவர்களாக மனம் குமுறிக் கொண்டிருந்தார்கள்.

புரட்சியின் சிறு பொறி விழுந்தாலும் பாதிக்கப் பட்ட அரச குலத்தவர்கள் அதை தீப்பிழம்பாக உசுப்பி விட்டு இழந்த தங்களது உரிமைகளைத் திரும்பப் பெற முயற்சிப்பார்கள் என்பதால் வெள்ளையர்கள் கவலைக் கண்களுடன் காசியைக் கண்காணித்துக் கொண்டிருந்தார்கள்.

அலகாபாத்திலிருந்து சிறிது தூரத்திலிருந்த சிக்ரோலி நகர் காசி மாகாணத்தின் ராணுவப் படைத்தளமாக இருந்தது. 37 வது காலாட் படையும், லூதியானாவின் சீக்கியர் படையும், ஒரு குதிரைப் படையும் அங்கிருந்தது. பீரங்கிப் படையை வெள்ளை யர்கள் பத்திரமாக தங்கள் வசமே வைத்திருந்தனர்.

ஆனால் காசியில் கிளர்ச்சி கொந்தளிக்குமானால் நிச்சயம் இந்தப் படை பலத்தால் மட்டுமே சமாளிக்க முடியாது. காசியின் தலைமை ஆளுநரான ஹென்றி டெக்கர் தங்கள் பாதுகாப்புக்கு மேலும் ஆங்கிலப் படைகளை அனுப்பச் சொல்லி கல்கத்தாவின் தலைமை ஆளுநர் கானிங்குக்கு அவசரத் தகவல் அனுப்பினான்.

கானிங் தலையைப் பிய்த்துக் கொண்டான். மீரட் எழுச்சிக்குப் பிறகு பல இடங்களிலும் சுதேசிச் சிப்பாய்களின் கிளர்ச்சியினால் ஆங்கில அதிகாரிகள் பதைபதைத்தார்கள். அதிகளவு படை பலம் வேண்டி ஒவ்வொரு பிராந்தியத்திலிருந்தும் அலறிக் கொண் டிருந்தார்கள். கிள்ளிக் கிள்ளி எத்தனை இடத்துக்குத்தான் படைகளைப் பிரித்து அனுப்புவது?

காசியைப் போலவே கங்கை நதியின் தென்கரைப் பிரதேசமான கான்பூரிலும் நிலைமை சரியில்லை என அபாயக் குரல் கேட்டது. லக்னோவும் மூடு மந்திரப் பிரதேசமாக இருந்தது. அங்கெல்லா மும் படை உதவி தேவைப்பட்டது. கானிங் யோசித்து முதல் கட்டமாக ஒரு சிறு படையை காசிக்கு அனுப்பி வைத்தான். வெறும் ஐம்பது சிப்பாய்கள் கொண்ட படை!

காசியின் நெருக்கடி நிலை அப்போது கானிங்குக்கு தெரிந்திருக்க வில்லை. கானிங்குக்கு மட்டுமல்ல, காசியின் உயர் அதிகாரி களுக்கே நகரின் நிலை புரிபடவில்லை.

‘இது பக்தி பூமி! இங்கு கலவரம் தோன்றுமா என்ன? நமது சுதேசிச் சிப்பாய்கள் விசுவாசம் மாறாமல்தானே நடந்து கொள் கிறார்கள். சூழ்நிலையும் அப்படியொன்றும் கடுமையாகத் தெரியவில்லையே!’தாங்களே கேள்வியும் பதிலுமாகத் தவித் தார்கள். கயிறென்று ஒதுக்கவும் முடியவில்லை. பாம்பென்று அடிக்கவும் தோன்றவில்லை!

காசியின் நிலை மூடி வைக்கப்பட்ட உலைத் தண்ணீர் போல கொதித்துக் கொண்டுதான் இருந்தது. அங்கே திடீரென்று

விலைவாசி உயர்வு கட்டுக்கடங்காமல் உயர்ந்துவிட்டது. உணவுப் பொருள்களின் தாறுமாறான விலையேற்றம் மக்களிடையே கொந்தளிப்பை உண்டாக்கியிருந்தது. அவர்கள் வெளிப்படையாகவே வெள்ளையர்களைத் திட்டித் தீர்த்தார்கள். எதிரே பார்த்தால் சீறினார்கள். வெறுப்பை உமிழ்ந்தார்கள்.

காசியை விட்டு வெளியேறலாமா, வேண்டாமா? வெள்ளையர்கள் யோசித்துக் கொண்டிருந்தபோதே காசிக்கு அருகில் அறுபது மைல் தொலைவிலிருந்த ஆசிம்கரில் சுதேசிப் படையினர் நடத்தையில் மாற்றம் தெரிவதாக தகவல் பரவியது. மே 31ம் தேதிக்குப் பிறகு காசியிலும்கூட திடீர் திடீரென்று வெள்ளையர் பகுதிகளில் தீப்பற்றி எரிந்தது. ஜூன் முதல் வாரத்தில் எல்லா இடங்களிலும் சுதேசிச் சிப்பாய்கள் கலவரத்தைத் துவக்குவதற்காக பேசி வைத்துக் கொண்ட சமிக்ஞை தீ அது!

ஜூன் முதல் வாரம் சரி. எப்போது? பதில் சீக்கிரத்திலேயே கிடைத்துவிட்டது!

ஜூன் 3 ம் தேதி கோரக்பூர், ஆசிம்கர் கஜானாக்களிலிருந்து கிட்டத்தட்ட ஏழு லட்ச ரூபாய் பணம் மொத்தமாக திரட்டப்பட்டு காவலுடன் காசிக்குக் கொண்டு செல்லப்பட்டது. சபாஷ்! இதைவிடச் சரியான சந்தர்ப்பம் வாய்க்குமா என்ன? ஆதாயத்துடன் கூடிய கிளர்ச்சி!

சுதேசிச் சிப்பாய்களின் துப்பாக்கிகள் வெடித்தது. கஜானாப் பணம் கொள்ளையடிக்கப்பட்டது. கோலாகலத்துடன் புரட்சி ஆரம்பமாகிவிட்டது. அசிம்கர் பற்றியெரிந்தது.

வெள்ளையர்களின் கண்முன் மீரட் சம்பவங்கள் வந்து போக அவரவர் மனைவி குழந்தைகளுடன் அலைமோதித் திரிந்தார்கள். எங்கு ஓடுவது? எங்கு சென்று பதுங்குவது? எப்படி தப்பிப்பது? உயிர் பயம் அவர்களை அலைக்கழித்தது.

பரிதாபத்துக்குரிய அவர்களின் கதி சிப்பாய்களை நெகிழ வைத்தது. இரக்கம் கொள்ளவைத்தது. அக்ரமக்காரர்கள்தான், ஆட்டுவித்தவர்கள்தான். ஆனாலும் அதுநாள்வரை நெருக்கமாக இருந்தவர்கள். நேரெதிரே புன்னகைத்தவர்கள். படைத்தளத்தில் சோறிட்டவர்கள். இவர்களைக் கொன்று ஆகப்போவதென்ன? தேசத்தை விட்டு நீங்கினால் போதும்.

லெப்டினெண்ட் ஹட்சின்சன், சார்ஜெண்ட் லூயிஸ் இருவர் மட்டும் கொல்லப்பட மற்ற வெள்ளையர்கள் அனைவரும் அசிம்கர் விட்டு பத்திரமாக வெளியேற்றப்பட்டனர். மற்ற சிப்பாய்களால் அவர்களுக்கு ஆபத்து ஏற்படாமல் தாங்களே பாதுகாப்பளித்து வண்டியிலேற்றி வழியனுப்பிவைத்தனர்.

ஆசிம்கரின் கிளர்ச்சி காசியை எட்டும் முன்பாகவே, கல்கத்தாவி லிருந்து ஜேம்ஸ் நீல் அங்கு வந்து சேர்ந்திருந்தான். டெல்லி வீழ்ச்சிக்குப் பிறகு அதன் மீட்புக்காக கானிங் பல இடங்களி லிருந்தும் திரட்டிய படைகளில் சென்னையிலிருந்து வந்த படைக்கு தலைமை தாங்கி வந்தவன் அவன். கான்பூரையும் லக்னோவையும் பாதுகாப்பதற்காகக் கிளம்பிய நீல் காசியின் அவசரத் தேவையின் காரணமாக அங்கே வந்திருந்தான்.

ஆசிம்கரின் கிளர்ச்சிக்குப் பிறகும்கூட காசியின் நிலைமை யாருக் கும் ஊர்ஜிதமாகத் தெரியவில்லை. நீல் இறுகிய முகத்துடன் கூறினான். ‘காசியின் சுதேசி வீரர்கள் புரட்சி செய்வார்களா, மாட்டார்களா என்கிற பூவா தலையா சந்தேகம் வேண்டவே வேண்டாம். உடனடியாக அணிவகுப்பு நடத்தி ஆயுதங்களைப் பிடுங்குங்கள். அணியைக் கலைத்துவிடுங்கள். அதுதான் சரி!’

எல்லா இடங்களையும் போல காசியின் அணிக்கலைப்பு அத்தனை சுலபமாக சாத்வீகமாக நடந்துவிடவில்லை!

நீலின் படையையும் சேர்த்து அங்கிருந்த வெள்ளைச் சிப்பாய்கள் முன்னூறு பேருக்கு மேல் இல்லை. இவர்களை வைத்துக் கொண்டு இரண்டாயிரத்துக்கும் மேலான சுதேசி வீரர்களின் ஆயுதங்களைப் பறிமுதல் செய்து அணியைக் கலைப்பதென்பது நெருப்பில் மேல் நடக்கும் காரியம்தான். ஒரே தைரியம் நம்பிக்கைக்கு உரிய சீக்கியப் படையினரின் பக்கபலம்தான்.

அணிவகுப்பு நடத்தப்பட்டது. சுதேசிச் சிப்பாய்கள் ஆயுதங் களைக் கீழே வைக்குமாறு ஆணையிடப்பட்டார்கள். அணி கலைக்கப்படுவதாக அறிவிக்கப்பட்டது. காசி சிப்பாய்கள் அதிர்ச்சியடைந்தார்கள். ஆசிம்கர் வெடித்த பின்னும்கூட அவர்கள் இன்னும் எதையும் தீர்மானிக்கவில்லை. இத்தனை சீக்கிரம் அவர்கள் இதை எதிர்பார்க்கவில்லை. ‘ஏன்? எதற்கு?’என்று அதிகாரிகள் முன் கொந்தளித்தார்கள். கூச்சலும் குழப்பமும் அதிகரித்துக் கொண்டே போனது.

தூரத்திலிருந்து இதைக் கண்ட வெள்ளைச் சிப்பாய்கள் நீட்டிப் பிடித்த துப்பாக்கியுடன் சுதேசிச் சிப்பாய்களை நெருங்கினார்கள். அவர்கள் தங்களைத் தாக்க முற்படுவதாக நினைத்த சுதேசிச் சிப்பாய்கள் கீழே வைத்திருந்த தங்களின் ஆயுதங்களைக் கையில் எடுத்துக் கொண்டார்கள். அடுத்த நொடி, யார் முதலில் சுட்டது, யார் செத்தது? எதுவும் தெரியவில்லை.

சீக்கியப் படையினர் ஒன்றும் புரியாமல் திகைத்தார்கள். சுதேசி வீரர்களைச் சுட்ட வெள்ளைத் துப்பாக்கிகள் தங்கள் முன்பும் நீளுமோ என்கிற கலவரத்தில் அவர்களும் வெள்ளையர்களைச் சுடத் தொடங்கினார்கள். இதை எதிர்பாராத வெள்ளையர்கள் தற்காப்புக்காக அவர்களையும் தாக்கினார்கள்.

இந்தக் களேபரத்தில் சுதேசிச் சிப்பாய்கள் படைத்தளத்தை விட்டு வெளியேறினார்கள். சுதாரித்துக் கொண்ட ஜேம்ஸ் நீல் தனது வீரர்களுடன் புரட்சிச் சிப்பாய்களை விரட்டித் தாக்கினான். சிப்பாய்கள் நகரின் நாலாபுறமும் சிதறிக் கலைந்து மறைந்தார்கள். ஒளிந்திருந்து பல இடங்களிலும் பரவலாக வெளிப்பட்டு திடீர் திடீரென்று தாக்கினார்கள். இரவு முழுவதும் வெடிச் சத்தம் இடைவிடாமல் கேட்டுக் கொண்டேயிருந்தது.

புரட்சி சிப்பாய்கள் காசியின் கஜானாவைக் கொள்ளையடிக்கச் செய்த முயற்சி நிறைவேறவில்லை. கருவூலத்தின் பல லட்ச ரூபாய்களும், சீக்கிய மகாராணியிடமிருந்து வெள்ளையர்கள் கைப்பற்றிய விலையுயர்ந்த நகைகளையும் சூரத்சிங் என்பவனின் தலைமையிலான சீக்கியப் படையே காவல் புரிந்து வெள்ளையரிடம் பத்திரமாக சேர்ப்பித்தது. கோகுல்சந்த் என்கிற அரசு ஊழியனும் இன்னும் சில இந்திய விசுவாசிகளும் வெள்ளையருக்கு பக்கபலமாக நின்று சுதேசி வீரர்களை எதிர்க்கும் முயற்சியில் தீவிரமாகச் செயல்பட்டார்கள். இவர்களின் உதவி இல்லாவிட்டால் காசி வெள்ளையர்களின் கைவிட்டுப் போயிருக்கும்.

காசியில் புரட்சி நசுக்கப்பட்ட மறுதினமே காசியின் வட மேற்கே, கோமதி நதிக்கரை நகரமான ஜவன்பூர் கிளர்ச்சியைத் தொடங்கிவிட்டது. இங்கே சீக்கிய சிப்பாய்களும் ஹிந்து சிப்பாய்களுடன் புரட்சியில் கலந்து கொண்டனர். இவர்களுடன் காசியின் குதிரைப் படை புரட்சிச் சிப்பாய்களும் வந்து சேர்ந்து கொண்டார்கள்.

நகரின் கிளர்ச்சியில் நீதிபதி கப்பேஜ் என்பவன் முதல் பலி யானான். அடுத்து மாரா என்கிற ராணுவ அதிகாரியும் சுட்டுக் கொல்லப்பட்டான். ஜவன்பூர் கஜானா கொள்ளையடிக்கப் பட்டது. ஆயுதங்களை ஒப்படைத்து சரணடைந்த ஆங்கில அதிகாரிகள் முதல் சகல வெள்ளையர்களும் உயிருக்கு ஆபத்தில்லாமல் வெளியேற்றப்பட்டனர்.

ஆனாலும் ஜேம்ஸ் நீல் பழி தீர்க்கத் தொடங்கிவிட்டான்.

பிரிட்டிஷ் குடிமகன் என்கிற ஆணவமும், சமயவெறியும் நிரம்பியவனான நீல், தனது இனத்தவர்கள் மீது இழைக்கப்படும் துன்பங்களைச் சகிக்க முடியாதவன் ஆனான். கருணை, கனிவு, அன்பு, இரக்கம்,நீதி, நியாயம் எதுவும் அவனிடத்தில் இல்லை. மனம் முழுவதும் பழிஉணர்ச்சி ஒன்றே நிரம்பியிருந்தது.

பிரிட்டிஷ் இனத்தவர் மீது வன்முறை நிகழ்த்திய இந்தியக் கறுப்பர்கள் உயிர் வாழத் தகுதியில்லாதவர்கள். தீர்ப்பை தீர்க்க மாக மனத்தில் எழுதிக் கொண்டு வேட்டையில் இறங்கினான்.

அவனது வெள்ளைப் படை பல குழுக்களாகப் பிரிந்து கிராமம் கிராமமாக நுழைந்தது. கண்ணில்பட்ட அப்பாவி குடியானவர் களையும், சாதுவான கிராமவாசிகளையும் கட்டியிழுத்து வந்து நீலின் காலடியில் போட்டது.

கண் துடைப்புக்கு விசாரணை நடந்து பிடித்து வரப்பட்டவர்கள் ஒருவர் பாக்கியில்லாமல் அனைவரும் வெட்டி வீழ்த்தப் பட்டனர் அல்லது தூக்கில் தொங்கவிடப்பட்டனர். விளையாட் டாக புரட்சிக் குரல் எழுப்பிய சிறுவர்கள்கூட தப்பவில்லை.

வெள்ளைப் படை பிடித்து வரும் குற்றவாளிகளின் எண்ணிக்கை ஆயிரக்கணக்கில் கூடிக் கொண்டே போனது. இத்தனை தலை களுக்கு எத்தனை தூக்குமரம் தயாரிப்பது? எத்தனை மரங்களைத் தான் வெட்டுவது? வேண்டாம். நிறுத்துங்கள்! எதற்கு இந்த வேண்டாத வேலை. இதோ வரிசை வரிசையாக மரங்கள். மேலும் கீழுமாக ஏராளமான கிளைகள். கொண்டுவாருங்கள் கைதிகளை; ஒவ்வொரு கிளையிலும் ஒருவனைத் தூக்கில் ஏற்றுங்கள்.

மாட்டு வண்டிகளின் மீது கைதிகளை ஏற்றி, மரத்தின் அருகில் கொண்டு வந்து, கழுத்தில் சுருக்கிட்டு கிளைகளில்

முடிச்சிட்டார்கள். சாட்டையின் சொடுக்கலில் மாடுகள் விரட்டப்பட, வண்டிகள் நகர்ந்தன. கழுத்து இறுகிய உடல்கள் கை கால்களை உதறித் துடித்து அடங்கின.சாலை நெடுகிலும் புளியம் பழங்கள்போல கொத்துக் கொத்தாக பிரேதங்கள் காற்றில் ஊசலாடியது பயங்கரமாக இருந்தது. வெள்ளையர்கள் திருப்தியுடன் புன்னகைத்துக் கொண்டார்கள்.

இதுவும் சலித்து விட்டது! கால நேரம் விரயமாகியது. மேலும் யோசித்தார்கள். இன்னும் சுலபமான வழியைத் தேர்ந் தெடுத்தார்கள்.

ஒட்டுமொத்தமாக ஒரு கிராமத்தையே வளைத்துக்கொண்டு நெருப்பிட்டுக் கொளுத்தினார்கள். தப்பித்து வெளியேறப் பார்த்தவர்களை சூழ்ந்திருந்த பீரங்கிகள் சுட்டு வீழ்த்தின. ஒரு கிராமவாசியும் தப்பிக்க முடியவில்லை.

ஏழைகள் பணக்காரர்கள், படித்த பண்டிட்கள் படிக்காத பாமரர் கள், ஹிந்துக்கள் முஸ்லிம்கள், இளைஞர்கள் முதியோர்கள், குழந்தைகள் சிறுவர்கள், ஆண்கள் பெண்கள் அத்தனை பேரும் நீல் கொளுத்திய சொக்கப்பனையில் பஸ்பமானார்கள். ஒன்று இரண்டல்ல நூற்றுக்கணக்கான கிராமங்கள் இதுபோல சாம்பலாகின.

அப்பாவி கிராமவாசிகளின் கதி இப்படியென்றால் நீலிடம் சிக்கிக் கொண்ட புரட்சிக்காரர்களின் நிலைமை அதி பயங்கரம். அவர்களின் தலை ரோமங்கள் கைகளினால் ரத்தம் சொட்ட பிடுங்கப்பட்டன. உடல்கள் துப்பாக்கி முனைக் கத்திகளால் குத்தித் துளைக்கப்பட்டன. ஈட்டி முனையில் குத்தியெடுக்கப் பட்ட பசு, பன்றி மாமிசங்கள் பச்சையாக வாயில் திணிக்கப்பட்டது. 'பசு, பன்றியின் கொழுப்புக் குண்டுகளை உபயோகிக்க மாட்டாயா? இப்போது அதை ருசி பார்'. சித்ரவதை செய்யப்பட்டுக் கொல்லப்பட்டார்கள்.

நீலின் இந்தக் கொடூரமும், அரக்கத்தனமும் ஹிந்துஸ்தானத்தின் மூலை முடுக்கெல்லாம் பரவி குலை நடுங்கவைத்தது.

இந்தியர்களின் வன்முறையை விவரித்து எழுதிய ஆங்கிலப் பேனாக்கள் நீலின் கொடுமைகளை அறிந்தும் விவரித்து எழுதமுடியாமல் வெட்கித் தலைகுனிந்தன.

சரித்திர ஆசிரியர்கள் கேய், மாலிசன் போன்றவர்கள், 'ஜெனரல் நீல் பழிவாங்கிய வஞ்சகத்தின் கொடுமை பற்றி எதுவும் எழுதாமலிருப்பதே நல்லது'என்று வேதனையுடன் எழுதினார்கள்.

நீலின் பழிவாங்கும் படலம் அடுத்து அலகாபாத்திலும் அரங்கேறியது.

•

கங்கை, யமுனை, (பூமிக்கு அடியில் மறைந்த) சரஸ்வதி என மூன்று நதிகள் சங்கமிக்கும் புனித நதியான பிரயாகையைக் கொண்ட பூமி அலகாபாத். கல்கத்தாவிலிருந்து பஞ்சாப்புக்கும் டெல்லிக்கும் செல்லும் அதி முக்கிய சாலைகள் கொண்ட செழிப்பான நகரம். அக்பர் காலத்தில் கட்டப்பட்ட உறுதியான மதில்கள் கொண்ட கம்பீரமான கோட்டை, நகரின் உயிர்நாடியாக விளங்கியது.

எங்கெங்கும் நிறைந்திருந்த வெள்ளையர் மீதான வெறுப்பு அலகாபாத்திலும் நீக்கமற வியாபித்திருந்தது. வெள்ளையர்களால் பாதிக்கப்பட்ட தாலுக்தாரர்கள், அவர்களின் கீழான குடியானவர்கள், பொருள்களின் விலை உயர்வினால் கொந்தளித்துக் கொண்டிருந்த பொதுமக்கள் என மாகாணத்தின் நிலைமை கொந்தளிப்பின் உச்சத்திலிருந்தது.

அலகாபாத்தின் தாலுக்தாரர்கள் அனைவரும் முஸ்லிம்கள். மாகாணத்தின் பெரும்பாலான குடி மக்களோ ஹிந்துக்கள். இந்த இருதரப்பினரும் எக்காலத்திலும் ஒன்று சேரமாட்டார்கள் எனும் நினைப்பில் வெள்ளையர்கள் நிம்மதியாக இருந்து வந்தார்கள். ஆனால் புரட்சி வெடித்தபோது இருதரப்பினரும் கை கோர்த்துக் கொண்டு தாக்குதல் நடத்தியது அதிர்ச்சியை ஏற்படுத்தியது.

இங்கு மட்டும் இல்லை. கிளர்ச்சி ஏற்பட்ட எல்லா இடங்களிலுமே திடீரென வெடித்த ஹிந்துஸ்தானத்து மூர்க்கமும், வன்முறையையும்விட ஆங்கிலேயர்களை அதிகக் கலக்கத்துக்கு உள்ளாக்கியது இந்த ஹிந்து முஸ்லிம் ஒற்றுமைதான்! 1857 புரட்சியில் அதிக அளவில் மிகுந்த ஆவேசத்துடன் உயிருக்கு அஞ்சாமல் இறுதிவரை களத்தில் நின்றவர்களாக முஸ்லிம்களே இருந்தனர். ஹிந்துக்களுடன் சிறு மனக்கசப்பும் வந்துவிடக் கூடாது என்பதற்காகவே அவர்கள் தாங்கள் கைப்பற்றிய பகுதிகளில் பசுவதையை தடை செய்து இணக்கமாக இருந்தார்கள்.

அதுபோலவே ஹிந்துக்களும் முஸ்லிம்களோடு நட்புறவுடன் நடந்துகொண்டார்கள். ஆங்கிலேயர்களின் சூழ்ச்சிகள், தந்திரங் கள் எதுவும் அப்போது பலிக்கவில்லை.

காசியின் கலவரம் குறித்த தகவல் ஜூன் 5ம் தேதி அலகாபாத்தை எட்டியது. கர்னல் சிம்சன் முதல் காரியமாக கிறித்துவப் பெண் களையும் குழந்தைகளையும் கோட்டையின் பத்திரமான இடத் துக்குள் கொண்டு போனான். கோட்டையின் கதவுகளை இழுத்து மூடும்படி உத்தரவிட்டான். வெளியே செல்பவர்களும், உள்ளே வருபவர்களும் தீவிர சோதனைக்குப் பின்பே அனுமதிக்கப் பட்டனர். இதன் மூலம் வெளியில் காசி, ஜான்பூர் பிரதேசங் களிலிருந்து வரக்கூடிய புரட்சிச் சிப்பாய்களின் தாக்குதல்களி லிருந்து பாதுகாத்துக் கொள்ளலாம் என்ற நம்பிக்கை ஏற்பட்டது. ஆனால் உள்ளிருக்கும் சுதேசிச் சிப்பாய்கள்?

காசியில் நீல் நடத்திய கொடூரம் பற்றிய தகவல்கள் கசிந்ததுமே அலகாபாத் சிப்பாய்களின் மனது கோபத்தினாலும் அச்சத்தி னாலும் மிரளத் தொடங்கிவிட்டது. காசியில் நடந்ததுபோல இங்கும் ஆயுதங்கள் பறிக்கப்பட்டு தாங்களும் சுடப்படுவோமோ என்கிற திகில் மூண்டுவிட்டது. இதற்குமேல் அவர்களால் அடங்கியிருக்க முடியவில்லை.

ஜூன் 6ம் தேதி நள்ளிரவு 6 வது சுதேசி அணி திடீரென்று கலகத் தில் இறங்கிவிட்டது. வெள்ளையர்கள் தாக்கப்பட்டார்கள். உடலில் ஏராளமான கத்திக் குத்துகளைப் பெற்றுக் கொண்டு குதிரைப்படைத் தளபதி அலெக்ஸாண்டர் பிணமானான். 6 வது அணியுடன் மற்ற சுதேசிச் சிப்பாய்களும் ஒன்று சேர்ந்து, கோட்டைக்குள் கொண்டு செல்லப்படவிருந்த பீரங்கிகளை தங்களது படைத்தளத்துக்கு இழுத்துச் சென்றனர்.

நகரம் முழுவதும் வெறிக்கூச்சலும், மரண ஓலமும் எதிரொலித் தது. தளபதி சிம்சன் கோட்டையைக் காக்க விரைந்தான். வழி யெல்லாம் வெள்ளையர் பிணங்கள் குதிரையின் காலில் மிதி பட்டன. ஆங்கிலேயர்களின் வீடுகளையும், அலுவலகங்களை யும் தீ முற்றுகையிட்டிருந்தது. புரட்சிச் சிப்பாய்களை எதிர்த்து சில வெள்ளை வீரர்கள் போரிட்டுக் கொண்டிருந்தார்கள்.

சிம்சன் கோட்டைக்குள் சென்றதும் அங்கு சீக்கியப் படையை மட்டும் நிறுத்திக் கொண்டு மற்ற சுதேசிச் சிப்பாய்களை

நம்பாமல் அவர்களின் ஆயுதங்களைப் பிடுங்கிக் கொண்டு கோட்டையை விட்டு வெளியேற்றினான். சிப்பாய்களின் முற்றுகையை எதிர்கொள்ளத் தயாரானான்.

அலகாபாத் நகர மக்களும் திரண்டெழுந்து புரட்சியில் கலந் தார்கள். சிறைச்சாலைகளை உடைத்து, தந்திக் கம்பிகளை அறுத்து, அரசு அலுவலகங்களைச் சூறையாடி.. கோட்டைக்கு வெளியிலும் வெள்ளையர் வீடுகள் தாக்கப்பட்டு அவர்கள் அலறியடித்துக் கொண்டு கோட்டைக்குள் தஞ்சம் புகுந்தனர்.

காசியில் நீல் நடத்திய கொடூரத்தின் வெளிப்பாடு அலகாபாத்தில் வெள்ளையர் கொலைகளாக பிரதிபலித்தது. அலகாபாத் சுதந்தர மாகாணமாக அறிவிக்கப்பட்டது. எல்லா கிராமங்களிலும், வீடுகளிலும் சுதந்தரச் சின்னமாக இஸ்லாமிய பச்சைக் கொடி ஏற்றப்பட்டது. கிட்டத்தட்ட பத்து நாள்கள்வரை கலவரம் கட்டுப்படவே இல்லை.

சிப்பாய்கள் அலகாபாத் கருவூலத்தைக் கைப்பற்றினார்கள். உடைத்துத் திறந்து ஸ்தம்பித்துப் போனார்கள். மொத்தமாக முப்பது லட்ச ரூபாய் அவர்களைப் பார்த்துக் கண் சிமிட்டியது. கருவூலப் பொக்கிஷப் பணத்தை அப்படியே டெல்லிக் கொண்டு சென்று பேரரசர் பகதூர் ஷாவுக்கு காணிக்கையாக்க முடிவெடுத்து இரவெல்லாம் காவல் காத்தார்கள்.

வாழ்க்கையில் இதுவரை அவர்கள் பார்க்காத அளவு பணம். உள்ளங்கை கை அரித்தது. ஆசை தூண்டியது. இத்தனை பெரிய தொகையில் அவரவர் பஞ்சம் தீர ஆளுக்குக் கொஞ்சம் எடுத்துக் கொண்டு மீதத்தை சக்ரவர்த்தியிடம் ஒப்படைத்தால் என்ன? யாருக்கும் தெரியப் போவதும் இல்லை. ஆமாம். அதுவும் சரிதான்!

நாலா திசையிலிருந்தும் கைகள் ஆவலுடன் நீண்டன. எடுத்தன. எடுத்தன. எடுத்துக் கொண்டேயிருந்தன. விடிந்தபோது சிப்பாய் களுமில்லை. கருவூலத்தில் காசுமில்லை.

அலகாபாத் அரைகுறையாக சிப்பாய்கள் வசம் வந்துவிட்டது. இங்கும் புரட்சிச் சிப்பாய்களை வழிநடத்த சரியான தலைமை இல்லாத சமயத்தில் லியாகத் அலி என்பவர் அந்தப் பொறுப்பை ஏற்றுக் கொண்டார். நெசவாளிக் குடும்பத்தைச் சேர்ந்தவரான லியாகத் அலி மத போதகராகவும் , பள்ளி ஆசிரியராகவும் பணி

புரிந்தவர் என்பதைத் தெரிந்து கொள்ளமுடிகிறது. ஆனால் இவர் ரகசியச் சங்கத்தைச் சேர்ந்தவரா, முன்கூட்டியே புரட்சியை ஏற்பாடு செய்து வழி நடத்தியவரா, எந்தப் பின்புலமும் இல்லாமல் எப்படி திடீரென்று பொறுப்புக்கு வந்தார் என்பதைக் குறித்து எந்தத் தகவலும் இல்லை.

டெல்லி சக்ரவர்த்தியின் பிரதிநிதியாக லியாகத் அலியை நிய மித்து விழாவும் நடந்தது. லியாகத் அலி நகரத்தில் அயோக்கியர் களின் ஆர்ப்பாட்டங்களையும், கொலை கொள்ளை வன்முறை களையும் கட்டுப்படுத்தி, இந்தியர்களைக் கொண்டு அரசு அலுவல்களை சீரமைத்தார். புரட்சியை வேகப்படுத்தி சிப்பாய் களையும், மக்களையும் ஒருங்கிணைத்து கோட்டையைக் கைப் பற்றுதே அவரின் நோக்கமாக இருந்தது.

ஒரு வார காலத்துக்கும் மேலாக முற்றுகையும் போரும் நடந்தது. கோட்டைக்குள் தேவையான அளவு வெடி மருந்துப் பொருள் கள், ஆயுதத் தளவாடங்கள் குவிந்திருந்தன. புரட்சிச் சிப்பாய் களை வெள்ளையர்கள் தீவிரமாக எதிர்த்தனர். நாள்கள் செல்லச் செல்ல சிப்பாய்களிடம் தளவாடப் பற்றாக்குறை ஏற்பட்டது.

அதற்குள் நீல் தனது படையுடன் அலகாபாத்துக்குள் பிரவேசித்து விட்டான்

கோட்டைக்குள் இருந்த வெள்ளையரை அதுவரை சீக்கியப் படைதான் பாதுகாத்து வந்தது. ஆனாலும் காசியில் நடந்த தாறு மாறான விளைவுகளால் நீலுக்கு சீக்கியப் படையின் மீது நம்பிக்கையில்லாமல் போனது. வெள்ளைப் படைகளை மட்டும் கோட்டைக்குள் வைத்துக் கொண்டு, சீக்கியப் படைகளை கோட்டைக்கு வெளியே காவலுக்கு நிறுத்தினான்.

அடுத்ததாக கோட்டைக்குள் இருந்த வெள்ளைப் பெண்களை யும், குழந்தைகளையும், அவர்களுக்கான வேலையாட்களையும் படகில் ஏற்றிக் கல்கத்தாவுக்கு அனுப்பி வைத்தான். திருப்தியாக புரட்சி வீரர்களை எதிர்த்துப் போரில் இறங்கினான்.

நீலின் உக்ரமான தாக்குதலை புரட்சிப் படையினரால் சமாளிக்க முடியவில்லை. ஆள் பலமும், ஆயுத பலமும் குறைந்து கொண்டே வர ஒரு கட்டத்தில் புரட்சிப் படையினர் பின் வாங்க நேர்ந்தது. அனைவரும் பல திசைகளிலும் தப்பித்து ஓடி ஒளிந்தனர்.

நீலின் வேட்டையும், கொடூரமும், தண்டனையும், அரக்கத் தனமான கொலைகளும் அலகாபாத்திலும் குறைவில்லாமல் நடந்து முடிந்தன. மாகாணம் முழுவதும் பிணங்களை அகற்றக் கூட ஆளில்லாமல் அலகாபாத் வெறிச்சோடிக் கிடந்தது. ஜூன் இறுதிவரை அந்த அவலச் சோகம் அப்படியே நீடித்தது.

அலகாபாத்தை நிர்வகித்த லியாகத் அலி தலைமறைவாகத் தப்பி கான்பூருக்கு போய் சேர்ந்தார்.

அடுத்த பெரும் கிளர்ச்சி கான்பூரில்தான் வெடித்தது. அங்கு நடந்த பல விசித்திர விபரீத பயங்கர நிகழ்வுகளின் பின்னணி மிகுந்த ஆச்சரியத்துக்கும் அதிர்ச்சிக்கும் உரியவை. விடை கிடைக்காத கேள்விகளாக உலவுபவை!

14

கான்பூரில் நானா சாகிப்

கான்பூரின் கிளர்ச்சியும், கொந்தளிப்பும் மீரட் எழுச்சிக்குப் பின் எதிர்பார்க்கக் கூடியவைதான் என்றாலும், அதன் பின் நடந்த சம்பவங்கள் எல்லாமே இன்றுவரை விளங்கிக் கொள்ள முடியாத மர்மங்கள் நிறைந்ததாகவே இருக்கின்றன!

இந்த கான்பூர் எழுச்சியின் போதுதான் நானா சாகிப் தன்னை வெளிப்படுத்திக் கொண்டார். தானாக வரவில்லை. கான்பூரின் ராணுவத் தளபதியான ஹியூ வீலர்தான் நானாவை மேள தாளத்தோடு வரவேற்று தலைவிதியைத் தானே நிர்ணயித்துக் கொண்டான்.

ஒரு காலத்தில் அயோத்தி மன்னனின் கீழிருந்த கான்பூர் 1801-ல் ஆங்கிலேயர் வசம் வந்து அவர்களின் முக்கிய படைத்தளமாக மாறியிருந்தது. மூன்று காலாட் படைகள், ஒரு பீரங்கிப் படை, ஒரு குதிரைப் படை என மொத்தம் மூவாயிரம் சிப்பாய்கள் அங்கிருந்தனர். வெள்ளைச் சிப்பாய்களின் எண்ணிக்கை வெறும் நூறுதான்!

கான்பூரின் தளபதியான ஹியூ வீலர் வெள்ளை ராணுவத்தில் பல வருட அனுபவமுள்ளவர். சீக்கிய ஆப்கன் போர்களில் பணியாற்றியவர். மிகுந்த திறமைசாலி. டெல்லியை மீட்பதற்காக ஹீலரின் அனுபவம் மிக்க உதவியை ஆங்கிலேயர்கள் எதிர்பார்த்திருக்க கான்பூரிலோ நிலைமை புரிபடாமலிருந்தது.

ஹீலர் தனது சுதேசி வீரர்களிடம் மிகுந்த அன்புடன் பழகியவர் என்றாலும் அப்போது ஹிந்துஸ்தானம் கொந்தளித்துக் கொண்டிருந்த சூழலில் யாரையும் நம்பமுடியவில்லை. நம்பாமல் இருக்கவும் முடியவில்லை. கான்பூரில் அரசு அலுவலர்கள், வியாபாரப் பிரமுகர்கள், பாதிரிகள், அதிகாரிகள் என்று ஆயிரக் கணக்கில் வெள்ளையர்களும் அவர்கள் குடும்பங்களும் வசித்து வந்தார்கள். ஆனால் இவர்களைக் காக்கவேண்டிய வெள்ளைப் படையின் எண்ணிக்கையோ மிகவும் குறைவு.

மற்ற இடங்களில் செய்தது போல சுதேசிச் சிப்பாய்களின் அணிவகுப்பு நடத்தி, ஆயுதங்களைக் கைப்பற்றிக் கொண்டு அணியைக் கலைத்துவிடலாம் என்றால் அதைச் செய்யவும் பயமாயிருந்தது. ஒட்டுமொத்தச் சிப்பாய்களும் தங்களுக்கு எதிராக திரும்பிவிட்டால்? நினைத்துப் பார்க்கவே உடல் நடுங்கியது.

நல்லவேளையாக கான்பூரின் உதவிக்கு கானிங் மேலும் கொஞ்சம் படைகளை அனுப்பி வைத்திருப்பதாக தகவல் வந்தது. இதுவும் சிக்கல்தான்! புதிய படையின் வருகை கான்பூர் இந்தியச் சிப்பாய்களை சந்தேகத்தில் ஆழ்த்துமோ?

ஆழ்த்தியது! 'புதிய படை எதற்கு வருகிறது; தங்கள் மேல் நம்பிக்கையில்லாததாலா? வந்து என்ன செய்யும்? இந்தியச் சிப்பாய்களின் குதிரைகளையும், பீரங்கிகளையும், துப்பாக்கிகளையும் பிடுங்கிக் கொண்டு அணியைக் கலைத்து விடுமோ?' சுதேசிச் சிப்பாய்கள் மனத்துக்குள் குமையத் தொடங்கினார்கள்.

மிகச் சரியாக கான்பூர் மக்கள் மத்தியிலும் சலசலப்பு நிலவியது. மீரட் போலவே இங்கும் குறைந்த விலையில் கோதுமை மாவு விற்பனையும், அதில் பசு பன்றியின் எலும்புகள் பொடி செய்யப்பட்டு கலக்கப்பட்டிருப்பதான தகவலும், இது மத துவேஷத்துக்கான ஆங்கிலேயரின் சூழ்ச்சி என்றும் வதந்தி வேகமாகப் பரவியது. இது உண்மையா, பொய்யா, வேண்டுமென்றே கிளப்பி

விடப்பட்டதா? ம்ஹூம்! மக்கள் எதுபற்றியும் யோசிக்கத் தயாராயில்லை. அப்படியே நம்பினார்கள். அரசாங்கத்தின் மீது ஆத்திரம் கொண்டு அலைந்தார்கள். கூட்டம் கூடிக் கோஷமிட்டார்கள்.

வீலர் செய்வதறியாமல் கையைப் பிசைந்து கொண்டான். மே மாதம் 22 ம் தேதி லக்னோவிலிருந்து 50 ஆங்கிலச் சிப்பாய்களும், 200 குதிரை வீரர்களும் கான்பூரை வந்தடைந்தார்கள். கான்பூரில் கிளர்ச்சி எழுந்தால் மூவாயிரம் சுதேசிச் சிப்பாய்களைச் சமாளிக்க இந்தப் படை மட்டும் போதாது என்று மேலிடத்துக்கு தகவல் அனுப்பிய ஹீலர், வேறு யாரிடமாவது உதவி கேட்கலாமா என்று யோசித்தான். அவன் நினைவுக்கு வந்தவர் நானா சாகிப்!

அவ்வப்போது ஆங்கில அதிகாரிகளை தனது அரண்மனைக்கு அழைத்து விருந்தளிக்கும் உபசரிப்புப் பண்பாளர், விருந்தின் முடிவில் விலையுயர்ந்த பரிசுகளை அளித்துக் கௌரவிக்கும் நட்புப் பெருந்தகை, மேன்மைமிகு பிரிட்டிஷ் சாம்ராஜ்யத்தைப் போற்றும் பெருமதிப்பிற்குரிய நானாவிடம் படை உதவி கேட்டால் மறுக்கவா போகிறார்?

நானா சாகிப் மறுக்கவில்லை. ஹீலரின் கோரிக்கைப்படி தனது வீரர்களில் 400 பேரை கான்பூருக்கு அனுப்பிவைத்தார். அடுத்து ஒரு பெரும் பொறுப்பும் நானாவை வந்தடைந்தது.

கான்பூரில் கலகம் ஏற்பட்டால் புரட்சி சிப்பாய்கள் நிச்சயம் கஜானாவைக் கைப்பற்ற முயற்சிப்பார்கள். எனவே கஜானாவைக் காக்கும் பொறுப்பையும் நானாவிடமே கொடுத்துவிடலாம்.

நானா சாகிப்பின் இருநூறு சிப்பாய்களின் காவலில் கஜானா ஒப்படைக்கப்பட்டது!

இந்த வரிசையில் ஹீலர் மற்றொரு ஏற்பாட்டையும் செய்தான். புரட்சி வெடித்தால் வெள்ளையர் அனைவரும் பாதுகாப்பாக தங்குவதற்காக கங்கை நதிக்குத் தெற்கே சிப்பாய்களின் படைத் தளத்துக்குப் பக்கத்திலேயே ஓர் இடத்தைச் சுற்றி தற்காலிகக் கோட்டை ஒன்றை அமைத்தான். வலுவில்லாத மிகச் சுமாரான கோட்டை. உண்மையில் அது ஒரு பெரிய தாக்குதலைச் சமாளிக்கக்கூடியதாக இல்லை.

இதைவிட கான்பூரின் ஆயுதக் கிடங்கை ஹீலர் தேர்ந்தெடுத்துப் பலப்படுத்தியிருந்தால் அது அவர்களுக்கு பலவகையிலும் பாதுகாப்பாக இருந்திருக்கமுடியும். ஆயுதக்கிடங்கின் பலமான மதில்களும், வெடி மருந்துகளும், ஏராளமான ஆயுதங்களும் தற்காப்புக்கு மட்டுமில்லாமல் தாக்குதலுக்கும் உபயோகப் பட்டிருக்கும்.

பல வருடங்கள் ராணுவத் தளபதியாக இருந்த ஹீலருக்கு இது தெரியாமலில்லை. ஆனாலும் அப்படிச் செய்யாததற்குக் காரணம் இருந்தது! அந்த ஆயுதக் கிடங்கை சுதேசிச் சிப்பாய்கள் தான் காவல் காத்துவந்தனர். அவர்களை நீக்கிவிட்டு வெள்ளை யர் வசம் ஆயுதக்கிடங்கை எடுத்துக் கொண்டால், சிப்பாய்கள் வீண் சந்தேகமும் அவநம்பிக்கையும் அச்சமும் அடைவார்கள். எனவேதான் அந்த யோசனையைக் கைவிட்டான். சிப்பாய்களின் படைத்தளத்துக்கு அருகிலேயே கோட்டையை உருவாக்கினால் அது அவர்கள் மீதான தனது நம்பிக்கையைப் பிரதிபலிக்கும் என்று கருதினான்.

எல்லாவற்றையும் தாண்டி ஹீலருக்கு வேறொரு அசட்டு நம்பிக்கையும் இருந்தது. 'கான்பூரில் சிப்பாய்கள் புரட்சியே செய்தாலும் வெள்ளையர்கள் ஒரு சில நாள்கள் தங்களைப் பாதுகாத்துக் கொண்டால் போதும்; இறுதியில் சிப்பாய்கள் அனைவரும் டெல்லியை நோக்கிச் சென்றுவிடுவார்கள். சேதம் அதிகமிருக்காது'- இப்படி ஹீலர் எடுத்து வைத்த ஒவ்வொரு அடியும் தப்பாகவே அமைந்தது.

அவனுக்கு இன்னமும் நம்பிக்கையிருந்தது. 'இத்தனை வருடங்களாக நான் அன்பு காட்டி நேசித்து வரும் சுதேசிச் சிப்பாய்கள் கிளர்ச்சியில் ஈடுபடமாட்டார்கள்!'

ஒற்றர்கள் கொண்டு வந்த செய்தி வேறுமாதிரியிருந்தது. சிப்பாய்கள் கிளர்ச்சிக்கான மனநிலையில்தான் இருக்கிறார்கள். புரட்சிக்கு அவர்கள் தேர்ந்தெடுத்துள்ள நாள் மே 24. ஈத் பண்டிகை தினம்.

ஹீலர் பதைப்புடன் காத்திருந்தான். செய்தி பொய்த்துவிட்டது. ஈத் பண்டிகை தினத்தன்று ஒன்றும் நடக்கவில்லை. முஸ்லிம் சிப்பாய்கள் ஹீலருக்கு இனிப்புகள் கொடுத்துவிட்டுப் போனார் கள். வழக்கமாக அந்த தினத்தன்று ஹிந்துக்களுக்கும்,

முஸ்லிம்களுக்கும் சின்னச் சின்ன சண்டைகளாவது நடக்கும். அதுகூட இல்லை.

ஹீலரின் படபடப்பு நீங்கிவிட்டது, இனி கான்பூருக்கு எந்த ஆபத்துமில்லை!

அதற்குள் பக்கத்திலிருந்த லக்னோ கொதிக்கத் தொடங்கி விட்டது. ஹீலர், மிகுந்த துணிச்சலுடன், கான்பூர் அமைதியை நம்பி லக்னோவின் அபாயத்தைச் சமாளிக்க உதவிக் கரம் நீட்டினான். கான்பூரிலிருந்து ஓர் அணியை அனுப்பிவைத்தான். நிம்மதிப் பெருமூச்சுவிட்டான்.

ஹீலரின் நிம்மதியை ஒரு குடிகார வெள்ளையனின் துப்பாக்கிக் குண்டு சிதறடித்து சிதைத்தது!

சாதாரண தெருச் சண்டை. மூச்சு முட்ட குடித்து விட்டு தள்ளாடிய படி வந்த ஒரு வெள்ளையன், எதிரே வந்த இந்தியச் சிப்பாய் ஒருவனிடம் வாக்குவாதத்தில் ஈடுபட்டு கோபத்தில் துப்பாக்கி யால் சுட்டுவிட்டான். குறி தப்பிவிட்டது. சிப்பாய்க்கு ஏதும் ஆகவில்லை என்றாலும் அந்தச் சிப்பாய் நீதிமன்றத்தில் வழக்குத் தொடங்கினான்.

ஆங்கிலேய நீதி ஆங்கிலேயனைத் தண்டிக்குமா என்ன? குற்ற வாளி குடிபோதையில் இருந்தபோது துப்பாக்கி தானாகவே வெடித்துவிட்டதால் வெள்ளையன் மீது தவறில்லையென்று விடுதலை செய்யப்பட்டான்.

அந்த அக்ரமத் தீர்ப்பு சிப்பாய்களின் மனத்தில் கொந்தளிப்பை நிரப்பியது.

'அப்படியா? சரி போகட்டும்! இனி நமது துப்பாக்கிகளும் தானாகவே வெடிக்கத் தொடங்கிவிடும்!'கோபத்துடன் முணு முணுத்தார்கள்.

சுதேசிகளின் துப்பாக்கிகள் ஜுன் 4 ம் தேதி நள்ளிரவு வெடித்தன. ஒன்று...இரண்டு...மூன்று வேட்டுச் சத்தங்கள். கான்பூர் கிளர்ச்சியின் சமிக்ஞை!

அடுத்த நொடி வெள்ளையர்களின் கட்டடங்களுக்குத் தீ வைக்கப்பட்டது. புரட்சி மூண்டுவிட்டது.

சுதேசிக் குதிரைப்படையினர் நகரின் நாலாபுறமும் சென்று கண்ணில்பட்ட ஆங்கிலேயர்களை துரத்தியடித்தார்கள். வீடு களுக்குள் புகுந்து கொள்ளையடித்தார்கள். காலாட் படையின ரும் அவர்களுடன் கூட்டுச் சேர்ந்து கொண்டு சூறையாடினார் கள். எல்லோருமாக இணைந்து கோட்டையைத் தாக்க முற்பட்டார்கள்.

கோட்டையிலிருந்த வெள்ளைவீரர்கள் பீரங்கி, துப்பாக்கிகள் மூலம் எதிர்த்தாக்குதல் நடத்தினார்கள். ஒருபுறம் சண்டை நடந்து கொண்டிருந்தபோதே மற்றொரு சிப்பாய் பிரிவினர் ஆயுதக்கிடங்கைக் கைப்பற்றினார்கள். சிறைக்கதவுகளை உடைத்து கைதிகளை விடுவித்தார்கள். கஜானாவைக் கொள்ளை யிட்டுப் பிரித்துக்கொண்டார்கள். பிறகு வழக்கம்போல அனை வரும் டெல்லி போகும் சாலையில் ஐக்கியமானார்கள்.

ஹீலர் இதை எதிர்பார்த்திருந்ததால், கலகம் தணிந்து இனி கான்பூர் அமைதியாகி கட்டுக்குள் வந்துவிடும் என்று நம்பினான். அப்படி நடக்கவில்லை. அவன் கொஞ்சமும் எதிர்பாராதபடி கான்பூர் விவகாரத்தில் மிகப் பெரிய திருப்பம் நேர்ந்தது! அது அவனை ஸ்தம்பிக்க வைத்தது!

டெல்லிக்குக் கிளம்பி பாதிதூரம் போன சிப்பாய்கள் ஏனோ மனத்தை மாற்றிக்கொண்டு மறுபடியும் கான்பூருக்கே திரும்பி வந்தார்கள். அவர்களின் மனத்தை மாற்றிய சக்தி எதுவென்றோ, என்ன காரணமென்றோ அப்போது ஹீலருக்குப் புரியவில்லை. புரிந்தபோது அவனால் அந்தச் செய்தியை ஜீரணிக்கவே முடியவில்லை.

கான்பூர் திரும்பிய சிப்பாய்கள், மராட்டிய பேஷ்வா நானா சாகிப்பை சுதந்தர மன்னனாக பிரகடனம் செய்தார்கள். இனி அவரே புரட்சிக்குத் தலைமை தாங்கி வழிநடத்துவார் என்று அறிவிக்கப்பட்டது.

ஹீலர் துடிதுடித்துப் போனான். அவனால் நம்பவேமுடிய வில்லை.

இந்தப் புரட்சியின் சதிக்குப் பின்னால் இருந்தது நானா சாகிப்பா? இது உண்மையா? அப்படியானால் புரட்சியின் தொடக்கத்தி லிருந்தே ஏன் அவர் தலைமை ஏற்கவில்லை. ஒருவேளை சிப்பாய்கள் தன்னிச்சையாகத்தான் கிளர்ந்தெழுந்தார்கள்ா?

அதனால்தான் கலகத்தின் முடிவில் எல்லோரும் டெல்லிக்குக் கிளம்பினார்களா? அப்படியானால் எதற்கு அவர்கள் திரும்பி வந்தார்கள்? கான்பூரிலேயே ஒரு நல்ல தலைமை இருக்கும் போது எதற்காக டெல்லி செல்லவேண்டும் என்ற எண்ணத்தில் சிப்பாய்கள்தான் நானா சாகிபை அணுகி தலைமை ஏற்றுக் கொள்ள வைத்தார்களா? அல்லது டெல்லி சென்ற வீரர்களை நானா சாகிப்பே தடுத்து அழைத்துக் கொண்டாரா? இது திடீ ரென்று நடந்ததா? திட்டமிட்டு நடத்தப்பட்டதா? ஒன்றும் புரியவில்லை.

சதியில் பங்கு கொண்டவர் என்றால் எதற்காக தான் படை உதவி கேட்டதும் அனுப்பி வைத்தார்? ஏதாவது காரணம் சொல்லி மறுத்திருக்கலாமே. கஜானாவைக் காக்கும் பொறுப்பை ஏன் ஏற்றுக் கொண்டார்? திருடன் கையிலேயே சாவியை ஒப்படைத்த தன் மடத்தனத்தை நினைத்து வருந்தி னான் ஹீலர். நானாவின் நம்பிக்கைத் துரோகம் அவன் கொந்தளிப்பைக் கூட்டியது.

எத்தனையோமுறை தங்களை நம்பிய மன்னர்களையும், சமஸ் தான அதிபதிகளையும் ஏமாற்றிக் கவிழ்த்து வெள்ளையர்கள் செய்யாத நம்பிக்கைத் துரோகமா? அப்போது அவர்கள் அதை ராஜ தந்திரம் என்றார்கள்! இதோ சரித்திரம் திரும்புகிறது.

ஜுன் 6 ம் தேதி நானாவிடமிருந்து தூதுவர் மூலம் செய்தி வந்தது.

‘நாங்கள் நாளை கோட்டையைத் தாக்கப்போகிறோம்’

நானாவின் இந்த அறிவிப்பு ஹீலரை ஆச்சரியப்படுத்தியது!

நானா சாகிப் இப்படி முன்னெச்சரிக்கை செய்யவேண்டிய அவசியமே இல்லை. பின் எதற்காக இப்படிச் செய்தார்? ஹிந்துஸ்தானத்தின் யுத்த தர்மமா? போருக்கு உங்களைத் தயார் செய்துகொள்ளுங்கள் என்கிற அறைகூவலா? அல்லது ஆங்கில நண்பர்களே முடிந்தால் தப்பித்துச் செல்லுங்கள் என்கிற நல்லெண்ண எச்சரிக்கையா? புரியவில்லை.

ஹீலருக்கு வியர்த்தது. ஜுன் மாத வெயில் வேறு தாளமுடியாத அளவுக்குத் தகித்தது. அதனால்தான் புரட்சிக்காரர்கள் மே ஜுன்

மாதங்களைத் தேர்ந்தெடுத்தார்கள் போலிருக்கிறது. நிலைமை வெள்ளையர்களுக்குச் சாதகமாயில்லை.

ஹீலர் கோட்டையை தற்காப்புக்காகத்தான் தயார் செய்திருந் தானே தவிர, முற்றுகையைச் சமாளிக்கும்படியான ஏற்பாடுகள் அதில் இல்லை. ஆண்களும், பெண்களும் குழந்தைகளுமாக ஆயிரக்கணக்கான வெள்ளை உயிர்கள் கோட்டைக்குள் அடை பட்டிருந்தன. வீரர்களைத் தவிர வேறு யாருக்கும் படை அனு பவம் இல்லை. ஆயுதத் தளவாடங்களும் அதிகமில்லை. ஆயுதக் கிடங்கு புரட்சிச் சிப்பாய்களிடம் சிக்கிக் கொண்டுவிட்டது. முற்றுகை அதிக நாள்கள் நீடித்தால் கைவசமுள்ள உணவுப் பொருள்களும் போதாது. கல்கத்தாவிலிருந்து உதவிப் படைகள் எப்போது வருமோ தெரியவில்லை.

நானாவின் படையில் அப்போது நாலாயிரம் வீரர்கள் இருந்தார் கள். சிறப்பான பீரங்கிப் படை, காலாட் படைகள், துப்பாக்கிப் படைகள் எதற்கும் பஞ்சமில்லை. நானா சாகிப்பே வெளிப் படையாக புரட்சியில் இறங்கியதால் கான்பூர் மாகாணத்தின் ஒட்டுமொத்த மக்களும்கூட புரட்சியில் கை கோர்த்துக் கொண்டார்கள். குறுநில மன்னர்களும், ஜமீன்தார்களும், பிரபுக் களும் அவரவர் படை பரிவாரங்களுடன் வந்து இணைந்து கொண்டார்கள். எல்லாப் படைகளுக்கும் நானாவின் சகோதரர் கள் உள்பட பலர் தளபதிகள் நியமிக்கப்பட்டார்கள். தாத்தியா தோபே, அமைச்சர் அஸிமுல்லா கான் போன்றவர்கள் படைத் திட்டத்தை வகுத்தார்கள்.

கோட்டை நாலாபுறமும் சுற்றி வளைக்கப்பட்டு தாக்குதல் தொடங்கியது. துப்பாக்கிகள் இடைவிடாமல் இயங்கின. பீரங்கிகள் குண்டு மழை பொழிந்தன. வெள்ளையர்களும் பதில் தாக்குதல் நடத்தினாலும், அவர்கள் வெடி மருந்துகளை அதிகம் செலவழிக்காமல் தற்காப்புப் போரை மட்டுமே நடத்தினார்கள். கோட்டையை நெருங்கி உள்ளே புக முயற்சித்த சிப்பாய்களைத் தடுத்து சுட்டு வீழ்த்தினார்கள்.

கோட்டைக்குள் குண்டு விழுந்த இடங்களைச் சீர்படுத்தவும், தீயை அணைப்பதிலுமே அவர்களுக்கு நேரம் செலவழிந்தது. கொஞ்ச நாளிலேயே கோட்டைக்குள் உணவுப் பொருள்கள் குறைந்து போனது. ரேஷன் கட்டுப்பாடு கொண்டு வரப்பட்டு

ஒரு நாளைக்கு ஒரு வேளை உணவே தரப்பட்டது. உயிர் பலி அதிகமாகிக் கொண்டே வந்தது. வீரர்களின் உயிர்கள் மட்டு மில்லாமல் குண்டுகள் தாக்கி சாதாரண வெள்ளையர்களும், அவர்களின் உதவிக்காக தங்கியிருந்த விசுவாச இந்திய வேலையாள்களுமாக அநேகர் பேர் இறந்து போனார்கள்.

பிணங்களைப் புதைக்கவும் முடியாமல் கோட்டைக்குள் இருந்த பாழடைந்த கிணற்றுக்குள் அவைகள் வீசப்பட்டன. தொற்று நோய் பரவி அதனாலும் சிலர் பலியானார்கள். சிலர் நோயாளிகள் ஆனார்கள். பல வீடுகள், தங்குமிடங்கள் நொறுங்கிப் போயின. இருக்கும் இடத்துக்குள் அனைவரும் நெருக்கியடித்துக் கொண்டு வசித்தார்கள். குடி தண்ணீர் இருப்பும் குறைந்தது. கோட்டைக்குள் நல்ல தண்ணீருக்கு ஒரேயொரு கிணறுதான் இருந்தது. இனி அதிலிருந்துதான் தண்ணீர் கொண்டுவரவேண்டும். என்ன ஒரு சிக்கல் என்றால் புரட்சிப் படையினர் தயாராக அந்தக் கிணற்றின் மீதும் கவனம் செலுத்திக் காத்திருந்தனர்.

நாள்கள் செல்லச் செல்ல கோட்டையின் கதி மேலும் மோச மானது. அடிபட்டுத் துடித்துக் கொண்டிருந்தவர்கள், நோய்வாய்ப்பட்டவர்கள், முதியோர்கள், ஜுரத்தால் அவதிப்படும் குழந்தைகள் நிலைமை காணச் சகிக்கவில்லை. குண்டு வீச்சினால் தீப்பிடித்து எரியும் நெருப்பில் மருந்துகள் போன்ற அத்தியாவசியப் பொருள்கள்கூட சாம்பலாகின. இழப்பு, பேரிழப்பு. உணவுப் பண்டங்கள் கிட்டத்தட்ட தீரும் நிலைக்கு வந்துவிட்டன. கோட்டைக்குள் தப்பித் தவறி புல் மேய வரும் குதிரைகள், ஆடு, மாடுகள் போன்றவைகளை வெட்டிக் கொன்று சமைத்துதான் காலம் கழிந்து கொண்டு இருந்தது.

ஹீலர் நம்பிக்கை இழந்து போனான். கல்கத்தாவில் இருந்தோ, லக்னோவிலிருந்தோ படை உதவி எதுவும் வரக்காணோம். இதற்குமேல் என்ன செய்வதென்று தெரியவில்லை. பசி பட்டினியைச் சகிக்க முடியாத சில வெள்ளைப் பெண்களும், ஆண்களும் ஹீலருக்குத் தெரியாமல் கோட்டையை விட்டு வெளியேறி புரட்சிப் படையினரிடம் சரணடைந்தார்கள். ‘எங்களைக் கொல்வதற்கு முன் ஒருவேளை உணவு கொடுங் கள்’என்று பரிதாபமாகக் கெஞ்சினார்கள்.

நானாவுக்கு கோட்டையின் சூழ்நிலை புரிந்துவிட்டது. ஜுன் 18 ம் தேதி தொடங்கி கோட்டை மீது மிகுந்த உக்ரத்துடன் தொடர் தாக்குதல் நடத்தினார். இடைவிடாமல் குண்டுகள் வீசப்பட்டன. கோட்டையின் உள்ளே சகல பகுதிகளும் சிதைந்து நாசமாகின. தீப்பற்றியெரிந்தன. அலறலும், ஓலமும் இடைவிடாமல் ஒலித்தன. இன்னும் இரண்டு நாள்களில் கோட்டை மண்ணோடு மண்ணாக புதைந்து போவது நிச்சயம்!

15

ரத்த கங்கை

கோட்டைக்குள் ஹீலர் குறுக்கும் நெடுக்குமாக நடந்துகொண்டிருந்தான். முற்றிலுமாக நம்பிக்கை யிழந்து போயிருந்தான். தலைமை அதிகாரிகள் தன்னைக் கைவிட்டு விட்டார்கள். அங்கே அவர்களுக்கு என்ன நெருக்கடியோ? இனி தன்னால் செய்யக்கூடியது எதுவுமே இல்லை. கடைசி வரை போரிட்டு வீரமரணம் அடையலாம். அது மட்டும் தான் சாத்தியம்.

சுற்றியிருந்தவர்களைப் பார்த்தான். களைத்துப் போன முகங்கள். பஞ்சடைந்த கண்கள். சுருண்டு படுத்திருந்த குழந்தைகள். இறுதி மூச்சை விட்டுக் கொண்டிருந்த முதியோர்கள். இத்தனை பேரும் பலியாகத்தான் வேண்டுமா? மனது பிசைந்தது. யோசித்தான். தீர்மானத்துக்கு வந்தான். மறுநாள், ஜூன் 25. கோட்டையின் மீது வெள்ளைக்கொடி ஏற்றினான் ஹீலர். சமாதானக் கொடி!

நானா சாகிப்பிடமிருந்து தூதுவன் வந்தான். கடிதத்தைக் கொடுத்தான். 'விக்டோரியா மகாராணி

யின் பிரஜைகளே, டல்ஹௌசியின் அரசியல் கொள்கைகளுக்கு சம்பந்தமில்லை என்பவர்கள் எல்லாம் ஆயுதங்களைக் கீழே போட்டு விட்டு சரணடையலாம். அப்படி சரணடைபவர்கள் அனைவரும் பத்திரமாக அலகாபாத் கொண்டு சேர்க்கப் படுவார்கள்.'

ஆங்கிலேயர்கள் ஆயுதங்களை ஒப்படைத்துச் சரணடைந்தார் கள். நிபந்தனைகளுடன் கூடிய ஒப்பந்தம் கையெழுத்தாகியது.

'வெள்ளையர்கள் ஒருவர் பாக்கியில்லாமல் அனைவரும் கான்பூரை விட்டு வெளியேறவேண்டும். பீரங்கிகள், ஆயுதங்கள் அனைத்தையும் புரட்சியாளர்களிடம் ஒப்படைத்து விட வேண்டும். ஆங்கிலேயர்கள் ஆளுக்கொரு துப்பாக்கிகள் மட்டும் வைத்துக்கொள்ளலாம். வெள்ளையர்களை பத்திரமாக அலகாபாத் கொண்டு சேர்ப்பதற்காக கங்கை நதிக்கரையில் தேவையான உணவுப் பொருள்களோடு கூடிய படகுகள் தயார்செய்யப்பட்டுக் காத்திருக்கும். கோட்டையிலிருந்து படகுத் துறைக்குச் செல்ல யானைகள், பல்லக்குகள் போன்ற வாகனங்களும் ஏற்பாடு செய்து தரப்படும்.'

வெள்ளையர்கள் மூன்று பேர் கங்கை நதிக்குச் சென்று படகுகள் தயார்நிலையில் இருப்பதைப் பார்த்து நிச்சயித்துக் கொண்டிருந் தார்கள். வெயில் தாக்காமல் இருக்க படகுகளின் மேல் கூரைகள் பொருத்தித் தரச் சொன்னார்கள். அதன்படி படகுகள் சீர் செய்யப்பட்டன. உணவுப் பொருள்களும் ஏற்றப்பட்டன.

1857 ஜூன் 27ம் நாள் தப்பித்தோம் பிழைத்தோம் என வெள்ளை யர்கள் எல்லோரும் கங்கை நதிக்கரை நோக்கிப் புறப்பட்டார்கள். கங்கையின் சாதி சௌதா நதிக்கரையின் இரு கரைகளிலும் கான்பூரின் ஆயிரக்கணக்கான மக்கள் திரண்டெழுந்து வெள்ளை யரின் வெளியேற்றத்தைக் காண குழுமியிருந்தார்கள்.

வெள்ளையர்கள் வரிசை வரிசையாகச் சென்று படகுகளில் ஏறி அமர்ந்தார்கள். தாத்தியா தோபே, புறப்படலாம் என்பதன் அடையாளமாக கையை அசைத்தார். படகுகள் நகர்ந்தன. அப் போது, நதிக்கரை கூட்டத்தின் ஒரு மூலையிலிருந்து மெல்லிய ஊதுகுழலின் சத்தம் கேட்டது. அடுத்த நொடி படகுகளைச் செலுத்திக் கொண்டிருந்த அத்தனை படகோட்டிகளும் படகை விட்டு நீருக்குள் குதித்துக் கரையேறினார்கள். உடனே

கரையிலிருந்து துப்பாக்கிகள் படகுகளை நோக்கிச் சீறின. சரமாரியான குண்டுகள் பாய்ந்து ஏராளமான வெள்ளையர்கள் செத்து நதியில் வீழ்ந்தார்கள். படகுகள் பற்றியெரிந்தன. சில படகுகள் ஓட்டை விழுந்து நீருக்குள் மூழ்கத் தொடங்கின.

படகிலிருந்த வெள்ளையர்கள் பதிலுக்கு கரை நோக்கிச் சுட்டார்கள். இடுப்பளவு நீரில் குதித்துத் தப்பி நீந்த முயன்றார் கள். அதைப் பார்த்த சிப்பாய்கள் தாங்களும் நீரில் குதித்துத் தப்ப முயன்ற வெள்ளையர்களை நீரிலேயே வெட்டிப் போட்டார்கள். படகுகள் கவிழ்ந்தன. பெண்களும் குழந்தைகளும் நீரில் மூழ்கி இறந்தார்கள். தப்பித்துக் கரை சேர முயற்சித்தவர்கள் இரு புறமும் நெடுக வெட்டிக் கொல்லப்பட்டார்கள். கங்கை நதி வெள்ளையர் ரத்தத்தால் சிவந்து ஓடியது.ஏராளமான பிணங்கள் நதியின் போக்கில் அடித்துச் செல்லப்பட்டன.

நாற்பது படகுகளில் மூன்று மட்டும் தப்பித்து விரைந்தன. அதில் இரண்டு படகுகள் மறுநாள் கரை ஒதுங்கி, அங்கே தயாராகக் காத்திருந்த சிப்பாய்களால் படகுகளிலிருந்த 125 பேரும் கைது செய்யப்பட்டு இழுத்துச் செல்லப்பட்டார்கள். பின் நானாவின் உத்தரவின் படி சிறையில் அடைக்கப்பட்டார்கள்.

கடைசியாக ஒரேயொரு படகு மட்டும் சிப்பாய்களிடமிருந்து தப்பி அங்குமிங்கும் அலைக்கழிந்து நதியின் போக்கில் தப்பித்து ஓடியது.சிப்பாய்கள் இரு கரைகளிலும் கூடவே ஓடி வந்து சுட்டுப் பார்த்தார்கள். மூழ்கடிக்க முயன்றார்கள். தீப்பந்தங் களைக் கொளுத்தி வீசினார்கள். அந்தப் படகில்தான் முக்கிய தளபதிகள் பலர் இருந்தார்கள். அவர்களுள் வீலர், ஹெண்டர்சன் போன்றவர்கள் சிப்பாய்களின் தாக்குதலில் இறந்து போய் விட்டனர். எல்லாவற்றையும் மீறித் தப்பித்த படகு மறுநாள் இரவு மணலில் தரை தட்டிக் கரைசேர்ந்தது. இறுதியாக மிஞ்சி யிருந்தவர்கள் மூன்று நான்கு வெள்ளையர் மட்டும்தான். அவர்கள் புதர்கள் வழியாகவே பதுங்கிப் பதுங்கி கடைசியாக விஜயசிங் என்னும் ஜமீன்தாரால் அடைக்கலம் கொடுக்கப் பட்டுக் காப்பாற்றப்பட்டார்கள். விஜய சிங் அவர்களை தனது அரண்மனையில் வைத்துப் பாதுகாத்து யாருமறியாமல் ஜாக் கிரதையாக அலகாபாத் அனுப்பிவைத்தார்.

இந்தப் படுகொலையிலும், பச்சையான நம்பிக்கைத் துரோகத் திலும் நானாவின் பங்கு என்னவென்பதை சரித்திரம் கடைசிவரை

வெளிப்படுத்தவேயில்லை. சரணடைந்தவர்களை பாதுகாப்பாக அலகாபாத் அனுப்பி வைப்பதாக உறுதிமொழியளித்த நானா எப்படி இந்தக் கோர நிகழ்வுக்கு சம்மதம் தந்தார்? முன்பாகவே இதை திட்டமிட்டுச் செய்தார்களா? அல்லது நானாவும் எதிர்பார்க்காதபடி சிப்பாய்களின் திடீர் கொந்தளிப்பினால் நடந்ததா? வரலாற்றில் விடை இல்லை!

நானா வெள்ளையர்களைக் கொல்வதென்று தீர்மானித்திருந்தால் அவர்கள் கோட்டையை விட்டு வெளிப்பட்டதுமே கொன்று தீர்த்திருக்கலாமே? யானைகள், பல்லக்குகள் கொண்டு வரப் பட்டு, படகுகள் ஏற்பாடு செய்யப்பட்டு, உணவுப் பொருள்கள் ஏற்றப்பட்டு இத்தனை ஏற்பாடுகளில் பணம்,நேரம் செலவழித் திருக்க வேண்டியதில்லையே! எனவே இந்த அக்கிரமத்தில் நானாவைக் குற்றம் சொல்லமுடியாது. இது சிப்பாய்களின் ஆவேசத்தின் வெளிப்பாடுதான் என்று நானா சாகிப்பின் சார்பாக வும் வாதம் பதிவாகி உள்ளது.

நானாவின் கட்டளையையும் மீறி சிப்பாய்கள் இப்படியோர் வன்முறைத் தாண்டவமாட அழுத்தமான காரணமும் இருந்தது. அலகாபாத்தில் நீல் தலைமையில் வெள்ளையர்கள் கிராமம் கிராமமாக நிகழ்த்திய அட்டூழியங்கள் கான்பூர் சிப்பாய்களை கொதிப்படையச் செய்திருந்தது உண்மை. அதற்குப் பழி வாங்கும்வகையாகவே இந்தக் கங்கைக் கொடூரம் நடத்தப் பட்டிருக்கலாம் என்று நம்புவதற்கும் இடமிருக்கிறது.

எப்படியாயினும் கான்பூரில் ஆங்கிலேயர் ஆட்சி முழுதாக அகற்றப்பட்டுவிட்டது. ஜூன் 28 ம் நாள் கான்பூரில் ராஜ தர்பார் நடத்தப்பட்டு 21 குண்டுகள் முழங்க (21 நாள்கள் முற்றுகை நடந்ததன் அடையாளமாக) நானா சாகிப் வரவேற்கப்பட்டார். ராணுவ அணிவகுப்பைப் பார்வையிட்ட நானா யுத்தத்தில் பங்கேற்ற ராணுவ சிப்பாய்கள் அனைவருக்கும் ஏராளமான வெகுமதிகள் அளித்துக் கௌரவித்தார்.

சாதி சௌதா நதிக்கரையில் கைது செய்யப்பட்ட 125 கைதிகளில் ஆண்கள் அனைவருக்கும் நானா மரணதண்டனை விதித்துத் தீர்ப்பளித்தார். அவர்களின் குடும்பத்தார்கள் முன்பே இந்தத் தண்டனை நிறைவேற்றப்பட்டது. பெண்கள் அவர்களின் குழந்தைகளுடன் பீபி கர் என்னும் வீட்டினுள் சிறைவைக்கப் பட்டார்கள்.

கான்பூரின் நகரப் பகுதியில் இருந்த மிக அழகான வீடு பீபி கர். வெள்ளையன் ஒருவன் தனது அன்பான இந்திய மனைவிக்காக ஆசையுடன் கட்டிக் கொடுத்த வீடு. இந்த வீட்டில் ஏற்கெனவே கொஞ்சம் வெள்ளைப் பெண்கள் சிறைவைக்கப்பட்டிருந்தனர். பாவம்.. அவர்கள்! கான்பூரின் வட மேற்கே இருந்த பதேகர் நகரத்தில் தோன்றிய கிளர்ச்சிக்குப் பயந்து கான்பூருக்கு ஓடி வந்தவர்கள். இங்கே புரட்சிச் சிப்பாய்களிடம் சிக்கி சிறையில் கிடந்தார்கள். இவர்களில் சிலர் நானாவின் மாளிகையில் மாவரைக்கும் வேலையும் செய்ய நிர்பந்திக்கப்பட்டார்கள்.

அழுக்கு ஆடைகள், ருசியான உணவில்லை, நிம்மதியான தூக்கமில்லை; வெள்ளைப் படைகள் வந்து தங்களைக் காப் பாற்றும் என்ற நம்பிக்கையில்தான் இவர்கள் நாள்களைக் கழித்துக் கொண்டிருந்தார்கள். நம்பிக்கை வீண் போகவில்லை. கல்கத்தா, அலகாபாத்திலிருந்து கான்பூர் வெள்ளையர்களைக் காப்பாற்ற ஆங்கிலேயப் படைகள் வந்து கொண்டிருப்பதாக தகவல் வந்தது. ஆனால் அந்தத் தகவல்தான் பீபி கர் வீட்டு வெள்ளைப் பெண்களின் உயிருக்கு ஆபத்தை விளைவித்தது.

ஒருநாள் திடுமென்று பீபி கர் வீட்டுக்கு சிப்பாய்கள் அனுப்பப் பட்டனர். அங்கிருக்கும் அத்தனை வெள்ளையரும் கொல்லப் படவேண்டுமென்ற திட்டமான உத்தரவு அவர்களுக்குத் தரப் பட்டிருந்தது. பீபி கர் வீட்டின் ஆங்கிலேய ஆண்களை வெட்டிக் குவித்த சிப்பாய்களுக்கு வெள்ளைப் பெண்களையும், குழந்தை களையும் கொல்ல மனம் வரவில்லை. தாங்கள் போர் வீரர்கள் தானே தவிர கொலையாளிகள் இல்லை என்று மறுத்துவிட்டு வெளியேறினார்கள்.

சிறிது நேரத்தில் கான்பூர் கடைவீதியின் கசாப்புக்காரர்கள் அங்கே அழைத்து வரப்பட்டார்கள். வெட்டுக் கத்தியுடன் உள்ளே புகுந்து கதவைச் சாத்திக் கொண்டார்கள். அலறல், கதறல், அபய ஓலம் சில மணிநேரங்கள் கேட்டுக் கொண்டேயிருந்தது. பின் அடங்கியது. உள்ளே ஒரு உயிர் பாக்கியில்லை. வெட்டப்பட்ட.. இல்லை..கசாப்பிடப்பட்ட பிண்டங்கள் வீடு முழுவதும் தெறித்துச் சிதறியிருந்தன. சுவர்கள் எல்லாம் ரத்தத்தாலும், சதைத் துணுக்குகளாலும் மெழுகியிருந்தன. இந்திய வெள்ளையர்கள் முதல் இங்கிலாந்து வரை இந்த நிகழ்வு உலுக்கிப் போட்டு அதிர்ச்சியை ஏற்படுத்தியது.

இந்தப் படுகொலைகளிலும் நானாவுக்குச் சம்பந்தம் உண்டா, இல்லையா? அவருக்குத் தெரியுமா, தெரியாதா? ஒரு தகவலும் இல்லை. நானா சம்பந்தப்பட்ட விவகாரங்கள் எல்லாமே புதிர்தான்! மர்மம்தான்!

பீபி கர் வீட்டிலிருந்த வெள்ளைப் பெண்கள் அங்கிருந்து கொண்டே ஒற்றர்களாகச் செயல்பட்டு தகவல்களை வெள்ளை யர்களுக்கு அனுப்பிக் கொண்டிருந்ததுதான் இந்தப் படுகொலை களுக்குக் காரணமென்று சொல்லப்பட்டது.

இந்தச் சம்பவத்துக்கு முன்பாகவே கான்பூர் வெள்ளையர் வேட்டை முடிந்ததுமே, ஆங்கிலேய அரசு தூக்கியெறியப் பட்டதாக அறிவித்து விட்டு, நானா கான்பூர் நிர்வாகத்தை தனது தளபதிகளிடம் ஒப்படைத்து விட்டு பிதூர் அரண்மனைக்குச் சென்றுவிட்டார்.

ஜுலை 1ம் தேதி பிதூர் அரண்மனையில் நானா சாகிப்புக்கு முடி சூட்டு விழா நடந்தது. முகலாயப் பேரரசர் பகதூர் ஷாவின் ஆசியுடன் சுதந்தர மராட்டிய பேஷ்வா என்று அறிவிக்கப்பட்டு நானா சாகிப் அரியணையில் அமர்ந்தார். ஆட்சி நடத்தத் தொடங்கினார்.

சிறிதுநாள்கூட அது நீடிக்கவில்லை.

நீல், அலகாபாத்திலிருந்து மேஜர் ரெனாட் என்பவனின் தலைமையில் அனுப்பிவைத்த வெள்ளைப்படை, வழியெங்கும் கிராமங்களை எரித்துக் கொண்டும், அப்பாவிகளை கொன்று குவித்துக் கொண்டும் கான்பூருக்கு வந்து கொண்டிருந்தது.

ஒரு வெள்ளையனும் மிச்சமில்லாமல் பலி கொடுக்கப்பட்ட கான்பூர் ரத்த பூமியில் அவன் வந்து சாதிக்கப் போவது என்ன? பழிக்குப் பழிதான்; இந்தியர் படுகொலைதான், வேறென்ன?

அலகாபாத்தில் மற்றொரு ராணுவ அதிகாரியாக நீலுக்கும் மேலாக கர்னல் ஹேவ் லாக் என்பவன் நியமிக்கப்பட்டான். அவன் பதவியேற்ற சமயத்தில்தான் கான்பூரை நானா சாகிப் கைப்பற்றிக் கொண்டதும், கங்கைக் கரையில் வெள்ளையர்கள் பலியாகி துரோகம் இழைக்கப்பட்டதும் தெரிய வந்தது. ஹேவ் லாக் வெறி பிடித்தவன் ஆனான். தானும் ஒரு படையுடன் கான்பூர் புறப்பட்டான்.

ஹேவ் லாக்குக்கு முன்பாக கான்பூர் சென்று கொண்டிருந்த ரெனாட்டின் படையை, பதேபூர் என்னும் இடத்துக்கு முன்பாக நானா சாகிப்பின் படைப்பிரிவு ஒன்று தடுத்து எதிர்த்தது. போர் கடுமையாக நடந்தது. அப்போது ஹேவ் லாக்கின் படையும் ரெனாட்டின் படையுடன் வந்து சேர்ந்து கொள்ள, பலமான தாக்குதலில் நானாவின் படை தடுமாறியது. தோற்றுப் போய் பின்வாங்கியது.

கான்பூர் போகும் வழியில், ஹேவ் லாக்கின் படை பதேபூர் நகருக்குள் நுழைந்தது. அங்கே ஏற்கெனவே புரட்சி ஏற்பட்டு, நகரின் நீதிபதியான ராபர்ட் டக்கர் என்பவர் கொல்லப்பட்டு, உதவி நீதிபதியான ஹிக்மதுல்லா ஆட்சிப் பொறுப்பேற்றிருந்தார்.

பதேபூர் நகரின் நுழைவாயிலில் நான்கு தூண்களை ஸ்தாபித்து, மோஸஸின் பத்துக் கட்டளைகளையும், இயேசுசின் புனிதக் கருத்துகளையும் பொறித்து வைத்திருந்த புனித கிறித்துவரான ராபர்ட் டக்கரின் கொலை, ஹேவ் லாக்கை ஆத்திரமூட்டியது.

அவ்வளவுதான்! அந்த ஒரு உயிருக்கு விலையாக, பதேபூரின் நூற்றுக்கணக்கான உயிர்கள் பலி வாங்கப்பட்டன. ஊரின் கட்டடங்கள் ஒன்றுவிடாமல் அத்தனையும் சிதைக்கப்பட்டு தீ வைக்கப்பட்டன. நகரின் வீதியெங்கும் தலை சீவப்பட்ட முண்டங்களும், கை கால்கள் வெட்டப்பட்ட சடலங்களும், தீயில் கருகிச் செத்த பிணங்களுமாக கால் வைக்க இடமில்லா மல் குவிந்துகிடந்தன. ஊரில் மனித நடமாட்டமேயில்லை. கழுகுகளும், நரிகளும் மட்டுமே வலம் வந்தன.

அடுத்து ஹேவ் லாக் கான்பூரை நோக்கி படைகளைச் செலுத்தி னான். வழியில் பாண்டு நதிக்கரையில் நானா சாகிப்பின் தம்பியான பாலா சாகிப்பின் தலைமையில் ஒரு படை ஹேவ் லாக்கை எதிர்த்து மோதியது.

எதிரெதிர் கரைகளில் இருந்து இருபடையினரும் கடுமையாகப் போரிட்டனர். ஹேவ் லாக்கின் படையை நதியைக் கடக்க விடாமல் செய்ய பாலா சாகிப்பின் படையினர் எவ்வளவோ முயற்சித்தும், வெள்ளையரின் தொடர் பீரங்கித் தாக்குதலால் அவர்கள் தோற்றுப் போய் பின் வாங்க வேண்டியதானது. ஹேவ் லாகின் படை நதியைக் கடந்து கான்பூரை நோக்கி வெற்றிகரமாக முன்னேறியது.

ஹேவ் லாக் இப்படி வெற்றிகரமாக முன்னேறி வருவது தெரிந்து தான் பீபி கர் படுகொலை படுவேகத்தில் நடந்து முடிந்தது. கான்பூர் கோட்டையையும், சாதி சௌதா நதிக்கரையையும், பீபி கர் வீட்டையும் பார்வையிட்ட ஹேவ் லாக் துடிதுடித்துப் போனான். எங்கு பார்த்தாலும், ரத்தக் கறை படிந்த வெள்ளையர் ஆடைகளும், செருப்புகளும், ஷூக்களும், குழந்தைகளின் பொம்மைகளும் காணக் காண மனம் ரத்த வெறியால் கொந் தளித்தது. பின்னாலேயே நீலும் ஒரு படையுடன் வந்து சேர்ந்து கொண்டான். அவன் மனத்திலோ இந்தியாவையே பிணக் காடாக்கி விடும் கொடூரம் கொப்பளித்தது.

வெள்ளை வீரர்கள் வெறியுடன் வீதிகளில் பாய்ந்தார்கள். பேச்சோ விசாரணையோ இல்லை. வாள்களும், துப்பாக்கி களும்தான் இடைவிடாமல் பேசின. கான்பூர் தெருக்களில் கணுக்காலளவு ரத்த ஆறு வற்றாமல் ஓடியது. இந்தியர் பிணங்கள் கணக்கில்லாமல் வீதிகளில் கிடந்தன. மரங்களில் தொங்கின. கிராமங்களும் சூறையாடப்பட்டு சாம்பலாகின. கான்பூர் வெறிச்சோடியது. ஆயிரக்கணக்கில் கைது செய்யப் பட்ட இந்தியர்கள் ஒப்புக்கு விசாரணை செய்யப்பட்டு உடனடி யாகக் கொல்லப்பட்டார்கள். அப்படியும் அவர்களின் ஆத்திரம் தீரவில்லை. இறந்த உடல்களையும் அவமதிக்கும்விதமாக முஸ்லிம்களின் உடல்கள் எரிக்கப்பட்டும், ஹிந்துக்களின் உடல்கள் புதைக்கப்பட்டும் வஞ்சம் தீர்க்கப்பட்டன.

கொல்வதற்கு முன்பாக சில கைதிகளை பீபி கர் வீட்டுக்கு அழைத்துப் போன நீல், அங்கிருந்த ரத்தக்கறைகளை அழிக்கச் செய்தான். தண்ணீரைக் கொட்டி துடைக்கச் செய்தும், கைதி களை அந்த இடத்தை நாக்கினால் நக்கித் துடைக்கும்படியும் சாட்டையினால் அடித்து விரட்டினான்.

கான்பூரில் முகாமிட்டு யுத்தம் நடத்திக் கொண்டிருந்த நானா, தோல்வியினால் துவண்டு போய் தனது குடும்பத்துடன் கங்கை யில் மூழ்கி தற்கொலை செய்து கொண்டதாக வதந்தி பரவியது.

ஆங்கிலேயர்கள் நதிக்குள் ஆட்களை விட்டுத் தேடினார்கள். கிடைக்கவில்லை. நானாவின் கான்பூர் மாளிகைக்குள் புகுந்து அலசினார்கள். அங்கு யாருமேயில்லை. ஏராளமான நாணய மூட்டைகளையும், எக்கச்சக்கமான தங்க நகைகளையும் வைத்திருந்த நானா அதை மாளிகைக்குள் மறைத்து

வைத்திருக்கலாம் என்பதால் வெள்ளைப்படையினர் பேராசை பொங்க மாளிகையை இடித்து நொறுக்கி இண்டு இடுக்கெல் லாம் குடைந்தார்கள். ஒன்றும் அகப்படவில்லை.

நானா சாகிப் பத்திரமாக தமது ராணுவ வீரர்களுடனும், விலையுயர்ந்த பொக்கிஷத்துடனும் கங்கைக் கரையைக் கடந்து பதேகர் சென்று விட்டிருந்தார்.

ஜுலை 17 ல் கான்பூர் மீண்டும் ஆங்கிலேயர் வசமாகியது. சந்தோஷப்பட நேரமில்லை. ஓய்வெடுக்கவும் அவகாச மில்லை. இன்னும் அவர்கள் போக வேண்டிய தூரம் அதிக மிருந்தது. ஒன்றைச் சரிசெய்து விட்டுத் திரும்பிப் பார்த்தால் பக்கத்தில் மற்றொன்று பிய்த்துக் கொண்டு சீறியது. அதைச் சரி செய்தால் அடுத்து இன்னொன்று! ஹிந்துஸ்தானத்தின் பல இடங்களிலும் கொந்தளிப்பும், புரட்சியும் ஏக காலத்தில் எழுந்து பாடாய்படுத்தின. ஆங்கிலேயப் படை அங்கும் இங்குமாக ஓய்வெடுக்க நேரமில்லாமல் ஓடிக் கொண்டேயிருந்தது. சற்றே சோர்ந்து உட்கார்ந்தாலும் பிரிட்டிஷ் பிடியிலிருந்து ஹிந்துஸ் தானம் கை நழுவிப் போகும் அபாயம் கண்கூடாகத் தெரிந்தது.

அதோ கங்கை நதியின் மறுகரையில் இருக்கும் லக்ஷ்மணபுரி எனப்படும் லக்னோவிலிருந்து ஒலிக்கிறது அபாயக் குரல்! வெள்ளையர்களின் அபயக் குரல்!

கொஞ்சமும் தாமதிக்காமல் கான்பூரின் பாதுகாப்புக்கு ஒரு சிறிய படையை ஜேம்ஸ் நீல் தலைமையில் நிறுத்திவிட்டு லக்னோ வுக்கு விரைந்தான் ஹேவ் லாக்.

16

லக்னோவில் சிக்கிய வெள்ளையர்கள்

அவுத் எனப்படும் அயோத்தியின் தலைநகரம்தான் லக்ஷ்மணபுரி. அதாவது லக்னோ! லக்னோ மட்டு மல்ல, ஏறக்குறைய அயோத்தியின் அனைத்துப் பிரதேசங்களுமே அப்போது கொந்தளிப்பில்தான் இருந்தன.

மன்னர் வாஜீத் அலி ஷாவை கல்கத்தா சிறையில் போட்டு விட்டு, அயோத்தியை ஆங்கிலேயர்கள் பிடுங்கிக் கொண்டதால் ஏற்பட்ட கொந்தளிப்பு. 1856 பிப்ரவரியில்தான் அயோத்தியை ஆங்கில அரசாங்கம் தன்னோடு இணைத்துக் கொண்ட அநியாயம் நடந்து முடிந்திருந்தது.

மன்னர் வாஜீத் அலி ஷா, கேளிக்கைகளில் நாட்டம் கொண்டவராக குடி மக்களின் நலன்களைக் கவனிக் காமல் போனதால் அயோத்தியின் நிர்வாகம் சீர் கெட்டுவிட்டது என்பதுதான் அயோத்தியைக் கைப் பற்றிக் கொண்டதற்கு டல்ஹௌசி சொன்ன காரணம்.

சரி, ஆங்கிலேயர் வசம் வந்ததாலேயே அயோத்தி சகல சௌபாக்கியங்களும் பெற்று சொர்க்கபுரியாகி விட்டதா என்றால் அதுவும் நடக்கவில்லை.

ஆங்கில அரசின் விஸ்தீரணத்தை அதிகரித்த திருப்தியில், தன் வேலை முடிந்ததென்று டல்ஹௌசி டாட்டா காட்டிவிட்டு இங்கிலாந்துக்கு போய்விட்டான். அயோத்தியின் நிலையராக நியமிக்கப்பட்ட உட் ராமும் உல்லாசமாக விடுமுறையில் சென்றுவிட்டான்.

அடுத்த வந்து நிலையரக அதிகாரி கவர்லி ஜேக்சனோ அயோத்தியின் அரச மாளிகைகளில், தான் வசிப்பதற்குத் தோதான சொகுசான மாளிகை எது என்றுதான் ஆராய்ந்தானே தவிர, அரசின் நெருக்கடிகளில் நசுங்கிக் கிடந்த அயோத்தியின் விரிசல் விவகாரங்களில் கொஞ்சமும் அக்கறைகாட்டவில்லை.

மக்களின் மனத்தில் வெறுப்பு மண்டிக் கிடந்தது. அந்தச் சூழலில்தான் மிகச் சரியாக அயோத்தியின் பிரதம அதிகாரியாக ஹென்றி லாரன்ஸ் வந்து சேர்ந்தான். இவன் பஞ்சாபில் புரட்சியை வேரறுத்த ஜான் லாரன்ஸின் அண்ணன். தம்பியைப் போலவே மிகுந்த திறமைசாலி. பொறுப்பேற்ற சிறிது நாளிலேயே அயோத்தியின் உண்மை நிலையை மோப்பம் பிடித்துவிட்டான்.

வறுமையில் உழலும் மக்கள், வஞ்சத்தில் துடிக்கும் தாலுக் தாரர்கள், சொத்துரிமைகள், இனாம்கள் பறிக்கப்பட்டு பழி வாங்கக் காத்திருக்கும் குறுநில ராஜாக்கள், மற்றும் ஜமீன் தாரர்கள் என ஒவ்வொருவரும் ஒரு மனித வெடிகுண்டுகள் போல் தென்பட்டனர். அயோத்தி ஒரு பெரும் ஆயுதக் கிடங்கு போல் அவனை பயமுறுத்தியது.

லக்னோவில் பெரும் கிளர்ச்சி ஏற்பட்டபோது அதைப் பார்த்த நேரடி சாட்சியான எல்.கி.எஸ்.ரீஸ் என்பவன் சொன்ன வெளிப்படையான கருத்து இது:

'லக்னோவின் ஆறு லட்சம் மக்களும் ஒன்று சேர்ந்து நமக்கெதி ராக கொந்தளித்து எழுவது அன்றைய சூழ்நிலையில் மிக சாத்திய மான ஒன்றாகவே இருந்தது. ஏனெனில் அவர்களின் அன்பைப் பெறும்படியான காரியங்கள் எதையும் நாம் செய்யவில்லை. ஆனால் அதிருப்தியையும், எதிர்ப்பையும் சம்பாதித்துக்

கொள்வதற்கான செயல்களை ஏராளமாகச் செய்திருக்கிறோம். பலவகையிலும் நம்மால் பாதிக்கப்பட்ட பொதுமக்கள் குறிப் பாக ஏழைகள் நேரடியாகவும் மறைமுகமாகவும் ஒவ்வொரு வகையிலும் வரிவிதிப்புக்கு உள்ளாக்கப்பட்டிருப்பதால் அவர்கள் பெரும் வெறுப்புணர்வில் மூழ்கியிருக்கிறார்கள்!'

மீரட் புரட்சிக்கும் முன்னதாகவே ஹென்றி லாரன்ஸ் இதை உணர்ந்துகொண்டான். இந்தக் காரணங்களாலேயே கண்டிப்பாக இங்கு புரட்சி தூண்டப்படும் என்பதை அவனால் வெகு சுலபமாக யூகிக்க முடிந்தது.

அதி முக்கிய காரணம், வங்காளப் படையில் அங்கம் வகிக்கும் வீரர்களில் பாதிக்கும் மேலானவர்கள் அயோத்திவாசிகள்தாம். அவர்கள் பிறந்த பூமி இப்படி அடக்குமுறை பாதிப்புகளாலும், துரோகத்தாலும் வதைபடுவதை நிச்சயம் சகித்துக் கொள்ள மாட்டார்கள்.

எனவே சிப்பாய்களின் கொந்தளிப்பை எதிர்பார்த்தே ஹென்றி லாரன்ஸ் தனது ஒவ்வொரு அடியையும் எடுத்துவைத்தான். அயோத்தியை பாதுகாப்பதற்கான ஏற்பாடுகளை மூன்றாம் மனிதர்கள் அறியாதபடி ரகசியமாக செய்யத் தொடங்கினான். தன்னுடைய தலைமையகத்தை பலப்படுத்தினான். வெடி மருந்துகள் மற்றும் ஆயுதத் தளவாடங்கள், உணவுப் பொருள் கள், தண்ணீர் வசதிகள் அனைத்தையும் மிக அதிகமாகவே சேகரித்து சேமித்து வைத்தான்.

அதேசமயத்தில் சிப்பாய்களை சமாதானப்படுத்தவும், அவர் களை அன்பால் அரவணைத்துச் செல்லவும் முயற்சிகள் எடுத் தான். ஒரு மாபெரும் தர்பார் நடத்தி அனைத்துச் சிப்பாய்களை யும் அழைத்து விருந்துபசாரம் நடத்தி, அவர்கள் முன் தேனொழுகப் பிரசங்கம் செய்தான்.

சிப்பாய்களுக்கு எந்தவொரு மனக்குறை இருந்தாலும் தன்னிடம் கூறினால் தானே முன்னின்று அதைத் தீர்த்து வைப்பதாக உறுதி மொழி அளித்தான். நிகழ்ச்சியின் இறுதியில் விசுவாச சிப்பாய் களுக்கு பலவிதமான பரிசுகளும், பதக்கங்களும் வழங்கினான்.

இந்தப் பசப்பு வார்த்தைகளும், ஒன்றரையணா பரிசுகளுமா திசை மாறிப் போன சிப்பாய்களை வழிக்குக் கொண்டு வந்துவிடும். கண்ணுக்குத் தென்படாமல் மறைமுகமாகவும் தீவிரமாகவும்

நடந்து கொண்டிருந்த பிரசாரத்தின் பலனாக அவர்கள் மனம் முழுவதும் ஏற்கெனவே கிளர்ச்சியில் ஐக்கியமாகிவிட்டது.

அன்பான தனது செயல்பாடுகளால் மட்டுமே சிப்பாய்கள் மனம் மாறிவிடுவார்கள் என்று நம்பும் அளவுக்கு ஹென்றி லாரன்ஸும் மடையனல்ல. சிப்பாய்களின் மேல் மிகுந்த நம்பிக்கை கொண்டவனாக அவன் நடித்து வந்த போதிலும், ஒற்றர்களைக் கொண்டு சிப்பாய்களின் மீதான கண்காணிப்பையும் பலப் படுத்தியிருந்தான்.

அவன் பயந்தபடியே நடந்தது. மீரட் எழுச்சியும், டெல்லி வீழ்ச்சியும் லக்னோவின் வெள்ளையர்களை அச்சுறுத்த, புரட்சி சிப்பாய்கள் மனத்திலோ உற்சாகமும், உத்வேகமும் நிரம்பி வழிந்தது. படையணிகளுக்குள் அங்கங்கே சில சலசலப்புகள் எழுந்தன.

சுதேசிப் படையின் 7-வது அணி, பயிற்சிக்காக தரப்பட்ட குண்டு களை வாங்க மறுத்து வாக்குவாதம் செய்தது. அவைகள் கொழுப்பு குண்டுகள் அல்ல என்று சொன்னபோதும் அவர்கள் பிடிவாதமாகவே இருந்தார்கள்.

ஹென்றி லாரன்ஸ் தானே நேரில் சென்று சிப்பாய்களிடம் பேசி னான். 'பயப்படாதீர்கள்! உங்களைக் கண்டிக்கவோ தண்டிக் கவோ நான் வரவில்லை. அதை விரும்பவுமில்லை. நீங்க ளாகவே உங்களின் ஆயுதங்களைக் கீழே வைத்துவிட்டு அணியை விட்டு விலகி விடுங்கள்.'என்றான். சிப்பாய்களும் அதுபோலவே மிக அமைதியாக வெளியேறினார்கள். அபாயத் துக்குரிய அச்சுறுத்தும் அமைதி.

முதல் பொறி கண்ணில் தென்பட்டு விட்டதுமே லாரன்ஸ் பரபரப்பாக இயங்கினான். படைத் தளப்பிரிவுகளில் தீவிரமாக விசாரணை நடத்தி சிப்பாய்களின் மத்தியிலான ரகசியக் கடிதப் போக்குவரத்து, புரட்சி திட்டங்கள் போன்றவற்றைக் கண்டு பிடித்துக் களையெடுத்தான். சர்வ ஜாக்கிரதையாக முழு லக்னோ வையும் தனது கழுகுப் பார்வையில் வைத்துக் கொண்டான்.

அடுத்த எச்சரிக்கை மணி அயோத்தி மாகாணத்தின் ஒரு பகுதியான ஃபைசாபாத்திலிருந்து வந்தது.

'முன்னாள் தாலுக்தாரரான மௌல்வி அகமது ஷா என்பவன் சந்தேகத்துக்கிடமான முறையில் பெரும் குழுவினரோடு

இப்பகுதியைச் சுற்றி வருகிறான். அவனுடன் இருக்கும் சீடர்கள் என்று சொல்லிக் கொள்பவர்கள் ஆயுதங்கள் தாங்கியவர்களாக இருக்கிறார்கள். ஊர் ஊராக கிராமம் கிராமமாகச் சென்று மக்களின் மத்தியில் இவன் புரட்சி விதை தூவுவதாக தோன்றுகிறது.'

ஹென்றி லாரன்ஸ் பதில் அனுப்பினான். 'சந்தேகத்துக்கிடமான எவரையும் விட்டு வைக்காதே. கைது செய்து விசாரணை நடத்து!'

ஃபைசாபாத் ஆங்கிலப் படை உடனே அகமது ஷா மௌல்வியைச் சுற்றி வளைத்தது. கைது செய்ய முனைந்தது. அகமது ஷாவும் அவனது சீடர்களும் வெள்ளைப் படையினரை எதிர்த்துக் கடுமை யாகப் போரிட்டார்கள். பின் அனைவரும் கொல்லப்பட்டு அகமது ஷாவும் இரண்டு சீடர்களும் மட்டுமே மிஞ்சியிருக்க, மூவரும் கைது செய்யப்பட்டார்கள். விசாரணையில் தூக்குத் தண்டனை விதிக்கப்பட்டு சிறையில் அடைக்கப்பட்டார்கள்.

அகமது ஷா கைதும், மரண தண்டனையும் ஃபைசாபாத் மக்களிடையே அதிருப்தியையும் கோபத்தையும் ஏற்படுத்தியது. புரட்சியைத் தூண்டுவதற்கு இதுமட்டுமே போதுமானதாக இருந்தது. பல இடங்களிலும் பெரும் கிளர்ச்சிக்கான சூழல் பரவத் தொடங்கியது.

ஹென்றி லாரன்ஸ் இதற்கு மேலும் தாமதிக்க விரும்பவில்லை. லக்னோவின் மிச்சி பவன் என்கிற மாளிகையையும், தன் னுடைய தலைமையகத்தையும் சீர்படுத்தி, ஆபத்து ஏற்பட்டால் நகரின் அத்தனை வெள்ளையரும் அடைக்கலம் புகுவதற்கான ஏற்பாடுகளுடன் சுற்றிலும் மதில்சுவர்கள் எழுப்பி அரண் அமைத்தான். ஆங்கிலப் பெண்களும், குழந்தைகளும் அங்கே கொண்டுவரப்பட்டனர். இது தவிர ஆங்கிலேய குமாஸ்தாக்கள், வியாபாரிகள், பாதிரிகள் அனைவருக்கும் ராணுவப் பயிற்சியும் அளிக்கப்பட்டது.

அதுமட்டுமன்றி ஹென்றி லாரன்ஸ் அயோத்தியைப் பாதுகாக்க அதிகப் படைகள் வேண்டுமென்று கிழக்கிந்தியக் கம்பெனியின் மேலிடத்துக்கு கடிதம் எழுதியதோடு, அயோத்திக்கு அருகாமை யில் இருந்த நேபாளத்துக்கும் தூது அனுப்பினான். நேபாளத்தின் மன்னனான ஜங் பகதூரை படைகளோடு அயோத்தியின் உதவிக்கு வருமாறு கோரினான்.

படை உதவிகள் எதுவும் வரவில்லை. அதற்கு முன்பாகவே கிளர்ச்சி மூண்டுவிட்டது. மே 30-ம் நாள் நள்ளிரவு வழக்கம் போல் லக்னோவில் துப்பாக்கி வெடித்தது. ஆங்கிலேயர்களின் வீடுகளுக்கு தீ வைக்கப்பட்டது. சுதேசிச் சிப்பாய்களின் வேட்டை தொடங்கியது. வெள்ளையர்கள் தாக்கப்பட்டார்கள். அலுவலகங்கள் அழிக்கப்பட்டன. கிறித்துவ சின்னங்கள் அடித்து நொறுக்கப்பட்டன. லெப்டினெண்ட் கிராண்ட், லெப்டி னெண்ட் ஹார்டிஞ்ஜ், கேப்டன் கூம்ப் போன்றவர்கள் கொல்லப் பட்டார்கள்.

கிளர்ச்சியில் இறங்கியது ஒரு சிறிய அணிதான். மற்றெல்லா சிப்பாய்களும் இரு மனதாக தயங்கிக் கொண்டிருந்தார்கள். ஹென்றி லாரன்ஸ் படுவேகத்துடன் சுதாரித்துக் கொண்டு களத்திலிறங்கினான். தனது வெள்ளைப் படைகள், மற்றும் நம்பிக்கைக்குரிய இந்தியப் படை வீரர்களுடன் சென்று புரட்சிப் படைகளைத் தாக்கினான். கடுமையான சண்டைக்குப் பிறகு தோற்றுப் போன புரட்சி சிப்பாய்கள் பின் வாங்கி டெல்லி செல்லும் பாதையில் இறங்கிக் கரைந்து போனார்கள்.

லக்னோவைத் தொடர்ந்து சீதாப்பூர், மாமதி, ஃபரூகாபாத், சிக்ரோரோ, கொண்டோ, பாரெய்ச் என்று அயோத்தியின் அத்தனை பிரதேசங்களிலும் தொடர் வெடிகுண்டுகள் போல புரட்சி வெடித்துச் சீறியது. ஆங்கிலேயர்கள் கொல்லப் பட்டார்கள், விரட்டியடிக்கப்பட்டார்கள். அத்தனை இடங் களிலும் சுதேசிக் கொடி ஏற்றப்பட்டது.

இந்த வரிசையில் ஃபைசாபாத்தில் ஜூன் 7ம் நாள் இரவு புரட்சி எழுந்தது. முதல் காரியமாக தூக்குத் தண்டனை விதிக்கப்பட்டு சிறையில் அடைபட்டிருந்த மௌல்வி அகமது ஷா சிறைச்சாலை கதவுகள் உடைத்து நொறுக்கப்பட்டு விடுவிக்கப்பட்டார். அதன்பின் அவரே புரட்சிக்குத் தலைமை ஏற்றுக் கொண்டார்.

ஆங்கிலேய ஆட்சி ஒழிக்கப்படுவதே புரட்சியின் குறிக்கோள் என்று பட்டவர்த்தனமாக அறிவிக்கப்பட்டு நடந்த ஃபைசாபாத் கிளர்ச்சியில் வெள்ளையர்கள் கொல்லப்படாமல் விடுவிக்கப் பட்டனர். அவர்கள் படகுகளில் ஏற்றப்பட்டு கைச் செலவுக்கு பணமும் அளிக்கப்பட்டு அனுப்பப்பட்டனர்.

ஆனால் நதியில் பயணப்பட்ட இரண்டாம் நாள் 17 வது படையைச் சேர்ந்த புரட்சி வீரர்களால் பெரும்பாலோர்

தாக்கப்பட்டு உயிரிழந்தனர். ஒருசில வெள்ளையர்கள் மட்டுமே தப்பித்து ஓடி உயிர் தப்பினார்கள்.

என்றாலும் பெருவாரியான அயோத்தி பகுதிகளில் முன்னாள் தாலுக்தாரர்கள், மன்னர்கள், ஜமீன்தார்கள் போன்றவர்களிடம் அடைக்கலம் கேட்டு சரண் புகுந்த வெள்ளையர்கள் மறுக்கப் படாமல் காப்பாற்றப்பட்டு பாதுகாப்புடன் பத்திரமாக அனுப்பி வைக்கப்பட்டதும் நடந்தது.

அப்படி சில வெள்ளை அகதிகளுக்கு அடைக்கலம் கொடுத்துக் காப்பாற்றிய தாலுக்தாரர் அனுமத் சிங், அவர்களைப் பத்திரமாக வழியனுப்பி வைத்தபோது, காப்டன் பாரோ என்பவன் அவரிடம் கேட்டான். 'பிரிட்டிஷ் பிரஜைகளிடம் இத்தனை அன்பு கொண்டுள்ள நீங்கள் சுதேசிப் புரட்சியை அடக்கவும் எங்களுக்கு உதவி செய்யவேண்டும். செய்வீர்களா?'

அனுமத் சிங் கம்பீரத் தொனியில் புன்னகை மாறாமல் கூறினார்.ற காப்டன்! வெள்ளை இனத்தவரான நீங்கள் எங்கள் மண்ணில் அத்துமீறிப் புகுந்து எங்கள் மன்னர்களை அடிமைப் படுத்தினீர்கள். வரி, வட்டி என்று எம் மக்களை வஞ்சித்தீர்கள். முன்னோர்கள் காலத்திலிருந்து பரம்பரை பரம்பரையாக நாங்கள் அனுபவித்து வந்த நிலங்களை ஒரே நாளில் அபகரித்துக் கொண்டு நிர்கதியாக்கினீர்கள். நான் உட்பட அத்தனை தாலுக் தாரர்களும் வேதனையில் துவண்டு வாய் மூடிக் கிடந் தோம்.இன்று சரித்திரம் மாறிவிட்டது. மக்கள் உங்களை தூக்கி யெறியத் தயாராகிவிட்டார்கள். உயிருக்கு ஆபத்தான நிலையில் நீங்கள் என்னிடம் அடைக்கலம் தேடி வந்தீர்கள். நானும் உங்களுக்கு அடைக்கலம் தந்து காப்பாற்றிவிட்டேன். இனி உங்களை ஹிந்துஸ்தானத்திலிருந்து விரட்டுவதற்காகப் போராடும் எம் மக்களோடு சென்று இணைந்து கொள்ளப் போகிறேன். போய் வாருங்கள் காப்டன். இல்லையில்லை! வராதீர்கள் போய்விடுங்கள்.'

காப்டன் பாரோ திகைத்துப் போய் நின்றான்.

மே 31ம் தேதி தொடங்கப்பட்ட புரட்சி அடுத்த பத்துப் பன்னிரண்டு நாள்களுக்குள்ளாக அயோத்தி மாகாணம் முழுவதும் பரவி விட்டது. அத்தனை பிரதேசங்களும் வெள்ளையர் பிடியிலிருந்து விடுபட்டுவிட்டன. தலைநகர் லக்னோவைத் தவிர!

ஹென்றி லாரன்ஸ் படையில் இப்போது சந்தேகத்துக்கிடமான சுதேசி சிப்பாய்கள் யாருமேயில்லை. மன ஊசலாட்டத்திலிருந்த சிப்பாய்கள் எல்லோரும் கொஞ்சம் கொஞ்சமாக வெளியேறி சக சிப்பாய்களுடன் புரட்சியில் சேர்ந்து கொண்டுவிட்டனர். மீத மிருப்பது திடமான விசுவாசமுள்ள சிப்பாய்கள்தான். ஹென்றி லாரன்ஸ்க்கு இனி சந்தேகமோ பயமோ தேவையில்லை. புரட்சி வீரர்களைப் பற்றி மட்டும் சிந்தித்தால் போதும்.

அப்போது லாரன்ஸிடம் வெள்ளை வீரர்கள் கொண்ட குதிரைப் படையும், ஒரு பீரங்கிப் படையும், பலம் பொருந்திய சீக்கியர் படையும் மற்றும் விசுவாச சிப்பாய்களைக் கொண்ட இரண்டு இந்தியப் படைகளும் இருந்தன.

ஜுன் 28ம் தேதி புரட்சி சிப்பாய்கள் கான்பூரைக் கைப்பற்றி விட்ட தகவலும் ஆங்கிலேயர்கள் ஒருவரும் உயிர் பிழைக்க வில்லை என்கிற மோசமான செய்தியும் லாரன்ஸை எட்டியது. லாரன்ஸ் அதிர்ச்சியடைந்தான்; ஆவேசமானான். மனத்துக்குள் பழிவெறி கொப்பளித்தது. கான்பூர் படுகொலைகளுக்கு பதிலடி யாக அயோத்தியின் தெருக்களில் புரட்சி வீரர்களின் ரத்தத்தை ஆறாக ஓடவிடுவதென்று தீர்மானித்தான்.

எனவே புரட்சிக்காரர்களின் தாக்குதலுக்காகக் காத்திருக்காமல் முதல் தாக்குதலை தானே மேற்கொள்வதென்று முடிவு செய்தான்.

மறுநாள் பத்து பீரங்கிகள், நானூறு வெள்ளைச் சிப்பாய்கள், நானூறு சுதேசிச் சிப்பாய்கள் கொண்ட படையுடன் லக்னோவி லிருந்து புறப்பட்டு புரட்சிப் படைகளைத் தேடி விரைந்தான். வெகுதூரம்வரை புரட்சிப் படை ஒன்றும் கண்ணில்படவில்லை. திரும்பிவிடலாம் என்று எண்ணியபோது சின்ஹாத் என்கிற இடத்தில் திடுமென்று வெளிப்பட்டு ஆங்கிலேயர்களை எதிர்த்தது புரட்சிப் படை. தொடங்கி விட்டது போர்.

இருதரப்பினரும் கடுமையாக மோதிக் கொண்டனர். ஆக்ரோஷ மான தாக்குதல். அயோத்தி முழுவதும் கைப்பற்றி விட்ட உற்சாகத்தில் மிகுந்த உத்வேகத்துடன் புரட்சிப் படை வெள்ளைப் படையை சின்னாபின்னமாக்கியது. அவர்களின் ஆவேசத் தாக்குதலை எதிர் கொள்ளமுடியாமல் தடுமாறிய வெள்ளைப்படை தோற்றுப் போய் பின் வாங்கியது. 150 க்கும்

மேலான வீரர்கள் பலியாகிப் போனார்கள். நான்கு பீரங்கிகளை அப்படியே விட்டுவிட்டு ஓடி வந்த வெள்ளையர்கள் லக்னோ வின் தலைமையகத்துக்குள் வந்து புகுந்து கொண்டார்கள்.

வெள்ளைப் படையினர் தோற்றுப் போய் திரும்பிய செய்தி லக்னோவின் வெள்ளையர்களை கதி கலங்கச் செய்தது. அது வரை தலைமையகத்துக்கு வெளியே வசித்து வந்த வெள்ளையர் களும் பயத்தினால் மச்சி பவனத்துக்குள் வந்து பதுங்கிக் கொண்டனர்.

புரட்சிப் படையினர் லக்னோவுக்குள் புகுந்தனர். மச்சி பவனத் தையும் தலைமையகத்தையும் சுற்றிச் சூழ்ந்துகொண்டனர். பலமான முற்றுகையுடன் தொடர் தாக்குதலை ஆரம்பித்தனர்.

குறைவான படையை இரண்டு இடங்களில் பிரித்து வைத்து தாக்குதல் நடத்துவது பலவீனத்தை ஏற்படுத்தும் என்பதால் ஹென்றி லாரன்ஸ் மச்சி பவனத்தை கைவிடத் தீர்மானித்தான். அங்கிருந்தவர்கள் அனைவரையும் யாருமறியாமல் தலைமை யகத்துக்குள் கொண்டு வந்து பிறகு மச்சி பவனத்தை அழித்து விடும்படி உத்தரவிட்டான். மச்சி பவனத்துக்குள் இருந்த வெடி மருந்துகள், ஆயுதத் தளவாடங்கள் புரட்சியாளர்களின் கையில் சிக்கிக் கொள்ளாமல் இருக்கவே இந்த ஏற்பாடு! லக்னோவே அதிர்ந்து போகும்படி மச்சி பவனம் வெடித்துச் சிதறியது.

ஒருவிதத்தில் புரட்சியாளர்களுக்கும் இது வசதியாகிப் போனது. இனி தலைமையகத்தை மட்டும் முழுமூச்சில் தாக்கினால் போதும். அதைக் கைப்பற்றி விட்டால் லக்னோவில் முற்றும் முழுதாக ஆங்கிலேய ஆட்சி ஒழிக்கப்பட்டுவிடும்.

முற்றுகையும், தாக்குதலும், பதிலடியும் நாள்கணக்கில் தொய் வில்லாமல் நடந்தன. தலைமையகத்தின் உள்ளே பல வீடுகள் நொறுங்கிப் போயின. பல உயிர்கள் பலியாகின. ஒருமுறை புரட்சிக்காரர்கள் வீசிய குண்டு லாரன்ஸின் பக்கத்தில் விழுந்து பலத்த காயம் ஏற்பட்டது. லாரன்ஸ் படுத்த படுக்கையானான். அந்த நிலையிலேயே உத்தரவுகள் பிறப்பித்து சண்டையை வழிநடத்திக் கொண்டிருந்தான். ஜூலை 4 ம் தேதி உடல்நிலை மோசமடைந்து மரணமடைந்தான். உரிய மரியாதைகளுடன் அவன் உடல் தலைமையகத்துக்குள்ளேயே அடக்கம் செய்யப் பட்டது.

ஹென்றி லாரன்ஸுக்குப் பின் மேஜர் பேங்க்ஸ் என்பவன் தலைமைப் பொறுப்பை ஏற்றுக்கொண்டான்.

கான்பூரிலிருந்து படையுடன் புறப்பட்டு வந்து கொண்டிருப்ப தாக தகவல் அனுப்பியிருந்த ஹேவ் லாக் அதுவரை லக்னோ வுக்கு உதவிக்கு வந்து சேராதது அவனுக்கு ஆச்சரியமாகவும் அதிர்ச்சியாகவும் இருந்தது.

புரட்சியாளர்களின் தாக்குதல் நாளுக்கு நாள் தீவிரமடைந்த நிலையில், இன்னும் எத்தனை காலத்துக்குச் சமாளிக்க முடியும் என்கிற பயம் நிலவியது. புரட்சியை முன்னாலேயே யூகித்து பெருமளவு உணவுப் பொருள்களும், வெடி மருந்து ஆயுதத் தளவாடங்களும் சேகரித்து வைத்த ஹென்றி லாரன்ஸின் முன்னேற்பாடுகள்தான் தலைமையகத்தின் வெள்ளையர் உயிர்களை அந்த நொடிவரை காப்பாற்றிக் கொண்டிருந்தது. அவைகளும் கொஞ்சம் கொஞ்சமாக தீர்ந்து கொண்டிருந்தன. முழுவதும் கரைந்து போவதற்குள் படை உதவி வந்தால்தான் அயோத்தி வெள்ளையர் உயிர் தப்பமுடியும். இல்லை யென்றால்...

மேஜர் பாங்க்ஸ் தன்னால் முடிந்தவரை உக்கிரமாக போரிட்டுக் கொண்டிருந்தான். வர வர நிலைமையைச் சமாளிப்பது பெரும்பாடாக இருந்தது. புரட்சி வீரர்கள் தலைமையகத்தின் மதில்களுக்குக் கீழ் வெடி வைத்து சுவரைத் தகர்க்க முயற்சி மேற்கொண்டிருந்தார்கள். அவர்களை அருகே நெருங்க விடாமல் தொடர்ந்து சுட்டுக் கொண்டிருந்த போதிலும் ஜுலை 20 ம் நாள் அவர்களின் முயற்சி வெற்றி பெற்றுவிட்டது. வெடித்த குண்டினால் மதில் சுவரில் பெருத்த விரிசல் ஏற்பட்டது.

புரட்சி வீரர்களின் தலைவன் ஒருவன் துப்பாக்கியால் சுட்டுக் கொண்டே விரிசல் விழுந்த பகுதியின் வழியாக உள்ளே நுழைய முற்பட்டான். மற்றவர்களையும் தன்னைத் தொடர்ந்து வருமாறு அழைத்தான். குரல் கொடுத்துத் திரும்பியவனின் தலையைத் துளைத்துக் கொண்டு சென்றது ஒரு தோட்டா. பிணமாகிக் கீழே விழுந்தான். அடுத்து நுழைய முனைந்தவன், அதற்கடுத்தவன், மூன்றாவதாக உள்ளே நுழைந்தவனும் அதேபோல் கொல்லப் பட்டான்.

புரட்சி வீரர்கள் பயந்து போய் உள்ளே நுழைந்து முன்னேறும் முயற்சியைக் கைவிட்டுப் பின்வாங்கினர்.

வெள்ளையர் படை சுதேசி வீரர்களுடன் இடைவிடாத தாக்குதல் நடத்தியபடியே இருக்க, மற்றவர்கள் அவர்கள் தந்த பாது காப்பில் மதிலின் உடைந்த சுவர்களை மீண்டும் கட்டிமுடித் தனர். தாக்குவதும் உடைப்பதும் கட்டுவதும் தடுப்பதுமான செயல்கள் சுழற்சியாக நடந்துகொண்டிருந்தன.

இந்தத் தாக்குதல்களின் போது மேஜர் பாங்க்ஸூம் செத்துப் போனான். அவனுக்கு அடுத்ததாக பிரிகேடியர் இங்லீஷ் பொறுப்பேற்றுக் கொண்டான்.

தலைமையகத்தின் நான்கு சுவர்களுக்குள் சிக்கிக் கொண்டிருந்த இங்லீஷ்க்கு வெளியுலகத்தில் என்ன நடந்து கொண்டிருக்கிற தென்றே தெரியவில்லை. என்னவானாலும் சரி முதலில் வெளித் தொடர்புக்கு ஆள்கள் தேவை. ஹேவ் லாக் ஏன் இதுவரை உதவிக்கு வரவில்லை? அவர் எப்போது வருவார்? அது முதலில் தெரிந்தாக வேண்டும். உதவிப் படைகள் வரும் தகவல் தெரியாமல் வெறுமனே கண்ணை மூடி சுட்டுக்கொண்டு இருப்பதில் பிரயோசனமில்லை.

இங்லீஷ், தலைமையகத்துக்கு உள்ளிருந்தே சிலரை ஒற்றர் களாகத் தேர்ந்தெடுத்தான். ஆங்கிலேயர் தவிர சில சுதேசிகளும் அதில் அடக்கம். புரட்சி சிப்பாய்களின் கண்களில் அகப்படாமல் ஒன்றிரண்டு பேராக வெளியே அனுப்பிவைத்தான். அவர்கள் ஹேவ் லாக்கிடமிருந்து கொண்டு வரப்போகும் தகவலுக்காக பிரார்த்தனையுடன் காத்திருக்கத் தொடங்கினான்.

17

அரியணை ஏறிய ஹஸ்ரத் மகால்

அயோத்தியின் எல்லாப் பகுதிகளும் புரட்சி வீரர்கள் வசம் வந்துவிட்டது. எந்த இடத்திலும் ஒரு வெள்ளையனும் இருக்கவில்லை. அத்தனை பேரும் கான்பூர், கல்கத்தா என்று ஓடிப் போய் விட்டார்கள். ஆங்கில அரசு அகற்றப்பட்டு அயோத்தி சுதந்தரம் அடைந்து விட்டதாக பகிரங்க மாக அறிவிக்கப்பட்டது.

மன்னர் வாஜீத் அலி ஷா வெள்ளையரின் பிடியில் கல்கத்தா சிறையில் அடைப்பட்டிருந்ததால், அவரது சிறு வயது மகன் அயோத்தியின் மன்னனாக பிர கடனப்படுத்தப்பட்டு ஆகஸ்ட் 6 ம் தேதி அரியணை ஏற்றப்பட்டான். டெல்லியின் பேரரசரான பகதூர் ஷாவின் தலைமையை ஒப்புக்கொண்ட ராஜ்யம்.

பேகம் ஹஸ்ரத் மகால் மகன் சார்பாக ஆட்சிப் பொறுப்பை ஏற்றுக் கொண்டு நிர்வாகத்தை நடத்தத் தொடங்கினாள். நிதி, நீதி, வரி வசூல் போன்ற பல இலாகாக்களுக்கும் தகுந்த அதிகாரிகளை நியமித் தாள். இதில் ஹிந்துக்கள், முஸ்லிம்கள் சம அளவில்

இடம்பெற்றனர். சிவில் அதிகாரிகளும் நியமிக்கப்பட்டு அரசி ஹஸ்ரத் மகாலின் தலைமையில் ராஜ்ய நிர்வாகம் சீர் பெற்று சிறப்பாக நடைபெற வழிவகை செய்யப்பட்டது. அயோத்தி மாகாணம் முழுவதும் அராஜகம், கொள்ளை போன்றவை தடுக்கப்பட்டு மக்களின் வாழ்க்கை சகஜநிலைக்குத் திரும்பி சுமுகமாக இயங்கியது.

தாலுக்தாரர்கள், ஜமீன்தார்கள், சிறிய மன்னர்கள் அனைவரும் பேகம் ஹஸ்ரத் மகாலின் தலைமையை ஏற்றுக்கொண்டு விட்டதால் அவர்களும்கூட தலைமையக முற்றுகையில் புரட்சிச் சிப்பாய்களுடன் இணைந்துகொண்டனர். தலைமையகத் தாக்குதல் மேலும் மேலும் உக்கிரம் அடைந்தது. வெளியே புரட்சிப் படை தரப்பினர் 30000 க்கும் மேலானவர்கள் இருந்தனர். தலைமையகத்தின் உள்ளேயோ தினம் தினம் பலியானது போக வெறும் 700 வீரர்கள் மட்டுமே மிஞ்சியிருந்தனர்.

'நானா சாகிப்பை வென்று விரட்டிவிட்டேன். கங்கையைக் கடந்து இன்னும் நான்கைந்து தினங்களில் வந்துவிடுவேன். எதிரிகளைத் தாக்க தக்க ஏற்பாடுகளுடன்தான் வருகிறேன். கவலைப்படவேண்டாம்'என்று ஹேவ் லாக்கிடமிருந்து தகவல் வந்து ஒரு மாத காலத்துக்கு மேல் ஆகிவிட்டது. இன்னும் வந்து சேர்ந்தபாடில்லை.

அயோத்தியின் வெள்ளையர் நிலையைப் பற்றி விளக்குவதற் காக ஹேவ் லாக்கிடம் அனுப்பப்பட்ட ஒற்றர்களோ ஒரு பயலும் திரும்பிவரவில்லை. அவர்கள் ஹேவ் லாக்கை சந்தித் தார்களா, பதில் பெற்று வந்தார்களா, அல்லது புரட்சிக்காரர் களிடம் சிக்கிக் கொண்டார்களா, பயந்து ஓடிவிட்டார்களா ஒன்றும் தெரியவில்லை. இங்லீஷ் நிலைகொள்ளாமல் தவித் தான். தலைமையகத்தில் அடைபட்டிருக்கும் வெள்ளையருக்கு இனி கதி மோட்சம் இல்லை என்று அவன் முடிவு கட்டிய சமயத்தில் அந்தன் காட் என்கிற இந்திய ஒற்றன் மட்டும் புரட்சியாளர்களிடம் சிக்காமல் ஹேவ் லாக்கின் கடிதத்துடன் வந்து சேர்ந்தான்.

கடிதத்தின் செய்தி இங்லீஷின் கொஞ்ச நஞ்ச நம்பிக்கையையும் சிதைத்துப்போட்டது.

' எனது சூழ்நிலையும் இங்கு மிக சிக்கலாக இருக்கிறது. எனவே உடனடியாக உதவிக்கு வரமுடியவில்லை. என்னவானாலும்

நம்பிக்கையை இழக்கவேண்டாம். இங்கிலாந்திலிருந்து காலின் காம்பெல் பலமான படையுடன் வந்து கொண்டிருக்கிறார். இன்னும் ஒரு பத்து பதினைந்து தினங்கள் சமாளித்தால் போதும். அதற்குள் அவர் வந்துவிடுவார். கடைசிவரை மனம் தளராமல் போராடுங்கள். வெற்றி பெறுவோம் அல்லது வீரமரணம் அடைவோம்'

இங்லீஷ் பெருமூச்சு விட்டான். கடைசி வாக்கியம்தான் நிஜ மாகும் போலிருந்தது. இல்லை! அதுவும் நேராது. நாள் கணக்கில் இப்படியே முற்றுகை நீடித்துக் கொண்டே போகுமானால் பட்டினி மரணம்தான். அடைபட்டிருக்கும் அனைவரும் பசியினால் துடித்தே சாகவேண்டியதுதான். சாவு எப்படியோ வந்து தொலைக்கட்டும். ஹேவ் லாக் ஏன் உதவிப் படையுடன் வந்து தொலைக்கவில்லை. கான்பூரிலிருந்து லக்னோ புறப்பட்ட ஹேவ் லாக் கங்கைக் கரையை அடைந்த பின்னும் இதுநாள் வரை வந்து சேராததின் மர்மம் என்ன? அதுதான் விளங்கவில்லை!

ஹேவ் லாக் கங்கையைக் கடந்தது நிஜம்தான். அயோத்தியின் உதவிக்கு விரைந்ததும் உண்மைதான். அப்போது அவனிடம் 13 பீரங்கிகளுடன் 1500 சிப்பாய்களும் இருந்தன. ஆனாலும் ஹேவ் லாக் அயோத்திக்குள் நுழைவது அத்தனை சுலபமாக இருக்கவில்லை. எல்லையிலேயே பலமான எதிர்ப்பு. ஜமீன்தார்கள், தாலுக்தாரர்கள், குறுநில மன்னர்கள் அவரவர் சொந்தப் படையுடன் புரட்சி வீரர்களுடன் இணைந்து நின்று பலமாக எதிர்த்தார்கள்.

அத்தனை பெரிய படையை எல்லையிலேயே எதிர்பார்க்காத ஹேவ் லாக் அவர்களை வெகு தீவிரமாக எதிர்கொள்ள வேண்டியிருந்தது. பலமான தாக்குதலுக்குப் பிறகுதான் அவர்களைத் தோற்கடித்து அதுவும் அங்குலம் அங்குலமாகவே முன்னேற முடிந்தது. வெள்ளையர் தரப்பிலும் பலமான சேதம்தான். ஆனாலும் தொய்வடையாமல் முன்னேறியவரை திடீரென்று பின்னுக்கு இழுத்தது கான்பூரிலிருந்து வந்த தகவல்.

நானா மீண்டும் முளைத்துவிட்டார்!

ஆம்! ஹேவ் லாக்கின் படை கான்பூரிலிருந்து புறப்பட்டு விட்டதை அறிந்த நானா மீண்டும் திரும்பி வந்து கான்பூரை

மீட்பதற்கான ராணுவ நடவடிக்கைகளை ஆரம்பித்துவிட்டார். அயோத்தி செல்வதற்காக ஹேவ் லாக் கங்கைக் கரையைக் கடந்ததும், நானா கான்பூரில் நுழைவதற்காக தனது படையுடன் அதே கங்கைக் கரையைக் கடந்து கொண்டிருந்தார். அவர் மறுபடியும் கான்பூருக்குள் வந்து விடக்கூடாதென்பதற்காகவே ஹேவ் லாக் அயோத்திக்குச் செல்லும் எண்ணத்தைக் கைவிட்டு மீண்டும் திரும்பி வந்து மங்களவரத்தில் முகாம் போடவேண்டி வந்தது.

ஒரு வாரத்துக்குள் நானாவின் படையை விரட்டி விட்டு அயோத்திக்குச் சென்றுவிடலாம் என்று நினைத்த ஹேவ் லாக்கின் திட்டம் பலிக்காமல் போனது. எதிர்பாராத இடத்தில், எதிர்பாராத நேரத்தில் நானாவின் படைகள் திடீர் திடீரென்று வெளிப்பட்டு ஹேவ் லாக்கின் படையைச் சுற்றிச் சுற்றி வந்து தாக்குதல் நடத்தின. தோற்கும் சூழ்நிலையில் பின் வாங்கி மறைந்தன. நானா சாகிப்பின் இந்தத் தொடர் நடவடிக்கைகள் காரணமாக ஹேவ் லாக்கால் மங்களவரத்திலிருந்து புறப்படவே முடியவில்லை.

நானா சாகிப்போ உடனே பிதூருக்குச் சென்று கான்பூரைத் தாக்குவதற்காக மேலும் பலமான ஏற்பாடுகளைச் செய்யத் தொடங்கினார். இதைக் கேள்விப்பட்ட ஜேம்ஸ் நீல், படை உதவி கோரி மங்களவரத்திலிருக்கும் ஹேவ் லாக்குக்கு கேட்கும்படியாகக் கதறினான். இந்த நிலைமையில் ஹேவ் லாக் அயோத்திக்குச் செல்லும் நினைப்புக்கே இடமில்லாமல் போனது.

லக்னோவின் தலைமை நிலையரக வெள்ளையர் மத்தியில் பெரும் ஏமாற்றமும், திகிலும் நிலவியது. உணவுப் பொருள்கள் குறைந்துவிட்டன. எத்தனைதான் சிக்கனமாக இருந்தாலும் இன்னும் இருபது நாள்களுக்குக்கூடப் போதாது. சிறிய இடம்; ஏராளமான நபர்கள். போதுமான உணவில்லை. உடலில் பல மில்லை. மிக எளிதாக தொற்று நோய்கள் பரவித் துன்புறுத்தின. வாந்தி பேதியினால் பல குழந்தைகள் இறந்து போயின; சில முதியவர்களும். வாழ்க்கையின் மீதான பிடிப்பும் நம்பிக்கையும் எல்லோர்க்கும் குறைந்து கொண்டே வந்தது.

ஆனால் இத்தனை கடும் இழப்புக்கும், துன்பத்துக்கும் மத்தியில் கூட வெள்ளை வீரர்கள் அவரவர் கடமையில் உறுதியாக இருந்து

பணியாற்றினர். கொஞ்சம்கூட சளைக்காமல் புரட்சி வீரர் களுக்கு பதிலடி கொடுத்தபடியே நிலையரகத்தை கவனத்துடன் பாதுகாத்தனர். செப்டெம்பர் மாதம் அவர்களுக்கு நல்ல செய்தி வந்துவிட்டது.

'அயோத்தியின் மீட்புக்காகவும், தலைமையக வெள்ளையர் களின் பாதுகாப்புக்காகவும் ஜேம்ஸ் உட்ராம் என்பவர் தலைமையில் உதவிப் படை வந்து கொண்டிருக்கிறது.'

முன்பு ஜேம்ஸ் நீல் கான்பூர் செல்ல காலதாமதம் ஏற்பட்டதால் அவனை தளபதி பதவியிலிருந்து நீக்கி ஹேவ் லாக்கை அவனுக்கு உயர் அதிகாரியாக நியமித்தது போல், ஹேவ் லாக் கான்பூரிலிருந்து லக்னோ செல்லாமல் காலம் தாழ்த்தியதால் அவனுக்கு உயர் அதிகாரியாக உட் ராம் நியமிக்கப்பட்டு விட்டான்.

இந்த உட் ராம் முன்பே அயோத்தி வெள்ளையர் கைக்கு வந்த சமயத்தில் அதன் முதல் ஆணயராக நியமிக்கப்பட்டவன்தான். விடுமுறையில் சென்றிருந்தவன் அப்போது புரட்சியின் காரண மாக அவசரமாக அழைக்கப்பட்டிருந்தான்.

அயோத்தியைக் கைப்பற்றும் பெருமை தன் கையை விட்டுப் போய்விட்டதே என்ற வருத்தத்தில் ஹேவ் லாக் மனம் நொந்து போனான். அவனுக்கும் மேலான அதிகாரியாக உட் ராம் நியமிக்கப்பட்டது மிகுந்த ஏமாற்றத்தை அளித்தது. வேறுவழி யில்லை. மேலிட உத்தரவை மீறமுடியாது. ஒவ்வொருவரின் சொந்த விருப்பு வெறுப்புகளைவிட பிரிட்டிஷ் நலன்தான் முக்கியம். ஹேவ் லாக், மனத்தைத் தேற்றிக்கொண்டு உட் ராமை வரவேற்கத் தயாரானான்.

கல்கத்தாவிலிருந்து படையுடன் புறப்பட்ட உட் ராம், நேரிடையாக லக்னோ செல்லாமல் செப்டம்பர் 15 ம் நாள் கான்பூர் வந்து சேர்ந்தான். ஹேவ் லாக்கிடமிருந்து தளபதி பதவியைப் பெற்றுக் கொண்டவன் ஹேவ் லாக்கின் மனத்தை உணர்ந்தவனாக பெருந்தன்மையுடன் கூறினான்.

'அயோத்தியை முற்றுகையிலிருந்து மீட்பதற்காக இத்தனை காலம் பாடுபட்டு வந்த ஹேவ் லாக்கே அதை மீட்கும் பெருமையையும் கௌரவத்தையும் அடையவேண்டியவர். எனவே அயோத்தி மீட்கப்படும்வரை அதற்கான நடவடிக்கை

கள் எடுக்கும் பொறுப்பையும் அதிகாரத்தையும் தளபதி என்கிற முறையில் ஹேவ் லாக்கிடமே ஒப்படைக்கிறேன்.'

ஹேவ் லாக் மன நெகிழ்ச்சியும் உற்சாகமும் அடைந்தான். அயோத்தியைக் கைப்பற்றியே தீருவது என்கிற உத்வேகத்துடன் லக்னோ நோக்கிப் புறப்பட்டான். இப்போது அவன் தலைமை யில் 2500 ஆங்கில சிப்பாய்களும், 1000 சீக்கியர்கள் மற்றும் சுதேசிச் சிப்பாய்கள் கொண்ட படையும் இருந்தது. கூடவே உட் ராம், நீல், நேப்பியர் போன்ற திறமையான தளபதிகளும் உடன் வர பலம் பொருந்திய குதிரைப் படையும், பீரங்கிப் படையுமாக வெகு வேகமாக முன்னேறினான்.

பயணத்தின் இடையே வழி நெடுகிலும் எதிர்த்த புரட்சிப் படைகள் எளிதாக தோற்கடிக்கப்பட்டன. செப்டெம்பர் 23ம் தேதி லக்னோவின் எல்லைப்பகுதியான ஆலம்பாக்கை அடைந்தனர். அங்கேயும் புரட்சிப் படையுடன் பலமான மோதல் ஏற்பட்டது. அதைத் தோற்கடித்து வீழ்த்தி தலைமையகத்தை எட்டும் முன் இதுபோல மேலும் பல புரட்சிக் குழுக்களுடன் போரிட வேண்டியிருந்தது.

தலைமையகத்தை நெருங்க சில கிலோ மீட்டர்களே இருந்த போது, வழியில் மறைந்திருந்த தாக்கிய புரட்சிச் சிப்பாய்களால் தாக்கப்பட்டு கேப்டன் நீல் இறந்து போனான். வெள்ளைப் படைக்கு நீலின் மரணம் ஒரு மாபெரும் இழப்புதான். ஆனால் எதற்காகவும் யாரை இழந்தாலும் வெள்ளையர்கள் தயங்கி நிற்பதில்லை. நீலை உரியமுறையில் அடக்கம் செய்துவிட்டு ஹேவ் லாக் தலைமையில் ஒருவழியாக வெள்ளைப்படை தலைமையகத்துக்குள் நுழைந்தது. கான்பூரிலிருந்து புறப்பட்ட தில் தொடங்கி லக்னோ வந்து சேருவதற்குள்ளாகவே அவர்கள் 750 க்கும் மேலான வீரர்களை இழந்திருந்தனர்.

முற்றுகையிட்டிருந்த புரட்சியாளர்களை போரில் தோற்கடித்து விரட்டி விட்டதாலேயே தலைமையகத்தை மீட்டுவிட்டதாக வெள்ளைப் படையினர் உற்சாக கோஷம் எழுப்பினார்கள். ஓடிப் போன சுதேசிச் சிப்பாய்கள் இனி வரமாட்டார்கள் என்று நம்பி னார்கள். ஆனால் ஒரு மணிநேரத்தில் நிலைமை மாறிவிட்டது.

அப்போது லக்னோவில் புரட்சி சிப்பாய்கள் ஒரு லட்சம் பேர் ஆங்காங்கே சிதறியிருந்தனர். 'டெல்லி வீழ்ச்சியடைந்து

விட்டது. ஆங்கிலேயர்கள் பகதூர் ஷாவை அவர்களின் பாது காப்பில் கொண்டு வந்துவிட்டார்கள்'என்கிற அதிர்ச்சித் தகவலால் அதிர்ந்து போன புரட்சி சிப்பாய்கள் மிகுந்த துக்கமும், துயரமும் அடைந்தார்கள். அதனால் மூண்ட கோபத்துடன் ஒன்று திரண்டார்கள். அடக்கமுடியாத ஆவேசத்துடன் மறுபடி யும் தலைமையகத்தைச் சுற்றிச் சூழ்ந்து கொண்டு முன்னிலும் மூர்க்கத்துடன் முற்றுகைப் போரை தொடங்கிவிட்டார்கள்.

அதே சமயத்தில் கான்பூருக்கு அருகில் கால்ஃபி என்னும் இடத்தில் நானா சாகிப், குவாலியரின் புரட்சி வீரர்களுடன் இணைந்து கொண்டு கான்பூரைத் தாக்கப்போவதாக செய்தி வந்தது.

இருபுறமும் இக்கட்டான சூழ்நிலை. கான்பூரில் விட்டு வந்த சிறுபடை நிச்சயமாக நானாவை எதிர்கொள்வது கடினம். உட் ராம் உடனடியாக தங்களின் இந்திய ராணுவ தலைமைத் தளபதிக்கு கான்பூரின் அபாயத்தைப் பற்றி எச்சரித்து, கான்பூரைப் பாதுகாப்பதற்கும், லக்னோவில் அடைபட்டுள்ள தங்களின் உதவிக்காகவும் படைகளை அனுப்புமாறு பதட்டத்தோடு தகவல் அனுப்பினான்.

தலைமையகத்தில் ஏற்கெனவே உணவுப் பற்றாக்குறை. இப்போது இன்னும் அதிகப்படியான ஆள்கள் உள்ளே வந்து சிக்கிக் கொண்டதால் உணவுப் பொருள்கள் வெகு வேகமாகக் குறைந்து கொண்டே வந்தன. சீக்கிரத்திலேயே ரேஷன் முறை கொண்டு வரப்பட்டு ஒருவருக்கு ஒரு நாளைக்கு ஒரு வேளை உணவே வழங்கப்பட்டது. உயிர்ப் பலிகள் மேலும் மேலும் அதிகரித்துக் கொண்டே போயின. இரவு பகல் பார்க்காமல் தொடர் தாக்குதல் நடத்தும் மூர்க்கச் சிப்பாய்களை சமாளிப்பது மிகக் கடினமாக இருந்தது.

வெடி மருந்துகள், ஆயுதங்களுக்குக் குறைவில்லை. ஆனால் உணவுப் பொருள்கள், மருந்துகள் போன்ற மற்ற அத்தியாவசியப் பொருள்கள் போதவே போதாது. முற்றுகையிலிருந்து தங்களை விடுவிக்க உதவிப் படைகள் வரும் வழி நோக்கிக் காத்திருக்கத் தொடங்கினான் உட் ராம்.

யார் வரப் போகிறார்கள்? எப்போது வருவார்கள், எத்தனை பேர் வருவார்கள் ஒன்றும் தெரியவில்லை. கண்ணைக் கட்டி காட்டில் விட்டது போலிருந்தது.

இவர்களைக் காப்பாற்றக் கூடிய கதாநாயகன் அப்போது கல்கத்தாவில் இருந்தான். காலின் கேம்பல் எனும் 65 வயது முதிய நாயகன்!

•

காலின் கேம்பலும் இதற்கு முன்பாகவே இந்தியாவில் பணியாற்றி ஹிந்துஸ்தானத்தைப் பற்றி மிக நன்றாகவே அறிந்தவன். எனவேதான் இந்தியாவில் புரட்சி தோன்றியதுமே இங்கிலாந்து மேலிடம் உடனடியாக அவனை இந்தியப் படையின் தலைமைத் தளபதியாக நியமித்து அனுப்பியிருந்தது.

ஆகஸ்ட் மாதமே இந்தியாவுக்கு வந்து சேர்ந்த காலின் கொஞ்சமும் அவசரப்படவில்லை. பதட்டம் கொள்ளவில்லை. உடனடியாக போர்க்களத்துக்குப் புறப்பட்டுப் போகாமல் முதல் கட்டமாக சூழ்நிலையை உன்னிப்பாகக் கவனித்து உள் வாங்கிக் கொண்டான். அடுத்தகட்டமாக திட்டவட்டமான முக்கிய ஏற்பாடுகளைச் செய்யத் தொடங்கினான்.

மகத்தான படையெடுப்புக்குத் தயாராக பெருமளவில் வெடி மருந்துகள், ஆயுதத் தளவாடங்கள் போன்றவற்றைச் சேகரித் தவன் சென்னை, இலங்கை, சீனா போன்ற இடங்களிலிருந்தும், மேலும் இங்கிலாந்திலிருந்தும் வீரர்களை வரவழைத்தான். ஹிந்துஸ்தானத்தின் கிளர்ச்சிப் பிரதேசங்களில் எங்கெல்லாம் வெள்ளைப்படைக்கு உதவிகள் தேவைப்பட்டதோ அங்கெல் லாம் படைகளைப் பிரித்து அனுப்பினான்.

செப்டெம்பர் இறுதியில் உட் ராம், ஹேவ் லாக் போன்ற தளபதிகள் லக்னோவின் தலைமையகத்துக்குள் முடக்கப்பட்ட செய்தி வந்து சேர்ந்தது. காலின் கேம்பல் அதற்கும் மேல் தாமதிக்காமல் ஒரு பெரும் படையுடன் கிளம்பி முதலில் கான்பூர் சென்றான்.

கான்பூரில் கிராண்ட் என்பவன் தலைமையில் ஏற்கெனவே ஒரு பலம் பொருந்திய படை சேகரிக்கப்பட்டிருந்தது. ஆலம்பாக்கில் முகாமிட்டிருந்த கிராண்ட் 5000 ஆங்கில வீரர்களுடன், லக்னோ வின் தலைமையகத்துக்குள் சிக்கிக் கொண்டிருந்த வெள்ளை யருக்குத் தேவையான உணவுப் பொருள்களையும் சேகரித்து வைத்திருந்தான். இது தவிர டெல்லியை வீழ்த்தி விட்டு அங்கிருந்து வந்து கொண்டிருந்த கிரேட் ஹெட் என்பவனும் நீல்

போலவே வழியெங்கும் கிராமங்களை எரித்துக் கொண்டும், ஏராளமான இந்தியர்களை தூக்கிலிட்டுக் கொன்றும் பல அக்கிரமங்களைச் செய்தபடி கான்பூர் வந்து காலின் கேம்பலுடன் இணைந்து கொண்டான்.

அப்போது நானாவின் படைகள் கால்ஃபி பகுதியில் இருந்து கொண்டு கான்பூரைக் காத்துக் கொண்டிருந்த வெள்ளைப்படை களை அவ்வப்போது தாக்கி தொந்தரவு செய்துகொண்டிருந்தன. எனவே கான்பூர் கை விட்டுப் போகாமல் பாதுகாக்கவும், லக்னோவுக்குப் புறப்படும் பெரும் வெள்ளையர் படையை புரட்சிக்காரர்கள் பின் புறத்திலிருந்து தாக்காமல் தடுப்பதற்கு மாக கேப்டன் விண்ட் ஹாம் தலைமையில் ஒரு படை கான்பூரிலேயே விட்டு வைக்கப்பட்டது.

காலின் கேம்பல் நவம்பர் 9ம் தேதி கிராண்ட் மற்றும் கிரேட் ஹெட் படையோடு தனது படைகளையும் சேர்த்துக் கொண்டு லக்னோவுக்கு விரைந்தான். அதற்கு முன்பாகவே லக்னோ தலைமையகத்துக்குள் இருக்கும் உட் ராமுக்கு தான் வரும் தகவலை ஒற்றர்கள் மூலம் அனுப்பி வைத்தான். புரட்சியாளர் களை தாக்கவேண்டிய போர் திட்டங்களும், வியூகங்களும் கூட உட் ராமிடம் கொண்டு சேர்க்கப்பட்டது.

17ம் தேதி கான்பூரிலிருந்து புறப்பட்ட காலின் கேம்பல் 23ம் தேதிதான் லக்னோவுக்குள் நுழையமுடிந்தது. வழியில் அத் தனை தடங்கல்கள், தாக்குதல்கள், போர்கள்! தலைமையகத்தின் வெளிப்புறமிருந்து காலின் கேம்பலும், உள்ளிருந்து உட் ராமும் ஒரே சமயத்தில் புரட்சிப் படைகளின் மீது தாக்குதல் நடத்தி னார்கள். இதை எதிர்பார்க்காத புரட்சி சிப்பாய்கள் நிலை குலைந்து போனார்கள். ஆனாலும் இறுதிவரை ஆக்ரோஷமாக சண்டையிட்டு உயிர் துறந்தார்கள். காலின் கேம்பல் தலைமை யிலான படை வெற்றி முழக்கத்துடன் தலைமையகத்துக்குள் நுழைந்தபோது புரட்சியாளர்களில் 2000க்கும் மேலானவர்கள் பலியாகி வீழ்ந்து கிடந்தார்கள்.

எண்பத்தேழு நாள்கள் வரையிலான முற்றுகை முடிவுக்கு வந்தது. தலைமையகத்துக்குள் அடைபட்டுக் கிடந்த வெள்ளை யர்களின் உற்சாகக் கூக்குரல் அயோத்தி முழுவதும் எதிரொலித் தது. பட்டினியால் பரிதவித்துக் கிடந்தவர்கள் பலவகையான உணவுகளுடன் கூடிய விருந்தில் மூச்சு முட்ட சாப்பிட்டு,

தொண்டை வரை குடித்து வெற்றியைக் குதூகலமாகக் கொண்டாடினார்கள்.

மறுநாள் தலைமையகத்தில் உள்ள வெள்ளையர்கள் அனை வரும் லக்னோவிலிருந்து பத்திரமாக வெளியேற்றப்பட்டனர். ஆனாலும் என்ன... இத்தனைக்குப் பிறகும் அயோத்தி முழுமை யாக ஆங்கிலேயர் வசமாகவில்லை.

அதைப் பற்றி வெள்ளையரும் பெரிதாக அலட்டிக் கொள்ள வில்லை. மீண்டும் துணிவும், தன்னம்பிக்கையும், ஆணவமும் அவர்களிடையே தலை தூக்கிவிட்டது. ஆம்! காற்று திசைமாறி விட்டது! வெள்ளையருக்குச் சாதகமாக வீசத் தொடங்கி விட்டது. மிக முக்கியமாக டெல்லி மீண்டும் ஆங்கிலேயர்கள் பிடிக்குள் வந்துவிட்டது!

நாதிர் ஷாவின் காலத்துக்குப் பிறகான மிகப் பெரும் துயர சம்பவங்களையும் படுகொலைகளையும் மறுபடி டெல்லி சந்தித்த தருணம் அது!

18

முகலாயப் பேரரசின் முடிவு

பலமா? பலவீனமா? என்று அப்போது யாருக்கும் தெரியவில்லை. வட இந்தியா முழுவதும் புரட்சி வெடித்த அத்தனை பிரதேசங்களில் இருந்தும் வரிசை வரிசையாக சுதேசி சிப்பாய்கள் டெல்லிக் குள் வந்து குவிந்து கொண்டே இருந்தார்கள். டெல்லி நிரம்பி வழிந்தது.

ஆயிரக்கணக்கான சிப்பாய்களின் வருகை ஆங்கி லேயருடனான யுத்தத்துக்கு பெரும் பலம் சேர்க்கும் என்றுதான் டெல்லி ஆட்சியாளர்கள் கருதினார்கள். இதில் ஓர் அபாயம் ஒளிந்திருப்பதை யாரும் கவனிக்கவில்லை!

ஹிந்துஸ்தானத்தின் ஒட்டுமொத்தப் புரட்சியாளர் களும் ஒரே இடத்தில், டெல்லி என்கிற ஓர் குறுகிய எல்லைக்குள் வந்து குவிந்து விட்டதில் வெள்ளையருக்கு வேலை மிச்சமாகிவிட்டது. புரட்சிக்காரர்களை ஏக காலத்தில் தாக்கி அழிப் பதற்கு மிக வசதியாகிவிட்டது என்பதை யாரும் உணரவேயில்லை!

இப்படி நடைபெறாமல் ஒவ்வொரு பிரதேச புரட்சியாளர்களும் அந்தந்த இடத்தை ஆக்ரமித்துக் கொண்டு, ஹிந்துஸ்தானம் முழுவதும் பல இடங்களிலும் பிரிந்து நின்று சுற்றி வளைத்துத் தாக்குதல் நடத்தியிருந்தால் ஆங்கிலேயர்கள் அங்கும் இங்கும் எங்கும் செல்லமுடியாதபடி வளைக்கப்பட்டிருப்பார்கள். குறைந்த அளவேயான ஆங்கில ராணுவம் சின்னா பின்னமாகி 1857 போரின் முடிவே வேறுவிதமாகியிருக்கும்.

துரதிர்ஷ்டவசமாக இந்தவிதமாக யோசித்து புரட்சி சிப்பாய்களை வழி நடத்த சரியான ஒருங்கிணைந்த தலைமை கடைசிவரையிலும் அவர்களுக்குக் கிடைக்காமலே போனது. அதுபோலவே ஆங்கி லேயர் தரப்பும் ஆரம்பத்திலேயே ஊதி அணைக்க வேண்டிய சிறு பொறி தீயை தயக்கத்தாலும், தடுமாற்றத்தாலுமே நாலாபுறமும் சிதறிப் பரவும்படி விட்டுவிட்டது.

ஜுன் மாதமே டெல்லியை முற்றுகையிட வந்து, பந்தில்-கி-ஸராய் அருகிலான முதல் யுத்தத்திலேயே புரட்சி வீரர்களைத் தோற்கடித்த தளபதி பெர்னார்ட்டும் அதன்பின் தயங்கித் தயங்கிதான் நாள்களை நழுவ விட்டுக்கொண்டிருந்தான்.

டெல்லியைத் தாக்குவது பெரிய கஷ்டமில்லை. ஒருவேளை தாக்குதலில் தோற்றுப் போனால்... நினைத்த போதே பெர்னார்ட் டின் நெஞ்சு நடுங்கியது. ஹிந்துஸ்தானத்தின் புரட்சியாளர் களுக்கு ஆங்கிலேயர்களின் மீதான பயம் சுத்தமாகப் போய் விடும். அந்தப் பயத்தின் காரணமாகவே இதுவரை புரட்சியில் கலந்து கொள்ளாமல் பதுங்கியிருக்கும் மற்ற ராஜாக்களும் வெற்றி பெற்ற புரட்சியாளர்களுடன் கூட்டு சேர்ந்துவிடுவார் கள். அப்படி அனைவரும் ஒன்றுபட்டு விட்டால் ஆங்கிலேயரின் கதி அதோகதிதான்! பிரிட்டிஷ் ஆதிக்கம் அந்த நொடியே முடிவுக்கு வந்துவிடும் என்பதில் எந்தச் சந்தேகமும் இல்லை.

அப்படியோர் நிலைமை ஏற்பட தான் காரணமாகி விடக்கூடாது என்பதான திகில்தான் பெர்னார்ட்டை எந்தவித அதிரடி நடவடிக்கையிலும் ஈடுபடவிடாமல் கட்டிப் போட்டிருந்தது. மேலும் மேலும் படை பலத்தை அதிகரித்துக் கொண்டு டெல்லி யின் மீது பாய்வதற்காகக் காத்திருந்தான்.

டெல்லியை முற்றுகையிட்டிருக்கும் ஆங்கிலப் படைகளுக்கும், டெல்லி சுதேசி சிப்பாய்களுக்குமான போர் தினமும் நடந்து

கொண்டிருந்தது. டெல்லியின் மதில்கள் மீதிருந்த பீரங்கிகள் ஆங்கிலேயர் முகாமிட்டிருந்த பகுதியை நோக்கி இடை விடாமல் இயங்கிக் கொண்டிருந்தன. புரட்சி சிப்பாய்களும், பகுதி பகுதியாக டெல்லியை விட்டு வெளிப்பட்டு திடீர் திடீரென ஆங்கிலேயப் படைகள் மீது பாய்ந்து தாக்குதல் நடத்தி னார்கள். பெரும் சேதத்தை ஏற்படுத்தினார்கள். ஆங்கிலேயர்கள் தாக்குதல் சண்டை நடத்தாமல் தற்காப்பு யுத்தத்தை மட்டுமே நடத்திவந்தனர்.

ஜூன் 23ம் தேதி வேறு நெருங்கிக் கொண்டிருந்தது. அந்தத் தேதி ஆங்கிலேயர்களின் அடிவயிற்றைக் கலக்கியது. அன்றுதான் பிளாசிப் போரின் நூற்றாண்டு தினம். ஆங்கிலேயர்களிடம் தேசம் அடிமைப்பட்ட அந்தத் தினத்தின் நினைவாக புரட்சி சிப்பாய்கள் மிக ஆக்ரோஷமாக தாக்குதல் நடத்தி பழி தீர்த்துக் கொள்ள முனைவார்கள் என்று நடுங்கினார்கள்.

அன்றைக்கு போர் அப்படித்தான் நடந்தது. நூறாண்டு காலத் துக்குப் பின் ஆங்கிலேய ஆட்சி முடிவுக்கு வந்து விடும் என்கிற ஆரூடத்தை நிஜமாக்க புரட்சி சிப்பாய்கள் மிகத் தீவிரமாக போரிட்டார்கள். ஆங்கிலேயர்களுக்கோ இது வாழ்வா, சாவா போராட்டம். அவர்களும் மிகத் திறமையாக பதில் தாக்குதல் நடத்தினார்கள். இரு தரப்பும் சளைக்காமல் சண்டை போட்டது. சுதேசி சிப்பாய்கள் எத்தனைதான் ஆவேசத்துடன் போரிட்டும் அன்றைய முடிவு அவர்களுக்கு சாதகமாக இருக்கவில்லை. ஜோதிடம் பலிக்கவில்லை! ஏராளமான சுதேசிச் சிப்பாய்களைக் கொன்று குவித்து, ஆங்கிலேயர்கள் அன்றைய தினமும் வெற்றி பெற்றுவிட்டனர். அதிக இழப்புக்குப் பின் பெற்ற அந்த வெற்றி வெள்ளையருக்கு ருசிக்கவில்லை.

அடுத்த நாளே ஆங்கிலேயர்களுக்கு மேலும் படை உதவி வந்துவிட்டது. பஞ்சாபிலிருந்து ஜான் லாரன்ஸ் படைகளை தொடர்ந்து அனுப்பிக் கொண்டிருந்தான். சீக்கியப் படையும், கூர்க்கப் படையும், ஆங்கிலேயப் படையுமாக பெர்னார்ட்டின் வசம் ஏழாயிரம் சிப்பாய்கள் சேர்ந்து விட்டார்கள். ஆனால் டெல்லியின் மீதான நேரடிப் போருக்கு இது போதாது!

அதே சமயத்தில் மற்றொரு பெரும் படையும் டெல்லி நோக்கி வந்து கொண்டிருந்தது. பேரரசர் பகதூர் ஷாவுக்கு ஆதரவான படை. புரட்சிக்கு பலம் சேர்க்கும் படை! தலைமை தாங்கி

வந்தவன் ரோஹில்கண்ட் மாகாணத்தின் புரட்சிப் படை தளபதியான பகத் கான்.

பகத் கான் தன்னுடன் 4 காலாட் படைகளும், 700 குதிரைப் படை வீரர்களும், 6 குதிரை பீரங்கிகளும், 3 போர்ச்சுகல் பீரங்கிகளுமாக வந்து சேர்ந்தான். அவன் தனது சிப்பாய்களுக்கு ஆறு மாத சம்பளத்தை முன் பணமாக தந்து அழைத்து வந்திருந்தான்.

வெள்ளையரின் முகாமில் திகில் பரவியது. டெல்லிக்குள் சந்தோஷ ஆரவாரம். பகத் கானையும், அவனது படைகளையும் அரச மரியாதைகளுடன் வரவேற்றார் பகதூர் ஷா. தங்குமிடமும், மற்ற வசதிகளும் ஏற்படுத்தித் தரப்பட்டன. அடுத்து சில நாட்களில் பல்வேறு படைப் பிரிவுகளின் தலைவர்களும், மந்திரி பிரதானிகளும் அடங்கிய சபை கூட்டப்பட்டு பகத்கானே மொத்தப் படைப் பிரிவுகளுக்கும் தளபதியாக நியமிக்கப் பட்டான். அரசு நிர்வாகம் சம்பந்தமான அனைத்துப் பொறுப்புகளும் அவனிடமே ஒப்படைக்கப்பட்டன.

பகத்கான் முதல் வேலையாக சட்ட ஒழுங்கு சீர்கெட்டுக் கிடந்த டெல்லி நகரை சரிப்படுத்துவதற்கான வேலைகளில் இறங்கினான். கெடுபிடியான சட்டதிட்டங்களை அமல்படுத்தினான். கொலை, கொள்ளை போன்ற வன்முறைச் செயல்களில் ஈடுபடுவோர் யாராயிருந்தாலும் குறைந்தபட்சமாக அவர்களின் கை கால்களோ, அதிகபட்சமாக தலையோ வெட்டப்படுமென்று அறிவித்தான். அதுதவிர டெல்லியில் உள்ள அனைத்துப் பிரஜைகளும், குடும்பஸ்தனோ, வியாபாரியோ, பிச்சைக்காரனோ அனைவரும் ஆயுதங்களை வைத்துக் கொள்ளவேண்டும்; அவசியம் ஏற்பட்டால் ஒவ்வொரு பிரஜையும் போர் வீரனாக மாறத் தயங்கக்கூடாது என்று ஆணை பிறப்பித்தான். வெள்ளையரை எதிர்ப்பதற்கான சகல போர் ஏற்பாடுகளையும் துரிதமாக செய்யத் தொடங்கினான். அவனது தலைமையில் படைகள் பல பிரிவுகளாகப் பிரிக்கப்பட்டு ஒவ்வொரு நாள் ஒவ்வொரு பிரிவு உள்ளே மதில் மீதிருந்தும், மற்றொரு பிரிவு வேகமாக வெளிப் பட்டு வெள்ளையரைத் தாக்கியும் துவம்சம் செய்தது.

வெள்ளையர் தரப்பில் நம்பிக்கை குறைந்து கொண்டே வந்தது. டெல்லிக்கு வந்து முற்றுகையிட்டு மூன்று மாத காலம் ஆகிவிட்டது. ஒரே நாள் யுத்தத்தில் டெல்லியைக் கைப்பற்றி விடலாம் என்று கனவு கண்ட தளபதி பெர்னார்ட் தனது கனவு

நிறைவேறாமலே செத்துப் போனான். வாந்தி பேதி நோய் அவனை காவு கொண்டுவிட்டது. அவனுக்கு அடுத்ததாகப் பதவியேற்றவனும் அடுத்தடுத்த சண்டைகளில் மனம் சலித்துப் போய் பதவியை ராஜினாமா செய்து விட்டு போயே போய் விட்டான்.

தவிர வெள்ளைப் படையின் முக்கிய அதிகாரிகளான பீச்சரும், சேம்பர்லானும் யுத்தத்தில் படுகாயமடைந்து இன்றோ நாளையோ என மரணப்படுக்கையில் கிடந்தார்கள். டெல்லி முற்றுகையின் நான்காவது தளபதியாக வில்சன் பொறுப்பேற்றுக் கொண்டான். மீரட் படைகளுக்குத் தலைமை ஏற்று வந்த அதே ஆர்ச்டேல் வில்சன்!

வில்சன் பதவியேற்ற சமயத்தில் படை பலம் மீண்டும் குறைந்து போயிருந்தது. தபால் போக்குவரத்து, தந்திக் கம்பிகள், ரயில் பாதைகள் அனைத்தையும் புரட்சிக்காரர்கள் துண்டித்து வைத் திருந்தார்கள். அவசரத்துக்கு எந்த உதவிக்காகவும் தகவல் அனுப்ப வழியில்லை. நேரிடையாக ஆள்களை அனுப்பித்தான் எதையும் செய்யவேண்டியிருந்தது. இதனால் காலதாமதமாகி யது. முக்கிய காரியங்கள் அனைத்துக்கும் காத்திருக்க நேர்ந்தது. முற்றுகையிட வந்த தாங்களே முற்றுகைக்கு ஆளானது போன்ற சூழ்நிலை வில்சனை எரிச்சலூட்டியது.

வெள்ளையர் படையின் வீரர்கள் மனம் சோர்ந்து போனார்கள். முற்றுகையைக் கைவிட்டு திரும்பி விடலாமா என்று யோசிக்கத் தொடங்கினார்கள். நாள்கள் கடந்திருந்தால் நிச்சயம் அதுதான் நடந்திருக்கும். பஞ்சாபிலிருந்து ஜான் லாரன்ஸ் அனுப்பி வைத்த தகவல் அதைத் தடுத்து விட்டது.

'ஜெனரல் நிக்கல்சன் தலைமையில் படைகளும், போர்த் தளவாடங்களும் வந்து கொண்டிருக்கின்றன.'

இந்த ஒற்றை வரிச் செய்தி வெள்ளையர் முகாமை சுறுசுறுப் பாக்கியது. சிப்பாய்களின் முகத்தில் விளக்குப் போட்டது போல வெளிச்சம் பரவியது. அதிகப்படியான சிப்பாய்களும், தள வாடங்களும் வருவதால் அல்ல; அதன் தளபதியாக நிக்கல்சன் வருகிறான் என்கிற ஆனந்தத்தால்!

அப்படியொரு அதிரடி நபராக புகழ் பெற்றிருந்தான் நிக்கல்சன். கிறிஸ்துவத்தின் மீது ஆழ்ந்த பற்று கொண்ட, இந்தியக்

கறுப்பர்களை அடியோடு வெறுத்த கல்நெஞ்சன். மகா மூர்க்கன். துணிச்சல்காரன்; சாமர்த்தியசாலியும்கூட!

நிக்கல்சன் வருகையைத் தொடர்ந்து ஒரு ரயில் வண்டித் தொடரும் வந்து கொண்டிருந்தது. ஆயுதத் தளவாடங்களும், டெல்லி முற்றுகைப் போருக்கான முஸ்தீபு சமாச்சாரங்களும், ஏராளமான உதவித் துருப்புகளும் சுமந்த வண்டி.

அந்த ரயில் வண்டி வெள்ளையரிடம் சென்று சேராமல் தடுக்க புரட்சி சிப்பாய்கள் எடுத்த முயற்சி தோற்றுப் போனது. காரணம் எப்போதும் உள்ளதுதான்! ஒற்றுமையின்மை. ரயில் வண்டியைத் தகர்க்கப் புறப்பட்ட பெரேய்லி ஜிகாதிகள் படையையும், மீரட் படையையும் நவாப்கார் என்னும் இடத்தில் முகாமிடச் சொன்னான் பகத்கான். ஆனால் தங்களுக்குள்ளிருந்த தகராறின் காரணமாக இரு தரப்பினரும் ஒரே இடத்தில் தங்க மறுத்துவிட்டனர். பகத்கானின் கட்டளையையும் மீறி மீரட் படை வேறொரு இடத்தில் முகாமிட்டுத் தங்க, நிக்கல்சனுக்கு இது வசதியாகி விட்டது. திடீரென பின்புறமாகத் தாக்கப்பட்டு மீரட் படையினர் ஒருவர் பாக்கியில்லாமல் அழிக்கப்பட்டனர். அதன் பின் பெரேய்லி படையினரும் அடித்துத் துரத்தப்பட்டனர். புரட்சியைத் தொடங்கிய நாளிலிருந்து அதுவரை சுதேசிப் படையினர் சந்தித்திராத மிக மோசமான தோல்வி!

வெற்றி பெற்ற வெள்ளையர் படை துணிவுடன் டெல்லி மீது நேரடித் தாக்குதலுக்குத் தயாராகிவிட்டது. ஆங்கிலேய வீரர்களும், பஞ்சாபிய, சீக்கிய, காஷ்மீரச் சிப்பாய்களுமாக மொத்தம் 11000 சிப்பாய்கள் இருந்தனர். ஜிந்த் மன்னனும் தனது படை வீரர்களுடன் வெள்ளையர் உதவிக்கு வந்திருந்தான்.

செப்டம்பர் மாதத் துவக்கத்தில் டெல்லித் தாக்குதலுக்கான பூர்வாங்க ஏற்பாடுகள் சூடுபிடித்தன. டெல்லியின் பலம் பொருந்திய மதில்களைப் பிளப்பதற்கு வசதியாக பீரங்கித் தளங்கள் அமைக்கப்பட்டு அதன்மீது பீரங்கிகள் பொருத்தப்பட்டன. வெடி மருந்துகள், குண்டுகள், துப்பாக்கிகள் போன்ற ஆயுதத் தளவாடங்களும், கயிறுகள், ஏணிகள் போன்ற இன்னபிற சாமான்களும் கொண்டு வந்து குவிக்கப்பட்டன. இந்த வேலைகள் அனைத்தையும் இந்தியக் கூலிகளே செய்தனர். தவிர ஆங்கிலேயப் படையிலிருந்த சுதேசிச் சிப்பாய்களும் விசுவாசத்துடன் தீவிரக் கடமையுணர்வுடன் கட்டளைக்கு அடிபணிந்து துடிப்பாக இருந்தனர்.

ஆனால் டெல்லி கோட்டைக்கு உள்ளேயோ சிப்பாய்களிடம் எந்தக் கட்டுப்பாடும், ஒழுக்கமும் கீழ்படிதலும் இல்லை. பகதூர் ஷாவின் அரச சிப்பாய்களுக்கும், வெளியூர் சிப்பாய்களுக்கும், ஹிந்துக்களுக்கும், முஸ்லிம்களுக்கும், நிர்வாகக் குழுவுக்கும் பகத்கானுக்கும் முட்டல் மோதல் சச்சரவு நிகழ்ந்து கொண்டே யிருந்தது. யாரும் யாரையும் மதிக்கத் தயாராயில்லை. ஈத் பெருநாளுக்கு பசுவை பலி கொடுப்போம் என்றனர் ஜிகாதிகள். அப்படிச் செய்பவரை அங்கேயே வெட்டிக் கொல்வோம் என்று சூளுரைத்தனர் ஹிந்துக்கள். பதைபதைத்துப் போன மன்னர் பகதூர் ஷா உடனடியாகத் தலையிட்டு பசுவதை செய்வோர் பீரங்கி வாயில் கட்டப்பட்டு சுடப்படுவர் என்று அறிவித்து அதை ஒரு முடிவுக்குக் கொண்டு வந்தார்.

கோட்டைக்குள்ளேயே நிலவிய இந்த விரோதமும், பிரிவினை யும், ஒற்றுமையின்மையும் பகதூர் ஷாவை வெகுவாகப் பயமுறுத்தியது. கட்டுப்பாடற்ற இந்தச் சிப்பாய்களை வைத்துக் கொண்டு டெல்லியைக் காப்பாற்ற முடியுமென்று அவருக்குத் தோன்றவில்லை. வலுக்கட்டாயமாக ஏற்றுக்கொண்ட இந்தப் பொறுப்பிலிருந்து விடுபட்டால் போதுமென்று ஆகிவிட்டது.

டெல்லி சக்கரவர்த்தியும், முகலாயர்களின் மாபெரும் தலைவரு மான பகதூர் ஷா தலைமைப் பதவியை உதறவும் சித்தமாகி விட்டார். ஜெய்ப்பூர், ஜோத்பூர், பிகானீர், ஆல்வாய் முதலான சமஸ்தானங்களுக்கு மீண்டும் உதவி கேட்டு கடிதம் அனுப்பி னார். அதன் இறுதி வரிகள் இப்படி அமைந்திருந்தன.

'என் சொந்த விருப்பத்துக்காகவும், சுக போகங்களுக்காகவும் ஹிந்துஸ்தானத்தின் பேரரசராக முடி சூட்டிக் கொள்ளவேண்டு மென நான் ஆசைப்படவில்லை. எப்பாடுபட்டாவது எத்தனை துன்பங்களை அனுபவித்தாலும்கூட ஹிந்துஸ்தானை அந் நியரின் ஆட்சியிலிருந்து மீட்கவேண்டுமென்பதுதான் என் லட்சியம். இந்த லட்சியத்தை நிறைவேற்ற சுதேசி மன்னர்கள் எல்லோரும் ஒன்று திரண்டு வந்தால் நான் எனது ராஜ்ய அதி காரத்தை முழுவதும் அவர்களிடம் ஒப்புவிக்க தயாராயிருக் கிறேன்.'

பிரயோசனமில்லை! பயத்தின் காரணமாகவோ, அடிமைத்தனத் தில் மூழ்கி ருசி கண்டு விட்டதாலோ சுதேசி மன்னர்கள் ஒருவரும் பகதூர் ஷாவுக்கு உதவ முன்வரவில்லை.

செப்டம்பர் 12ம் நாள் வெள்ளையர் படை டெல்லியின் மீது நேரடித் தாக்குதல் தொடங்கியது. குண்டு வீச்சில் டெல்லி நகரமே அதிர்ந்து குலுங்கியது. மதில்கள் விரிசலடைந்தன. மறுநாள் கற்கள் சரிந்தன. அடுத்த நாள் சுவரில் பிளவுகள் ஏற்பட்டன. ஆங்கிலேயர் படை உற்சாகமானது.

செப்டம்பர் 14 ம் தேதி நிக்கல்சன் தலைமையில் மூன்று பிரிவுகள் இடது புறமாகவும், மேஜர் ரீடின் பொறுப்பில் ஒரு பிரிவு வலதுபுறத்திலிருந்தும் டெல்லிக்குள் நுழைய முற்பட்டது. புரட்சிக்காரர்கள் வெள்ளையரை உள்ளே வரவிடாமல் தடுக்க ஆவேசமாகப் போராடினார்கள். பீரங்கிகளை விடாமல் முழக்கி னார்கள். வெள்ளைப்படையினரை கொன்று குவித்துச் சிதறடித் தார்கள். ஆனாலும் பயமோ தயக்கமோ இல்லாத வெள்ளைப் படையின் சுதேசி சிப்பாய்கள் மதில்களின் அருகில் ஏணிகளும், கயிறும் கொண்டு அதன் மூலம் மதில்களைத் தாண்ட முயன்றனர். முன்னேறுபவர்கள் பலியாகிக் கொண்டேயிருக்க, பின்னால் வந்தவர்கள் எதிர்ப்புகளைத் தாண்டி கோட்டைக்குள் நுழைவதில் வெற்றி பெற்றுவிட்டார்கள்.

'நம் பக்கமிருந்த சுதேசிகள் உறுதியுடனும், இணையற்ற தைரியத்துடனும் அவர்களின் பணிகளைச் செய்தார்கள். பிரிட்டிஷ் படையில் நமது ஆங்கில வீரர்களைவிடவும் இரண்டு மூன்று மடங்கு அதிகமாக சுதேசிச் சிப்பாய்களே இருந்தனர். அவர்களின் சேவையை நாம் நிச்சயம் பாராட்டியே தீர வேண்டும். வீரர்களும் சரி, கூலி வேலையாட்களும் சரி, சுதேசி களின் உதவி இல்லாமல் இருந்தால் நம்மால் ஒரு அடிகூட முன் னேறிச் சென்றிருக்கமுடியாது.'என்று இந்தியச் சிப்பாய்களின் துணிவையும் வீரத்தையும் பற்றி மிகவும் சிலாகித்து மேலிடத் துக்குக் கடிதம் எழுதினான் மேஜர் பாரஸ்ட்.

வெள்ளையரின் கட்டுக்கோப்பான தாக்குதலைத் தாக்குப் பிடிக்கமுடியாமல் புரட்சி சிப்பாய்கள் பின் வாங்கி ஓடினார்கள். வெள்ளைப் பிரிவுகளில் சில, காஷ்மீர வாசலைத் தாக்கி உள்ளே நுழைந்தன. லாகூர் வாசலில் நுழைய முயற்சித்தது மற்றொரு பிரிவு. இரண்டு இடங்களிலுமே கடுமையான எதிர்ப்பை சந்திக்க வேண்டியிருந்தது. இந்த மோதலில் மேஜர் ரீட் கொல்லப் பட்டான். இன்னும் ஏராளமான வீரர்களைப் பலி கொடுத்த பிறகே வெள்ளைப் படையினர் முன்னேறினர். அதன் பிறகும் டெல்லி நகருக்குள் பிரவேசிப்பது அத்தனை சுலபமாயில்லை.

டெல்லியின் வெறிச்சோடிய கடைவீதிக்குள் ஆங்கிலேயத் துருப்புகள் நுழைய , குறுகலான சந்து போன்ற இடத்துக்குள் அவர்கள் ஏடாகூடமாக சிக்கிக் கொண்டார்கள். அந்தச் சந்தின் இருபுறமும் வீடுகளில் மறைந்திருந்த புரட்சி சிப்பாய்கள் மாடிகள், ஜன்னல்கள், வராந்தாக்கள், கூரைகளிலிருந்தெல்லாம் துப்பாக்கிகளால் சுட்டுத் துளைத்தார்கள். இதில் நிக்கல்சன் பலத்த அடிபட்டு தரையில் உருண்டான். கேம்பலும் காயப் பட்டான். டெல்லி மோதலில் மிக அதிகமான வீரர்களை வெள்ளையர்கள் இழந்தது இந்த இடத்தில்தான். மொத்தத்தில் 66 அதிகாரிகளையும் 1104 வெள்ளை வீரர்களையும் பலி கொடுத்த பிறகுதான் ஜும்மா மசூதி வரையிலான பகுதிகளை ஆங்கிலேயர் கைப்பற்ற முடிந்தது.

வில்சன் பயந்தான். நிலைமை இதுபோலவே இருந்தால் டெல்லியை முழுவதுமாக கைப்பற்றுவதற்குள் மொத்தப் படையையும் பறி கொடுத்து விடுவோமோ என்று நடுங்கினான். பின் வாங்கி முகாமுக்கே திரும்பிவிடலாம் என்று யோசித்தான். ஆனால் அடிபட்டுக் கிடந்த நிக்கல்சன் பாம்பாகச் சீறினான். பழி தீர்க்காமல் பின் வாங்கக் கூடாது என்று பிடிவாதம் பிடித்தான். அப்படிச் செய்தால் வில்சனை நானே சுட்டுக் கொல்வேன் என்று மிரட்டினான். அவனது உறுதியின் காரணமாக படைகள் முன்னேறுவதென்று தீர்மானிக்கப்பட்டது.

செப்டெம்பர் 15 முதல் 24-ம் தேதி வரை தொடர்ந்த டெல்லி யுத்தத்தில் அதன் ஒவ்வொரு அங்குலத்தையும் ஆங்கிலேயர்கள் பெரும் போராட்டத்துக்குப் பிறகுதான் கடக்க முடிந்தது. ஆனாலும் விடாப்பிடியாக வெறியுடன் செயல்பட்டதில் டெல்லியின் முக்கால் பாகம் அவர்கள் வசமாகிவிட்டது.

டெல்லி தங்கள் கையை விட்டு நழுவிவிட்டது என்பது கண்கூடாகத் தெரிந்ததுமே புரட்சிச் சிப்பாய்களில் சில குழு வினர் டெல்லியை விட்டு வெளியேறத் தொடங்கிவிட்டார்கள். கான்பூரிலும், அலகாபாத்திலும் வெற்றிக்குப் பின் ஆங்கிலேயர் கள் நடத்திய படுகொலைகள் டெல்லியிலும் நடக்கலாம் என்கிற அச்சம் அவர்களை ஓடச் செய்திருந்தது.

படைத்தளபதி பகத்கானும் மனம் மாறிவிட்டான்!

டெல்லிக்குள் இருந்து ஆங்கிலேயரிடம் சரணடைவதைவிட அங்கிருந்து வெளியேறிச் சென்று பல இடங்களில் இருந்தும்

ஆங்கிலேயரை தாக்கி அழிக்கப் போவதாக சொல்லி விட்டு பகதூர் ஷாவிடம் விடை பெற்றுச் சென்றுவிட்டான்.

டெல்லியில் மிச்சமிருக்கும் படையை வழிநடத்த யாருமே யில்லை. பேரரசர் பகதூர் ஷா என்ன முடிவெடுக்கப்போகிறார், யாரை நியமிக்கப் போகிறார் என்று எல்லோரும் எதிர்பார்த்துக் காத்திருந்தார்கள். பகதூர் ஷாவே படைகளுக்குத் தலைமை தாங்கி ஆங்கிலேயரை எதிர்க்கப் போகிறார் என்று வதந்தி பரவியது.

பகதூர் ஷாவின் மனைவி ஜீனத் மகால் அப்படி நடக்கவிட வில்லை. ஆங்கிலேயருடன் இணக்கமாகச் சென்று தனது மகன் ஜாவன் பக்த்தை மன்னனாக்கிவிடலாம் என்கிற கனவை அவள் இன்னும் கைவிட்டு விடவில்லை. ஆங்கிலேய அடிவருடியான அந்தரங்க ஆலோசகன் அஷானுல்லாவும் பகதூர் ஷாவை மயிர்பீலியால் மந்திரித்து ஓதினான்.

மறுநாள் அந்த அதிர்ச்சித் தகவல் டெல்லி முழுவதும் பரவியது!

சக்ரவர்த்தி பகதூர் ஷா அரண்மனையை விட்டு வெளியேறி தம் குடும்பத்தினருடன் தலைமறைவாகி விட்டார்!

புரட்சி சிப்பாய்கள் நிலைகுலைந்து போனார்கள். துக்கம், சோகம், கையாலாகாத்தனம், விரக்தி சூழ்ந்தது. இனி இருந்து சாதிக்க ஒன்றுமேயில்லை. மீரட் புரட்சிப் படையும், பெரேய்லி படையும் இன்னும் சில உதிரி புரட்சிக் குழுக்களும் அன்றைய தினமே டெல்லியை விட்டுப் புறப்பட்டு விரக்தியுடன் அவரவர் ஊரின் திசை நோக்கிக் கரைந்து போனார்கள். மன்னனின் கோழைத்தனத்தால் மிரண்டுபோன டெல்லிவாசிகளுமேகூட அவரவர் பெட்டி படுக்கைகளும், மூட்டை முடிச்சுகளுமாக பெண்டாட்டி பிள்ளைகளுடன் நகரை விட்டு வெளியேறி னார்கள்.

செப்டெம்பர் 20ம் நாள் வெள்ளையர் படை அரண்மனையைக் கைப்பற்றி உள்ளே நுழைந்தபோது அது காலியாயிருந்தது. மன்னரோ, அவர் குடும்பத்தினரோ, அரசவையினரோ, வேலை யாட்களோ யாருமே இல்லை!

பகதூர் ஷா அவர் குடும்பத்தினருடன் ஹுமாயூன் கல்லறை வளாகத்துக்குள் அடைக்கலமாகி ஒளிந்துகொண்டிருந்தார்.

அங்கிருந்தபடியே மனைவியின் ஆலோசனைப்படி இலாஹி மிர்ஸா பக்ஷ் என்பவனின் மூலமாக ஆங்கிலேயருடன் சமாதானம் பேச முயன்றார்.

பகதூர் ஷா மிகவும் நம்பிய மிர்ஸா பக்ஷ் வெள்ளையரின் கைக்கூலியாகி மன்னர் பதுங்கியிருந்த இடத்தையும் அவர் பொக்கிஷங்கள் பற்றிய தகவலையும் சொல்லி காட்டிக் கொடுத்தான். தளபதி வில்சன் உத்தரவின் பேரில் கேப்டன் ஹட்சன் தனது வீரர்களுடன் புறப்பட்டு ஹுமாயூன் கல்லறைக்குச் சென்று சுற்றி வளைத்தான். சக்ரவர்த்தி பகதூர் ஷா அவராகவே வந்து சரணடைந்தால் அவர் உயிருக்கு எந்த ஆபத்தும் நேராது என்று உறுதிமொழி அளித்தான். வேறுவழியின்றி பகதூர் ஷா ஹட்சனிடம் சரணடைந்தார். ஆங்கில சிப்பாய்களின் நடுவே கைதியாக அழைத்துச் செல்லப்பட்டார்.

மறுதினம், பகதூர் ஷாவின் வாரிசுகளான டெல்லி இளவரசர்களும் காட்டிக் கொடுக்கப்பட்டனர். மிர்சா மொகல், மிர்சா சுல்தான், மிர்சா அபுபக்கர் என்கிற அந்த மூன்று இளவரசர்களையும் வெள்ளைச் சிப்பாய்கள் பிடித்து இழுத்து வந்து ஹட்சன் முன் நிறுத்தினார்கள். ஹட்சன் வெறியுடன் சிரித்தான். அந்த இளவரசர்களை வண்டியிலிருந்து கீழே இழுத்துப் போட்டான். அவர்களின் ஆடை, ஆபரணங்களைக் களையச் செய்தவன் கருணையே இல்லாமல் அடுத்தடுத்து மூன்று பேரையும் நடுவீதியிலேயே சுட்டுத் தள்ளினான். இளவரசர்களின் விலையுயர்ந்த ஆபரணங்களை எடுத்து பாக்கெட்டில் போட்டுக் கொண்டான்.

இளவரசர்களின் பிணங்கள் அடக்கம் கூடச் செய்யப்படாமல் கழுகுகளால் கொத்திக் குதறப்பட்டு பல தினங்கள் சாந்தினி சௌக் கடைவீதியில் பொது மக்கள் பார்வைக்காகத் தொங்க விடப்பட்டு ஊசலாடின.

ஆங்கிலேயர்களின் பழி தீர்க்கும் பராக்கிரமம் ஆரம்பமாகி விட்டது. கூடவே சீக்கியர்களும்!

தங்களின் குருவைக் கொன்று, காலம் காலமாக சீக்கியர்களைக் கொடுமைப்படுத்திய முகலாயர்களைக் கொன்று பழிதீர்க்கவும், முகலாயத் தலைநகர் ஒருநாள் அழிந்தே தீரும் என்கிற சீக்கிய குருமார்களின் தீர்க்க தரிசனத்தை மெய்ப்பிக்கவும் கிடைத்த

நல்வாய்ப்பை அவர்கள் துளியும் வீணாக்கவில்லை. நகரெங்கும் வெறியுடன் சுழன்று செயல்பட்டார்கள். பெண்களையும், குழந்தைகளையும் கொடுமைப்படுத்தக் கூடாது என்கிற வில்சனின் கட்டளை காற்றில் காணாமல் போனது.

டெல்லி கொலைக் களமாகியது. அப்பாவி மக்கள் மத வேறு பாடு இல்லாமல், ஆண், பெண், குழந்தைகள் என்கிற பாகுபாடு இல்லாமல் படுகொலை செய்யப்பட்டார்கள். அரண்மனைப் பெண்கள் தூக்கிச் செல்லப்பட்டு பாலியல் வன்முறைக்கு பலியாக்கப்பட்டார்கள். நகர் முழுவதும் ஆங்காங்கே தூக்கு மேடைகள் நிறுத்தப்பட்டு அகப்பட்ட புரட்சிப் படை வீரர்கள் அனைவரும் விசாரணையே இல்லாமல் தூக்கில் தொங்கவிடப் பட்டனர். கொள்ளைகளும் குறைவில்லாமல் நடந்தது.

டெல்லியில் சிதைபடாத அரண்மனையோ மாளிகைகளோ இருக்கவேயில்லை. பெரும்பாலான செல்வந்தர்களும் சீமான் களும் அவரவர் சொத்துக்களையெல்லாம் வீட்டுக்குள்ளேயே புதைத்து வைத்து விட்டு வெளியேறியிருந்தார்கள். சிப்பாய்கள் ஓரிடத்தையும் விடாமல் அங்குலம் அங்குலமாக தேடிப் பார்த்து, தட்டிப் பார்த்து உடைத்து நொறுக்கியதில் அத்தனை செல்வமும் குவியல் குவியலாக வெளிப்பட்டு சிப்பாய்களை மலைக்க வைத்தது. பாளம் பாளமாக தங்கக் கட்டிகளும், பொற்காசு களும், ஆபரணங்களும், நவரத்தினக் கற்களுமாக டெல்லியின் செல்வ வளம் சிப்பாய்களை வாய் பிளக்க வைத்தது. வெள்ளிப் பாத்திரங்கள், விலையுயர்ந்த ஆடைகள், விலைமதிப்பில்லாத வீட்டுப் பொருள்களைக்கூட அவர்கள் விட்டுவைக்கவில்லை.

வெள்ளை அதிகாரிகள் எச்சரிக்கையானார்கள். சிப்பாய்கள் கொள்ளையடித்த மொத்தப் பொருள்களையும் கைப்பற்றி ஒரு தனி அதிகாரியின் வசம் ஒப்படைத்தார்கள். டெல்லி முற்றுகை யில் பங்கேற்ற அனைவருக்கும் அவரவர் தகுதிக்குத் தகுந்தபடி பிரித்துக் கொடுக்க ஏற்பாடுகள் செய்தார்கள். கிட்டத்தட்ட 20 வண்டிகளில் ஏற்றப்பட்டு நிரம்பி வழிந்த செல்வத்தைக் கணக் கிட்டுப் பிரித்துத் தர பல மாதங்களாகியது!

பல வெள்ளைப்பெண்கள், குழந்தைகள், ஆங்கிலச் சிப்பாய் களின் கொலைகளுக்கு பழி வாங்கும் விதமாக டெல்லியை ஹிந்துஸ்தானத்தின் வரைபடத்திலிருந்தே அழித்து விடவேண்டு மென்று வெள்ளை அதிகாரிகள் துடிதுடித்தார்கள். நல்ல

வேளையாக டெல்லி வெற்றிக்கு பெரிதும் காரணமான பஞ்சாபின் லாரன்ஸ், அழகிய மொகலாய நகரின் பரம ரசிகன் என்பதால், மேலிடத்தில் பேசி டெல்லியின் சிதைவை அத்துடன் தடுத்து நிறுத்தினான். டெல்லியில் நடந்த வெள்ளையர் கொலையில், நேரடியாக சம்பந்தப்படாத ஏராளமான அப்பாவிகளுக்கு பொது மன்னிப்பு பெற்றுக் கொடுத்தவனும் அவன்தான்.

டெல்லி முழுவதுமாக ஆங்கிலேயர் ஆட்சியின் கீழ் வந்ததும், முறைப்படி விசாரணை தொடங்கியது. கைது செய்யப்பட்ட புரட்சி சிப்பாய்கள், புரட்சியில் பங்கேற்ற பொதுமக்கள், புரட்சிக்கு உடந்தையாக இருந்த முல்லாக்கள், உதவிசெய்த செல்வந்தர்கள், வணிகர்கள், தாலுக்தாரர்கள், ஜமீன்தார்கள், அரசு அலுவலர்கள், அரச குலத்தவர்கள் சகலமானவர்களும் விசாரணைக்கு அழைக்கப்பட்டனர். குற்றம் சாட்டப்பட்டனர். தவறாமல் மரண தண்டனை விதிக்கப்பட்டனர். விசாரணையில் தப்பித்தது அரசவைக் கவிஞனான காலிப் போன்ற ஒரு சில அப்பாவிகள் மட்டும்தான்.

காலிப் விசாரணை இப்படி நடந்தது.

'மிஸ்டர் காலிப் நீங்கள் முஸ்லிம்தானே?'

'ஆமாம்! பாதி முஸ்லிம்!'

'அப்படியென்றால்..?'

'நான் மது அருந்துவேன். ஆனால் பன்றி மாமிசம் சாப்பிடமாட்டேன்'

'டெல்லியை நாங்கள் பிடித்ததும் பொது இடத்துக்கு வரும்படி அனைவரையும் அழைத்தோமே; நீங்கள் ஏன் அங்கு ஆஜராகவில்லை?'

'எனது அந்தஸ்துக்கு நான் வருவதென்றால் பல்லக்கு வேண்டும். அதற்கு நான்கு பல்லக்கு தூக்கிகள் தேவை. ஆனால் எனது பல்லக்குத் தூக்கிகள் எங்கோ ஓடிவிட்டார்கள். அதனால்தான் என்னால் வரமுடியவில்லை'

காலிப் மன்னிக்கப்பட்டு விடுதலை செய்யப்பட்டான். விக்டோரியா மகாராணியைப் பற்றி ஒருமுறை அவன் புகழ்ந்து எழுதியதே உயிர் தப்பியதற்குக் காரணம் என்று சொல்லப்பட்டது.

கவி காலிப் டெல்லியின் கடைசி நாள்களைப் பற்றி தன் நண்பனுக்கு எழுதிய கடிதத்தின் கடைசி வரிகள் சோகத்தால் நிரம்பியவை.

'நம்மை விட்டுப் போய்விட்ட ஒரு நண்பனுக்காகவோ, ஒரு உறவினருக்காகவோ துயரப்படுவதென்பதே மிகக் கொடுமை யானது. ஆனால் இப்போது என் நிலைமை சொல்லில் அடங்காத சோகமயமாகிவிட்டது. நான் பலருக்காகத் துயரப்பட வேண்டும். அவர்களை நினைத்துக் காலமெல்லாம் துன்பத்தில் கழிக்கவேண்டும். அல்லா! என்னுடைய நண்பர்கள், உறவினர் கள் அனைவரையும் ஒட்டுமொத்தமாக இழந்துவிட்டேன். நாளை நான் இறந்தால் ஒரு சொட்டுக் கண்ணீர் விடவோ, என்னை நினைத்துத் துக்கப்படவோ ஒரு ஆன்மாவும் இந்த டெல்லியில் இல்லை.'

காலிப் மட்டுமல்ல, டெல்லியில் மிகக் குறைந்த அளவில் உயிர் மிஞ்சியிருந்த நடைப் பிணமாக வாழ்ந்து கொண்டிருந்த அத்தனை பேரின் கதியும் அதுதான். லட்சக்கணக்கான டெல்லி வாசிகளில் பாதிப் பேர் ஆங்கிலேயப் படையின் கோர தாண்டவத்தில் பலியாகிப் போயிருந்தார்கள். அநேகம் பேர் உயிர் பயத்தால் முன்பே டெல்லியை விட்டு ஓடிப் போயிருந் தார்கள். கோலாகலமான அந்தத் தலைநகரம் நெடுநாள்கள் மயான பூமி போல வெறிச்சோடிக் கிடந்தது. கிட்டத்தட்ட மூன்று வருடங்களுக்குப் பிறகு முஸ்லிம்கள் தங்களின் பிறந்த மண்ணுக்கு வர விரும்பியபோது ஆங்கிலப் பேரரசிடம் அனுமதி கேட்டு விண்ணப்பித்து காத்திருக்க வேண்டியிருந்தது என்பது தான் துயரத்தின் உச்சம்!

பேரரசர் பகதூர் ஷா ஜாபருக்கு எதிரான ஆங்கில விசாரணை இரண்டு மாதங்கள் வரை நடந்தது. செங்கோட்டை அரண் மனையின் கடைசி மூலை அறையொன்றில் மனைவியுடனும், மிஞ்சிய ஒரே மகன் ஜாவன் பக்துடனும் கைதி போல் வைக்கப்பட்டிருந்த ஜாபர் ஷா விசாரணையின் போக்கில் தலையிடவேயில்லை. ஒரு சூஃபி ஞானியின் மனநிலையில் பற்றற்றுக் கிடந்தார்.

ஆங்கிலேயரின் குற்றப்பத்திரிகை மொத்தச் சதிக்கும் பகதூர் ஷாதான் காரணம் என்று அழுத்தம் திருத்தமாகக் கூறியது. வரிசையாகக் காரணங்களை அடுக்கியது.

ஜாபர் ஷா மனம் சலித்துப் போனார். குரான் மீது சத்தியமாக அவர் உண்மையையே பேசினார். ‘புரட்சி சிப்பாய்கள் டெல்லிக்கு வரும்வரை எனக்கு எந்த விஷயமும் தெரியாது. சிப்பாய்கள் டெல்லிக்குள் நுழைந்த பிறகோ எதுவும் என் அபிப்ராயப்படி நடக்கவில்லை. நானாக விரும்பி புரட்சியில் இறங்கவில்லை. சிப்பாய்களின் வற்புறுத்தலால் வலுக்கட்டாயமாக இதில் இழுக்கப்பட்டேன். ஆயிரக்கணக்கான சிப்பாய்கள் வெறி கொண்டவர்களாக என் முன் நிற்கும்போது வயோதிகனான நான் அவர்களுக்குக் கட்டுப்படுவதைத் தவிர வேறுவழியில்லை. ஐயா புரிந்து கொள்ளுங்கள், நான் சூழ்நிலையின் கைதி!’

இந்த வாக்குமூலத்தை தனது கைப்பட எழுதித் தந்த பிறகு விசாரணை முடியும் வரை அவர் வேறு எதுவும் பேசவில்லை.

ஆங்கிலேயர்கள் 1858 ஜனவரி 27 ம் நாள் தீர்ப்பை வாசித்தார்கள்.

‘ஆங்கிலேயரின் உதவிப் பணத்தைப் பெற்றுக் கொண்டு, அவர்களுக்கே விரோதமாக செயல்பட்டதற்காகவும், ஹிந்துஸ் தானத்தின் பல பகுதிகளில் கிளர்ச்சி எழுவதற்கு தூண்டுகோலாக இருந்ததற்காகவும், ஹிந்துஸ்தானத்தின் பேரரசர் என்று பிரகடனப்படுத்திக் கொண்டு ஆங்கிலேயர்களை அழிக்க முற் பட்டதற்காகவும், ஆயிரக்கணக்கான ஆங்கிலேயரின் படு கொலைகளுக்கு காரணமாக திகழ்ந்ததற்காகவும் மன்னர் பகதூர் ஷாவுக்கு தண்டனை விதிக்கப்பட்டு அவர் ஆயுள் முழுவதும் நாடு கடத்தப்படுகிறார்.’

இருள் விலகாத ஒரு விடிகாலை நேரத்தில் மாபெரும் முகலாயப் பேரரசின் கடைசி முகலாய மன்னன் தனது அந்திமக் காலத்தில் மனைவியுடனும், பிள்ளையுடனும் அநாதரவாக பர்மாவுக்கு நாடு கடத்தப்பட்டு பயணமானான். பழம் பெருமையின் மிச்ச நினைவுகளுடனே வாழ்ந்து, 1862 ல் ரங்கூனில் இறந்தும் போனான்.

ஹிந்துஸ்தானத்துக்கு கொஞ்சமும் சம்பந்தமில்லாத எவனோ ஒரு வெள்ளை நீதிபதியின் கிறுக்கல் கையெழுத்தில் ஒரு சகாப்தம் முடிவுக்கு வந்துவிட்டது. பாபர் ஸ்தாபித்த முகலாய சாம்ராஜ்ஜியத்துக்கு முற்றுப்புள்ளி விழுந்தது.

ஆனால் ஆங்கிலேயர் நடவடிக்கை இத்துடன் முற்றுப்பெற வில்லை. செலாவணியில் இல்லாத பகதூர் ஷாவின் பெயரால்

எழுந்த இன்னும் சில இந்திய மூர்க்கர்கள், வெள்ளையரின் முகங்களில் கரி பூச வரிசை கட்டிக் காத்திருக்கிறார்கள்.

டெல்லியை விட்டு ஓடிப்போன பகத்கான் இருக்கிறான். ஹஸ்ரத் பேகம் ஆளும் அயோத்தி மிச்சமிருக்கிறது. ஜான்சியில் லட்சுமிபாய் தலை தூக்கியிருக்கிறாள். பீகாரில் கலவரம் செய்கிறான் குன்வர் சிங். எல்லாவற்றுக்கும் மேலாக கான்பூரில் காத்திருக்கிறான் நானாவின் நண்பன் தாத்தியா தோபே!

19

குருஷேத்திரமான ராம ஜென்ம பூமி

'யுத்தப் பிசாசு!'

தாத்தியா தோபேவைக் கண்டு இப்படித்தான் அலறினார்கள் ஆங்கிலேயர்கள்!

எங்கிருந்து தோன்றுவார்? எப்படித் தாக்குவார்? அவர் நோக்கமென்ன? திட்டமென்ன? போர்க்களத்தில் எதையுமே ஆங்கிலேயர்களால் யூகிக்கமுடியவில்லை. பலத்த சேதங்கள் அடைந்த பல சந்தர்ப்பங்களிலும் தாத்தியாவுக்கு ஈடு கொடுக்கமுடியாமல் வெள்ளையர்கள் திணறித் தத்தளித்தது நிஜம்.

பேஷ்வாவின் அரண்மனையில் ஒரு சாதாரண குமாஸ்தா. போர்ப் பயிற்சிகள் கிடையாது. அதுவரை எந்தப் போரையுமே பார்த்தது கிடையாது. பங்கு கொண்டதும் இல்லை. ஆனாலும் அவசியமும், ஆவேசமும், ஹிந்துஸ்தானத்தை அந்நியரின் பிடியிலிருந்து மீட்கும் வெறியும், தாத்தியாவை ஒரு தலை சிறந்த தளபதியாக மாற்றியிருந்தது. ஆங்கிலேயர்களிடம் சில காலங்கள் வேலை

பார்த்திருந்த தாத்தியா, அவர்களின் தந்திரங்களையும் சூழ்ச்சி களையும் நன்கு அறிந்திருந்தார் என்றுதான் சொல்லவேண்டும். அதனால்தான் ஆங்கிலேயர்களின் பலம் பொருந்திய தேர்ச்சி பெற்ற ராணுவத்தை எதிர்க்க பெரும்பாலும் கெரில்லாப் போர்முறையைக் கைக்கொண்டிருந்தார்.

ஜூன் மாத மத்தியில், பீபி கர் கைதிகளைக் காப்பாற்ற வந்த ஹேவ் லாக்கினால் தோற்கடிக்கப்பட்டு, கான்பூரிலிருந்து தப்பியோடினாலும் தாத்தியா தோபே சோர்ந்து போகவில்லை. நானாவின் பக்கபலமாக நின்று கான்பூரை மறுபடியும் கைப்பற்ற சரியான சந்தர்ப்பத்துக்காகக் காத்திருந்தார்.

லக்னோவின் தலைமையகத்துக்குள் சிக்கிக் கொண்டவர்களை மீட்பதற்காக வந்த காலின் கேம்பல், கான்பூரில் விண்ட் ஹாம் தலைமையில் ஒரு சிறு படையை மட்டும் விட்டுவிட்டுப் போயிருந்தான். இப்போது விண்ட் ஹாமின் அந்தச் சிறு படையைத் தாக்கினால் கான்பூரைக் கைப்பற்றிவிடலாம்.

தாத்தியா நினைத்தது சரிதான். ஆனால் படைகள்? தாத்தியாவின் கைவசம் அப்போது போதுமான படைபலம் இல்லை. இருக்கும் வீரர்கள் போதவே போதாது. தேவை மேலும் கொஞ்சம் புரட்சி வீரர்கள். எங்கே சென்று திரட்டுவது? யாரைக் கேட்பது?

சட்டென்று தாத்தியாவின் யோசனையில் குவாலியர் சமஸ் தானம் பளிச்சிட்டது. ஆ! குவாலியர்தான் சரி! அங்கும் குமுறல் இருக்கிறது. அதன் சிப்பாய்கள் துடிப்பாக வெள்ளையர்களை எதிர்க்கத் துடித்துக் கொண்டிருக்கிறார்கள். ஆனால்... லகானை இழுத்துப் பிடித்து அடக்கி வைத்திருக்கிறான் குவாலியர் மன்னன் சிந்தியா. ஆங்கிலேயர்களின் பரம விசுவாசி!

கான்பூர் தேவைக்கான புரட்சி வீரர்களை குவாலியரிலிருந்தே திரட்டத் தீர்மானித்தார் தாத்தியா. நேரடியாகச் சென்று கேட்டாலும் சிந்தியா உதவப் போவதில்லை. கூடவே தன்னை ஆங்கிலேயர்களிடம் பிடித்துக் கொடுத்தாலும் ஆச்சரியப் படுவதற்கில்லை. தாத்தியா மாறுவேடத்தில் குவாலியர் சென் றார். சமஸ்தானச் சிப்பாய்களை ரகசியமாகச் சந்தித்துப் பேசி னார். அவர்கள் எல்லோருமே ஆங்கிலேயர்கள் மீதான வெறுப் பின் உச்சகட்டத்தில் இருந்தார்கள். தாத்தியாவின் அணியில் சேர சந்தோஷமாக சம்மதித்தார்கள். குவாலியரில் மன்னன்

சிந்தியாவுக்குத் தெரியாமல் பெரும் புரட்சிப் படை உருவாகியது. ஆங்கிலேயர்களுக்கும், மன்னனுக்கும் எதிராக கோஷமிட்டபடி குவாலியரை விட்டு வெளியேறியது.

தாத்தியாவின் படைகளும், குவாலியர் புரட்சிப் படையும் கால்ஃபி என்னும் இடத்தில் ஒன்று சேர்ந்தன. தாத்தியா கால்ஃபியை சிறந்த ராணுவத் தளமாக மாற்றியிருந்தார். கால்ஃபிக்கும் கான்பூருக்கும் இடையில் ஓடிக் கொண்டிருந்த யமுனை நதிக் கரை புரட்சி வீரர்களுக்கு பாதுகாப்பைத் தரும் என்பதாலேயே கால்ஃபி கோட்டையைப் பலப்படுத்தியிருந் தார். அங்கிருந்தபடியே விண்ட் ஹாம் தலைமையிலான கான்பூர் படையைத் தாக்க திட்டங்கள் தயாராகின.

விண்ட் ஹாம் பதறினான். தாத்தியா கால்ஃபியில் படைபலத் துடன் தயாராவது அவனது கவனத்துக்கு வந்திருந்தது. விண்ட் ஹாம் குழப்பமடைந்தான். தாத்தியா, லக்னோவின் காலின் கேம்பல் படைகளுக்கு உதவிச் சாதனங்கள் செல்லாமல் தடுப்பதற்காக கால்ஃபியில் முகாமிட்டிருக்கிறாரா? அல்லது கான்பூருக்கு வந்து தனது படைகளின் மீது தாக்குதல் நடத்தப் போகிறாரா என்பதை அவனால் புரிந்து கொள்ளமுடியவில்லை. அவசரப்பட்டு எதுவும் செய்யாமல் சில தினங்கள் நிதானமாக தாத்தியாவின் நடவடிக்கையைக் கவனித்தான். அதிக நாள்கள் அவனால் பொறுத்திருக்க முடியவில்லை. தாத்தியா எப்போது தங்கள் மீது தாக்குதல் நடத்துவாரோ என்று தினம் தினம் பயந்து கொண்டிருப்பதைவிட, தானே முன்னேறிச் சென்று தாத்தியாவை தாக்கி அழிப்பது என்று தீர்மானித்தான்.

விண்ட் ஹாமின் வெள்ளைப் படையும், தாத்தியாவின் புரட்சிப் படையும் நவம்பர் 26ம் நாள் பாண்டு நதிக்கரைப் பகுதியில் மோதிக் கொண்டன. விண்ட் ஹாம் எடுத்ததுமே அதி வேகத்தாக்குதல் நடத்தி புரட்சிச் சிப்பாய்களின் மூன்று பீரங்கி களைப் பறித்துக்கொண்டான். இதன் மூலம் தாத்தியா மிரண்டு போய் பின் வாங்கி விடுவார் என்று நினைத்தான். இல்லை. தாத்தியா சற்றும் மனம் தளராமல் தனது வீரர்களை ஊக்கப் படுத்தி, மேலும் ஆவேசத்துடன் போரிட்டார். அவ்வப்போது தன் அணிவகுப்பை அவசியத்துக்குத் தகுந்தபடி மாற்றி பக்கவாட்டிலும், பின்புறமாகவும் வெள்ளைப் படைகளை பலமுறைகளில் பிளந்து தாக்கிச் சிதறடித்தார்.வெள்ளைப்

படையின் சிப்பாய்கள் ஏராளமானோர் பிணங்களாகச் சரிந்தார்கள். நதிக்கரை வெண் மணல் ரத்தச் சகதியாகியது.

மூன்று நாள்கள் தொடர்ந்து நடந்த போரின் முடிவில் தாத்தியா தலைமையிலான நானாவின் படைகள் கான்பூரின் பெரும் பாலான பகுதிகளைக் கைப்பற்றி முன்னேறியிருந்தன. விண்ட் ஹாம் மிகச் சிக்கலான வகையில் நகரின் மூலையில் முடக்கப்பட்டான். இன்னும் ஒருநாள் போரில் வெள்ளைப் படைகள் முழுதாக அழிந்துவிடும் என்றிருந்தபோது மிகச் சரியாக வந்து குதித்துவிட்டான் காலின் கேம்பல்!

லக்னோவின் தலைமையகத்துக்குள் அகப்பட்டிருந்த வெள்ளை அகதிகளை மீட்டு, பத்திரமாக அனுப்பிவிட்டு கான்பூருக்கு அவன் பதைபதைத்து ஓடி வந்தபோது நிலைமை மிகச் சிக்கலாக இருந்தது.

தாத்தியாவின் தலைமையிலான குவாலியர் படையோடு, நானாவும், பீகாரின் தாலுக்தாரரான குன்வர் சிங்கும் தத்தம் படைகளோடு அணிவகுத்திருந்தனர்.மொத்தமாக 10000 வீரர்கள் அடங்கிய தாத்தியாவின் படை இடதுபுறமாக கான்பூருக்கும் கங்கைக்கும் மத்தியிலும், மத்தியபாகம் முழுவதும் கான்பூரிலும், வலதுபாகம் கங்கையின் பாலத்தைக் காக்கும் விதமாகவும் பரந்து விரிந்திருந்தது. காலின் கேம்பலின் படை எண்ணிக்கை 7000 வீரர்கள்.

காலின் அதைப் பற்றிக் கவலையோ தயக்கமோ கொள்ள வில்லை. தயக்கம்தான் முதல் எதிரி. எண்ணிக்கை முக்கிய மில்லை. புரட்சி சிப்பாய்கள் எத்தனைதான் பலம் பொருந்தியவர் களாக இருந்தாலும், ஆங்கிலேயர்கள் துணிச்சலுடன் மொத்த மாகப் பாய்ந்து அதிரடியாக யுத்தம் செய்தால் அவர்கள் பயந்து பின்வாங்கி விடுகிறார்கள். இதை அவன் பலதருணங்களில் உணர்ந்திருந்தான். அதையே தற்போதும் செயல்படுத்தினான். வந்த வேகத்திலேயே பூர்வாங்க ஏற்பாடுகள் எதுவுமில்லாமல் தடாலடியாக தாத்தியாவின் படைகள் மீது தனது மொத்தப் படைகளையும் மிக வேகமாக இறக்கினான்.

யுத்தம் கடுமையாக நடந்தது. டிசம்பர் 2ம் தேதி தொடங்கிய போர், 6ம் தேதி மேலும் தீவிரமாகியது. அதுவரையிலும் புரட்சிப் படையின் பலம் பலவீனங்களை எடை போட்டுக் கொண்டிருந்த காலின் கேம்பல் தாத்தியாவின் படையில்

வலப்புறப் பகுதி பலவீனமாக இருப்பதைக் கண்டுகொண்டான். அதை வெளிக்காட்டாமல் இடதுபுறமும், மத்திய பகுதியிலுமே அவன் தொடர் தாக்குதல் நடத்த, புரட்சி வீரர்கள் அந்தப் பகுதிகளிலேயே தங்களின் முழு பலத்தையும் குவித்து எதிர்த்தார்கள். காலின் எதிர்பார்த்தது இதைத்தான். தாத்தியாவின் கவனத்தைத் திருப்புவதற்காக இடதுபுறப் பகுதியை பீரங்கி களால் இடைவிடாமல் சுட்டு பலத்த சேதத்தை ஏற்படுத்திய காலின், சட்டென புரட்சிக்காரர்கள் எதிர்பாராதபடி அவர்களின் வலதுபுறப் படையின் மீது பேய் வேகத்தில் பாய்ந்தான். அங் கிருந்த குவாலியர் வீரர்கள் இதை எதிர்பார்க்கவில்லை. வெள்ளைப் படையின் வெறித் தாக்குதலை எதிர்கொள்ள முடி யாமல் திணறினார்கள். அவர்கள் சுதாரித்துக் கொள்ளும் முன்பே பெரும் அழிவு நேர்ந்துவிட்டது. ஏராளமானவர்கள் இறந்து போனார்கள். மீதமிருந்தவர்கள் பயந்து தப்பியோடினார்கள்.

அடுத்து காலின், நானாவின் தலைமையிலான படையின் பக்கம் பார்வையைத் திருப்பினான். மொத்த வெள்ளைப் படையையும் அதன் மீது செலுத்தித் தாக்கி, நானாவையும், தாத்தியாவையும் கைது செய்யத் திட்டமிட்டான். ஆனால் காலினின் தாக்குதலில் ஏராளமான சிப்பாய்களை இழந்துவிட்ட நானாவும், தாத்தியா வும் தங்கள் படைகளுடன் பின் வாங்கி பிரம்மவர்த்தம் நோக்கி விரைந்தார்கள். இதை எதிர்பார்த்திருந்த காலின் முன்பே மான்ஸ் பீல்ட் என்பவனின் தலைமையில் தாத்தியாவின் படையை பிரம்மவர்த்தத்துக்குள் நுழையவிடாதபடித் தடுக்க மற்றொரு படையை அனுப்பிவைத்திருந்தான். மான்ஸ்பீல்ட்டின் முயற்சி பலிக்கவில்லை. தாத்தியா சாதுர்யமான முறையில் அவனது படைகளைத் தாக்கி சேதப்படுத்தி விட்டு நானாவுடன் தப்பித்து விட்டார்.

ஆனால் ஹோப் கிராண்ட் தலைமையிலான படை தாத்தியாவை விடாமல் துரத்திச் சென்றது. டிசம்பர் 9ம் தேதி பிதூருக்கு அருகில் நடந்த சண்டையின் முடிவில் நானா சாகிப்பும், தாத்தியாவும் தப்பமுடிந்தது என்றாலும் அவர்களுடைய படை முற்றிலும் நிர்மூலமானது. பீரங்கிகளும், மற்றைய ஆயுதத் தளவாடங்கள் அனைத்தும் வெள்ளையர் வசம் சிக்கிக்கொண்டன.

நானா சாகிப்பின் அரண்மனையும் வெள்ளையர்களால் வளைக்கப்பட்டது. நானாவோ, மற்ற அரச குலத்தினரோ யாருமே அங்கு இல்லை. எல்லோருமே வெளியேறியிருந்தனர். அரண்

மனையைக் காப்பாற்றப் போராடிய குறைந்த அளவு வீரர்கள் சில விநாடிகளிலேயே வீழ்த்தப்பட்டனர். பல தருணங்களில் நானா, ஆங்கிலேயர்களை வரவேற்று விருந்துபசாரம் நடத்திய அந்த அழகிய கண்ணாடி மாளிகை, ஆத்திரமடைந்த வெள்ளைப் படையால் அலங்கோலமாக்கப்பட்டு சூறையாடப்பட்டது.

நானா சாகிப் ஒளித்து வைத்திருந்த பல லட்சக்கணக்கான மதிப்புள்ள செல்வம் கொள்ளையடிக்கப்பட்டது. தங்கக் காசுகளும், வெள்ளிப் பொருள்களும், பரம்பரை பரம்பரையாக பாதுகாக்கப்பட்ட மராத்திய ராஜ குடும்பத்தின் வைர வைடூரிய கோமேதக, நவரத்தினப் பொக்கிஷமும், ஆபரணக் குவியல் களும் இன்னும் பல விலையுயர்ந்த பொருள்களும் எல்லாமே தேடித் தேடி எடுக்கப்பட்டு மொத்தமும் வெள்ளை அரசாங்கத் தின் கஜானாவுக்குச் சென்று சேர்ந்தது.

நானா, தாத்தியா மீதிருந்த ஒட்டுமொத்த வெறுப்புக்கும் பிரம்மவர்த்தம் இலக்கானது. வெள்ளையர்கள் நகரை நாசப் படுத்தி ஏராளமான அப்பாவி மக்களைக் கொன்று, கிராமங்களை மொத்தமாக தீ வைத்துக் கொளுத்தினார்கள். ஹிந்துக் கோயில் களும், மசூதிகளும் இடித்து நொறுக்கப்பட்டன. பெரும்பாலான மக்கள் அலறியடித்தபடி போட்டது போட்டபடியே நகரை விட்டு வெளியேற, வெறிச்சோடிய கான்பூர் மீண்டும் வெள்ளை யர் வசம் வந்துவிட்டது.

ஆனாலும் என்ன? தலைமறைவாகிவிட்ட நானாவையும், தாத்தியாவையும் பிடிக்கும்வரை வெற்றி நிரந்தரமில்லை!

கான்பூர் போராட்டத்தை முடிவுக்குக் கொண்டு வந்த கையோடு, காலின் கேம்பல் அலகாபாத் தொடங்கி கான்பூர் வரையிலும் உள்ள ஆங்கிலேய ஆட்சியிலிருந்து நழுவியிருந்த புரட்சிப் பகுதிகளை கையகப்படுத்தும் நடவடிக்கையில் இறங்கினான். யமுனையிலிருந்து கங்கை வரையாகவே வெள்ளைப் படை களை மூன்று பிரிவாகப் பிரித்தனுப்பி புரட்சியை அடக்கும்படிக் கட்டளையிட்டான். ஆங்காங்கே பெரும் போராட்டத்துக்குப் பிறகு பதேகர் முதலான அனைத்துப் பகுதிகளும் கட்டுக்குள் கொண்டு வரப்பட்டன. பதேகர் பிணக்காடானது. அந்தப் பிரதேசத்தின் நூற்றுக்கணக்கான முஸ்லிம்கள் குற்றவாளிகளாக விசாரிக்கப்பட்டு தூக்கில் தொங்க விடப்பட்டனர். எங்கும் எங்கெங்கும் பிணவாடையும், விசும்பல் ஒலியும் நீக்கமற

நிறைந்திருந்தது. வீதிகளில் மனித நடமாட்டமே இல்லாமல் கழுகுகளும் நாய் நரிகளும் சுற்றி வந்தன. வெள்ளையர் ஆட்சி மீண்டுவிட்டது.

அடுத்து எங்கு செல்வது? ரோஹில்கண்ட்டா, அயோத்தியா?

காலின் கேம்பல் இரட்டை விரல் நீட்டியபோது, பிரிட்டனின் தலைமை ஆளுநர் கானிங் பிரபு தொட்ட விரல் அயோத்தியைச் சுட்டிக் காட்டியது!

காரணம் எளிமையானது! அயோத்தியை அயோக்கியத்தனமாக பிடுங்கிக் கொண்டோம் என்பதால் அதன் ஒவ்வொரு குடிமகனும் கொந்தளித்துக் கொண்டிருக்கிறான். ஒன்று அவன் புரட்சிக்காரன் ஆகிறான். இல்லை, புரட்சிக்காரனுக்கு சகலமும் தந்து உதவுகிறான். இங்கிருந்துதான் புரட்சி சிப்பாய்கள் விஷப் பூச்சிகள் போல புறப்பட்டுக் கொண்டேயிருக்கிறார்கள். பல இடங்களிலும் பரவி கொட்டிக் கொண்டிருக்கிறார்கள். அந்தக் கொடுக்குகளை உடைத்துப் போட வேண்டுமானால் அயோத்தியை மீட்பது அவசியம்.

காலின் கேம்பல் அதற்கும் தயாராகவே இருந்தான். ஆங்கில விசுவாசியான நேபாள நாட்டின் மன்னனான ஜங் பகதூர் அயோத்தி மீட்புக்கு உதவியாக தனது படைகளுடன் வருவதாக வாக்களித்திருந்தான். பிறகென்ன கவலை!

கானிங்க்கின் கட்டளைப்படி 1857 டிசம்பர் 23ம் நாள் ஜங் பகதூரின் 9000 வீரர்கள் கொண்ட கூர்க்கப்படையும், 10000 ஆங்கில, சீக்கிய, சுதேசி வீரர்கள் கொண்ட பிரிட்டிஷ் படையுமாக அயோத்தியின் மீது போருக்குப் புறப்பட்டான் காலின் கேம்பல். இங்கும் தனது படைகளைப் பிரித்து நாலாபுறமிருந்தும் அரைவட்டமாக அயோத்தியை வளைக்கத் திட்டமிட்டிருந்தான். ஜங் பகதூரின் கூர்க்கப் படைகள் ஒரு புறமும், ஜெனரல் பிராங்ஸ் மற்றும் ரோகிராப்ஃட் தலைமைகளிலான படைகள் மற்றொருபுறமிருந்தும் புரட்சிக்காரர்களைத் தாக்கி அழித்தபடி முன்னேறின. காசிக்கு வடக்கிலிருந்து அயோத்தியின் கிழக்குப் புறம் வரையிலும் எல்லா இடங்களிலும் புரட்சிக்காரர்களைத் தோற்கடித்து அயோத்திக்குள் புகுந்தன.

1958 பிப்ரவரி 25ம் நாள் கோக்ரா நதியைக் கடந்து கூர்க்கா படையினர் ஆம்பர்பூர் பிரதேசத்தைத் தொட்டு, அங்கிருந்த

புரட்சியாளர்களைத் தோற்கடித்து கோட்டையைக் கைப் பற்றினார்கள்.

ஜெனரல் பிராங்ஸின் படையை சுல்தான்பூரில், சமஸ்தானபதி முகமது உசேனும், தளபதி பண்டா உசேனும் எதிர்த்துத் தாக்கித் தோல்வியடைந்தனர். மேலும் முன்னேறிய ஆங்கிலப் படையை ராணி ஹஸ்ரத் மகாலின் பீரங்கிப் படைத் தளபதி கபூர் பெக் தனது பெரும்படையுடன் எதிர்த்தான். பலனில்லை. மரணத்துக்கும் அஞ்சாமல் இறுதிவரை போராடிய கபூரின் படை, பிராங்ஸின் திட்டமிட்ட தாக்குதலால் அடியோடு அழிந்து போனது.

இந்தச் சமயத்தில் லக்னோவிலிருந்து மூன்று மைல் தொலைவி லிருந்த ஆலம்பாக்கில்தான் அவுட் ராம் முகாமிட்டிருந்தான். காலின் கேம்பல், முன்பு புரட்சிப் படை முற்றுகையிலிருந்து தலைமையகத்தை மீட்டு, சிக்கியிருந்த ஆங்கிலேயர்களை விடுவித்தபோது நிறுத்தி வைத்த படை.

தலைமையகத்தை புரட்சியாளர்கள் மீண்டும் கைப்பற்றி விடக் கூடாதென்பதற்காகவும்,அயோத்தி முழுவதுமாக ஆங்கிலேயர் களின் கைகளிலிருந்து விடுபடவில்லை என்பதற்கான அத்தாட்சியாகவும் உட்ராமின் படை அங்கிருந்தது.

உட்ராம் ஒருநாளும் அங்கு நிம்மதியாக இல்லை! மௌல்வி அகமது ஷா ஓயாமல் தொல்லையளித்துக் கொண்டிருந்தார். காலின் அங்கிருந்து போன நாளிலிருந்தே அகமது ஷா தலைமையகத்தை திரும்பத் திரும்பத் தாக்கிக் கொண்டே யிருந்தார். தலைமையகத்தைக் கைப்பற்றினால் ஆலம்பாக் புரட்சிப்படையினர் வசமாகிவிடும். அதைத்தான் உத்தேசித் திருந்தார் அகமது ஷா. ஆனால் அவரது நோக்கம் நிறைவேற வில்லை. உட்ராமின் கட்டுக்கோப்பான ராணுவப் படையினர் முன் புரட்சிப் படையின் தான் தோன்றித்தனமான தாக்குதல் எடுபடவில்லை. உட்ராமின் பீரங்கிகள் எக்கச்சக்கமான புரட்சி வீரர்களின் உயிர்களைக் குடித்ததுதான் மிச்சம்.

இந்த நிலையில் அயோத்தியை மீட்க காலின் கேம்பல் பெரும் படையுடன் வந்து கொண்டிருக்கிறான் என்று அறிந்ததும் அகமது ஷா பரபரப்பானார். காலின் கேம்பல் வந்து சேருமுன் கடைசியாக உட்ராமின் மீது ஒரு பெரும் தாக்குதல் நடத்தி ஆலம் பாக்கைக் கைப்பற்றி விடவேண்டும் என்று ஆவேசமானார். ராணி பேகம் ஹஸ்ரத் மகால் தனது முழு ஆதரவையும் அகமது

ஷாவுக்கு அளிக்க, ராணியின் சேனையுடன் தனது புரட்சிப் படையினரையும் இணைத்துக் கொண்டு தலைமையகத்தின் மீது யுத்தம் நடத்தினார் அகமது ஷா. ராணி பேகம் ஹஸ்ரத் மகால் தானே முன் வந்து நின்று சிப்பாய்களுக்கு ஊக்கம் அளித்தாள். பல நாள்கள் நடந்த யுத்தத்தின் முடிவு புரட்சிக்காரர்களுக்கு சாதகமாக இருக்கவில்லை. எக்கச்சக்கமான ஆயுதத்தளவாடங் களைச் சேகரித்துக் குவித்து வைத்திருந்த உட்ராம் திறமையாக போரை நடத்தி அகமது ஷாவை வீழ்த்திவிட்டான். போரில் துப்பாக்கிக் குண்டு பாய்ந்து பலத்த காயமடைந்தார் அகமது ஷா. புரட்சிப் படை சிதறியோடிவிட்டது. அகமது ஷா தலை மறைவானார்.

இதற்குள் காலின் கேம்பல் திட்டப்படியே வெள்ளைப் படைகள் பல திக்குகளிலிருந்தும் அயோத்திக்கு வந்துவிட்டன. அயோத்தி மாகாணத்தின் பல இடங்களிலும் புரட்சிப் படைக்கும், ஆங்கிலப் படைக்கும் சண்டை நடந்தது. புரட்சி சிப்பாய்கள் தவிர குடி மக்களும்கூட கையில் கிடைத்த ஆயுதங்களைத் தூக்கிக் கொண்டு வெள்ளையர்களை எதிர்த்தனர். அயோத்தியில் மட்டுமே ஒரு லட்சத்துக்கும் மேலான பொது மக்கள் வெள்ளை யர்களை எதிர்த்தனர் என்று வரலாறு பெருமிதமாகப் பதிவு செய்துள்ளது. ஆனாலும் வெள்ளையரின் உறுமிய பீரங்கிகளின் முன் அவர்களின் வீரமும் கொந்தளிப்பும் சதைத் துணுக்குகளாக சிதறிப் போனதுதான் வரலாற்றின் மிகப் பெரிய சோகம்.

இடைவிடாமல் முழங்கிய பீரங்கிகளும், வெள்ளைச் சிப்பாய் களின் சீறிச் சென்ற துப்பாக்கிக் குண்டுகளும் அயோத்தியின் ஆயிரக்கணக்கான உயிர்களை துள்ளத் துடிக்கக் குடித்தது. பிணங்கள் சரிந்து கொண்டேயிருக்க அதன் மீது வெள்ளைப் படை வெற்றி நடை போட்டு முன்னேறிக் கொண்டேயிருந்தது. புரட்சிப் படையினர் முன்னும் பின்னுமாகத் தாக்கப்பட்டு இறந்தார்கள். தப்பித்தவர்கள் ஓடிப் போனார்கள். அவர்களும் வெள்ளைப் படையால் விரட்டப்பட்டு கைதாகி பீரங்கி வாயில் கட்டப்பட்டு சிதறடிக்கப்பட்டார்கள்.

அழிவு! பேரழிவு! மார்ச் மாதம் 6ம் தேதி தொடங்கி 15ம் தேதிவரை இரவு பகலாக நடந்த போரில் அயோத்தி நகரம், நரகம் போல் காட்சியளித்தது. மூலை முடுக்கெல்லாம் பிணங்கள்,சிதறிக் கிடந்த உடல் உறுப்புகள், பீறிட்டுத் தெறித்த ரத்தத்தால் தேங்கிய ரத்த ஓடைகள், படுகாயமடைந்தவர்களின்

வேதனை முணுகல்கள் என அயோத்தி, குருக்ஷேத்திர பூமியை நினைவூட்டியது.

அயோத்தியின் அதி முக்கிய இடங்களான ஷீல் மகால், தில்குஷ் பாக், கெய்சர் பாக் போன்ற பல கோட்டைகளும், அரண்மனைகளும் வரிசையாக வெள்ளையர்களால் கைப்பற்றப்பட்டன. கொள்ளையடிக்கப்பட்டன. ஒன்றுவிடாமல் சிதைக்கப்பட்டு, பாழ்படுத்தப்பட்டு எரிக்கப்பட்டன. அரண்மனைவாசிகள் எல்லோரும் பெண்கள் உட்பட அனைவரும் கைது செய்யப் பட்டார்கள். பெரும்பாலான ராணிகள் ஆங்கிலேயரிடம் சிக்க விரும்பாமல் தாங்களே தீக்குளித்து இறந்துபோனார்கள்.

அயோத்தி ராணி பேகம் ஹஸ்ரத் மகால் வசித்த, ‘பேகம் கோத்தி’ அரண்மனையும் தாக்கப்பட்டது. அரசியின் தனிப் படையினரும், புரட்சி சிப்பாய்களும் அகமது ஷாவின் தலைமையில் பல மணிநேரம் வெள்ளையரை எதிர்த்துப் போராடினார்கள். உயிருக்கும் அஞ்சாமல் போராடிய அவர்களைச் சமாளிக்க ஆங்கிலேயர்கள் மிக வலிமையான யுத்தம் நிகழ்த்த வேண்டியிருந்தது. புரட்சிக்காரர்கள் சீக்கியப் படையுடன் நேரடிச் சண்டையிலும் ஈடுபட்டார்கள். இந்தச் சண்டையின் போது, பகதூர் ஷாவின் மகன்களை இரக்கமேயில்லாமல் சுட்டுக் கொன்ற ஹாட்சன் குண்டடிபட்டு இறந்துபோனான்.

போரின் முடிவில் பீரங்கிப் பிரயோகத்தால் அரண்மனையின் மதில்கள் உடைந்து நொறுங்கின. வெள்ளைப் படை வெறியுடன் கத்தியபடியே ஆவேசமாக உள்ளே புகுந்தது. அவர்கள் நுழைவதற்கு முன்னதாகவே ராணி ஹஸ்ரத் மகால், மகனை அழைத்துக் கொண்டு அரண்மனையை விட்டு வெளியேறியிருந் தாள். மௌல்வி அகமது ஷாவும், புரட்சிப் படையினரும்கூட தப்பித்துப் போயிருந்தார்கள். ஏமாற்றத்தால் காலின் கேம்பலின் முகம் சிவந்து போனது. பேகம் கோத்தி மகாலும் கொள்ளையடிக்கப்பட்டு கொளுத்தப்பட்டது.

லக்னோவை விட்டுத் தப்பியோடிய புரட்சிக்காரர்களைப் பிடிப்பதற்காக ஆங்கிலப் படை நாலாத் திசைகளிலும் வெறி கொண்டு அலைந்தது. அகமது ஷா அப்போதும் அயோத்தியை விட்டு வெளியேறாமல் மிகத் துணிச்சலாக வெளிப்புற எல்லையில் இருந்தபடியே புரட்சி வீரர்களைத் திரட்டி வெள்ளையர்களுக்கு தொல்லை கொடுத்துக் கொண்டேயிருந்தார். அவரால்

பெரும் சேதம் ஏற்பட்டதைப் பொறுக்காத வெள்ளைப் படையினர் முன்பை விடத் தீவிரமாகத் தேடுதல் வேட்டையில் இறங்கினார்கள். கண்ணில்பட்ட ஓர் இந்தியனையும் விட்டு விடாமல் கிராமம் கிராமமாகத் தேடி எல்லோரையும் கைது செய்து இழுத்துச் சென்று சுட்டுக் கொன்றனர். வெள்ளையரின் இந்த வெறித்தனத்தால் அழகிய லக்னோ நகரம் பாழ்பட்டுச் சிதைந்து, இடுகாடாக வெள்ளையர் ஆட்சியின் கீழ் வந்தது. எங்கும் எங்கெங்கும் மயான அமைதி நிலவியது.

அயோத்தியில் இந்த அமைதி நீடிக்கவேண்டுமானால் உடனடியாக அகமது ஷாவைப் பிடிக்கவேண்டும். இனி எப்போதும் புரட்சியைத் தூண்ட முடியாதபடி தூக்கிலேற்றித் தண்டிக்க வேண்டும். அவன் மரணம் மற்ற புரட்சியாளர்களின் மனத்தில் பயத்தை ஏற்படுத்த வேண்டும்.

வெள்ளையர்கள் அகமது ஷாவின் தலைக்கு பெரும் விலை வைத்துத் தேடுதல் வேட்டையில் இறங்கினார்கள். கூடவே பீகாரின் குன்வர் சிங்குக்கும் வலை விரித்தார்கள். அயோத்திப் புரட்சியில் நானா சாகிப், தாத்தியா தோபேக்கு உதவி செய்ததால் மட்டுமல்ல; அப்போது பீகாரையும் புரட்சி பூமியாக புரட்டிப் போட்டிருந்தார் எழுபது வயது முதியவரான குன்வர் சிங்.

கிழட்டுச் சிங்கம்தான். ஆனால் ராஜபுத்திர வம்சத்தில் வந்த சீற்றம் குறையாத சிங்கம். அதன் கர்ஜனையில் பீகார் நடுநடுங்கியது. வெள்ளையர்கள் நாலாதிக்கிலும் கிலி கொண்டு பதுங்கினார்கள். கிழக்கிந்தியத் தலைமை கவலையுடன் தனது பார்வையை பீகாரின் பக்கம் திருப்பி கன்னத்தில் கை வைத்துக் கொண்டது!

20

குன்வர் சிங்கின் கொரில்ல யுத்தம்

பீகாரில் 1857 ஜூலை மாதமே கிளர்ச்சி தோன்றி விட்டது. பீகார் மாநிலத்தின் தலைநகரான பாடலி புத்திரம் என்று சரித்திரப் பிரசித்தி பெற்ற பாட்னா வில்தான் முதலில் புரட்சி வெடித்தது.

பாட்னா, அபினி வியாபாரத்தின் மிக முக்கியப் பிரதேசம். பணக்கார வெள்ளையர்கள் பலர் பெரும் பாலும் அபினி வியாபாரத்தில்தான் ஈடுபட்டிருந் தனர். அதுமட்டுமில்லாமல் பாட்னாவுக்கு அரு காமையில் இருந்த தானாப்பூர்தான் பிரிட்டிஷாரின் ராணுவத் தளமாக இருந்தது. கல்கத்தாவுக்கு அடுத்த படியான மிகப் பெரிய ராணுவத் தளம் இது. ராணுவத்தின் தலைமைத் தளபதி, மேஜர் ஜெனரல் லாயிட். பாட்னாவின் ஆளுநர், வில்லியம் டெய்லர்.

மீரட் போலவே பாட்னாவிலும் நிச்சயம் புரட்சி ஏற்படும் என்று வில்லியம் டெய்லர் முன்னாலேயே யூகித்திருந்தான். அதற்குக் காரணம் வஹாபியர்கள். பழைமைவாத தீவிர இஸ்லாமியர்களான வஹாபியர்கள் பாட்னாவின் மக்கள் தொகையில்

கால் சதவிகிதத்துக்கும் மேலிருந்தனர். ஆங்கிலேயர்களின் மதப் பிரசாரத்தை அடியோடு வெறுத்த, எதிர்த்த வஹாபியர்களின் கை புரட்சியில் இணைந்திருக்கும் என்பதில் டெய்லருக்கு சந்தேகமேயில்லை. பரக்பூர், பர்ஹாம்பூர் போன்ற இடங்களில் பெரும்பாலும் கிளர்ச்சியைத் தூண்டியவர்கள் முஸ்லிம்கள் தானே? எனவே டெய்லர் வஹாபியர்களின் மீது கவனம் செலுத்தியபடியே, தானாப்பூர் ராணுவத் தளத்தின் சிப்பாய்கள் மீதும் கண் வைத்தான். பாட்னாவில் புரட்சி ஏற்படுமானால் அது தானாப்பூர் சிப்பாய்களின் மத்தியில் தோன்றுமா, அல்லது வஹாபியர்களால் கிளர்ந்தெழுமா என்பதை மட்டும்தான் டெய்லரால் நிச்சயித்துக் கொள்ளமுடியவில்லை.

ஆகவே இருதரப்பிலும் புரட்சியைச் சமாளிப்பதற்கான ஏற்பாடுகளைத் தொடங்கினான். தானாப்பூர் சிப்பாய்கள் கிளர்ச்சி செய்தால் அவர்களை அடக்குவதற்காக சீக்கியச் சிப்பாய்கள் கொண்ட படையை பாட்னாவுக்கு வரவழைத்து நிறுத்திக் கொண்டான். வஹாபிகளை அடக்குவதற்காக, அதன் முக்கியத் தலைவர்களை தனது இடத்துக்கே பேச்சு வார்த்தைக் கென அழைத்து, எந்த இடைஞ்சலும் இல்லாமல் முன்னெச் சரிக்கை நடவடிக்கையாக அவர்கள் அனைவரையும் கைது செய்து சிறையில் அடைத்தான். இதைத் தவிர மக்கள் யாரும் எந்த ஆயுதங்களையும் வைத்திருக்கக் கூடாதென்றும், இரவு குறிப் பிட்ட நேரத்துக்கு மேல் யாரும் வீதிகளில் நடமாடக் கூடா தென்றும் ஊரடங்கு உத்தரவு பிறப்பித்தான்.

சும்மாயிருந்த சங்கை ஊதிக் கெடுத்தது போல் ஆகிவிட்டது! சில மாதங்கள் கழித்துத் தோன்றியிருக்கவேண்டிய புரட்சி டெய்லரின் மேற்படியான நடவடிக்கைகளால் உடனே மூண்டுவிட்டது.

வஹாபிகளின் தலைவர்கள் கைது செய்யப்பட்டதற்காக எதிர்ப்பு தெரிவித்து, பீர் அலி என்கிற புத்தக வியாபாரியின் தலைமையில் முஸ்லிம்கள் ஊர்வலமாகப் புறப்பட்டனர். ஊர்வலத்தைத் தடுக்க வந்த வெள்ளையன் லயால் என்பவன் புரட்சி வஹாபிகளால் சுட்டுக் கொல்லப்பட்டான். அங்கேயே வெகு நாள் விரோதிகளான சீக்கியப் படைகளுக்கும், ஊர்வல முஸ்லிம்களுக்கும் ஆக்ரோஷமான மோதல் ஏற்பட்டது. சீக்கியப் படையின் ஆவேசத் தாக்குதலில் அநேகர் உயிரிழந் தனர். மீதமிருந்தவர்கள் அடிபட்டுத் தப்பியோடினர். பீர் அலியும்

இன்னும் சில முக்கியப் பிரமுகர்களும் கைது செய்யப்பட்டு விசாரணை மேற்கொள்ளப்பட்டனர். அனைவருக்கும் மரண தண்டனை விதிக்கப்பட்டது. உடனடியாக நிறைவேற்றப் பட்டது.

வஹாபி தலைவர்களது கைதும், புரட்சிக்காரர் பீர் அலியின் உயிர் தியாகமும் சிப்பாய்களின் மத்தியில் கோபத்தை ஏற்படுத்தியது. தவிர, 'மேஜர் லாயிட், சுதேசிச் சிப்பாய்களின் துப்பாக்கிகளில் குண்டு பொருத்தப்படும் குமிழ்களை நீக்கி அவர்களை நிராயுத பாணிகளாக்க முடிவு செய்திருக்கிறார்'என்று பரவிய தகவல் கூடுதல் அதிர்ச்சியைத் தந்தது. அவ்வளவுதான்; சிப்பாய்கள் தாங்கள் முந்திக் கொள்வதென்று தீர்மானித்துவிட்டார்கள். ஜூலை 25ம் நாள் நள்ளிரவு படைத்தளத்தில் தங்களுக்குத் தேவையான அளவுக்கு துப்பாக்கிக் குண்டுகளை அள்ளி யெடுத்துத் திணித்துக் கொண்டு துப்பாக்கியும் கையுமாக குதிரைகளில் ஏறிப் புறப்பட்டார்கள்.

தானாப்பூர் பலமான ராணுவத் தளம் என்பதால் அங்கேயே புரட்சியில் ஈடுபட்டு சிக்கிக் கொள்ள விரும்பாத சிப்பாய்கள் பீகாரின் ஜகதீஷ்பூர் நோக்கி குதிரைகளைச் செலுத்தினார்கள். அங்கேதான் ஆங்கிலேயர்களை விரட்டுவதற்கான வியூகங்களை வகுத்துக் கொண்டிருந்தார் பீகாரின் புரட்சி நாயகன் குன்வர் சிங்.

மேஜர் லாயிட் திகைத்துப் போனான். தானாப்பூர் ராணுவத் தளத்திலிருந்து புறப்பட்ட புரட்சி சிப்பாய்கள் எங்கு போனார்கள் என்று தெரியவில்லை. அவர்கள் தானாப்பூரில் கலவரத்தைத் தொடங்கவில்லை. பாட்னாவுக்கும் போய் சேரவில்லை. பின் எங்குதான் போனார்கள்?

ராணுவத்திலிருந்து ஓடிய சிப்பாய்களைப் பிடிப்பதற்காக கேப்டன் டான்பார் என்பவனின் தலைமையில் படையொன்று களத்தில் இறங்கியது.

'டான்பார்! அநேகமாக புரட்சி சிப்பாய்கள் அரா பிரதேசத்தின் கோட்டையை நோக்கிச் சென்றிருக்கலாம். எனவே நீ அந்தத் திசையிலேயே தேடிச் செல்வது நல்லது'

மேஜர் லாயிட் சொன்னபடியே டான்பார் படை அராவை நோக்கி விரைந்தது.

மேஜர் லாயிட் யூகித்தது முற்றிலும் சரி! குன்வர் சிங் தன்னுடன் வந்து சேர்ந்து கொண்ட தானாப்பூர் சிப்பாய்களுடன் ஷஹாபாத் மாவட்டத்தின் முக்கிய நகரமான அராவில்தான் இருந்தார். அவர் தலைமையிலான படை அராவுக்குள் நுழைந்த வேகத்திலேயே எதிர்பட்ட வெள்ளையர்களைக் கொன்று குவித்து அரசாங்க கஜானாவைத் தாக்கிக் கொள்ளையடித்தது. அரசு அலுவலகங்களைக் கொளுத்தி, சிறைகளை உடைத்து, பிரிட்டிஷ் கொடியை இறக்கி புரட்சிக் கொடியை ஏற்றியது. அராவின் கோட்டையை சுற்றி வளைத்து முற்றுகையில் இறங்கியது.

அரா கோட்டைக்குள் அப்போது பெரிய படைபலம் ஏதும் இல்லை. வெள்ளை வீரர்கள் சுமார் இருபது பேரும், சீக்கிய சிப்பாய்கள் ஐம்பது பேர் மாத்திரமே அங்கிருந்தனர். புரட்சியை எதிர்பார்த்து கோட்டைக்குள்ளிருந்த வெள்ளைப் பெண்களையும், குழந்தைகளையும் முன்னதாகவே தானாப்பூருக்கு அனுப்பிவிட்டிருந்தனர். கோட்டைக்குள் படை பலம்தான் குறைவே தவிர, மற்றைய வெடி மருந்துகள், துப்பாக்கிகள், பீரங்கிகள் போன்ற ஆயுதத் தளவாடங்களும், நெடுநாள் தேவைக்கான உணவுப் பொருள்களும் ஏராளமாக சேமிக்கப்பட்டிருந்தன.

குன்வர் சிங் முற்றுகையைத் தொடங்கியதுமே உள்ளிருக்கும் வெள்ளைப் படை பலமான தாக்குதலைத் தொடங்கிவிட்டது. அவர்களுக்கு இரண்டே வழிகள்தான் இருந்தன. சண்டையிட வேண்டும் அல்லது சரணடையவேண்டும். சரணடைந்தாலும் புரட்சிக்காரர்கள் தங்களை உயிரோடு விட்டு வைக்கப்போவதில்லை. எனவே சாகும்வரை மோதிப் பார்த்துவிடலாம் என்று முடிவெடுத்தார்கள். ஆக்ரோஷத்துடன் யுத்தம் நடத்தினார்கள்.

குன்வர் சிங் அந்தச் சமயத்தில் துணிச்சலாக தனது மொத்தப் படையையும் கொண்டு கோட்டையை பலமாகத் தாக்கியிருந்தால் சுலபமாக அதை வசப்படுத்தியிருக்கலாம். ஆனால் அராவின் அந்தச் சிறிய கோட்டையை அடைவதற்காக தனது புரட்சி வீரர்களை அதிகளவில் பலி கொடுக்க குன்வர் சிங் விரும்பவில்லை. முற்றுகையை மட்டுமே பலப்படுத்தி, வெளியிலிருந்து உணவுப் பொருள்களோ மற்ற எதுவுமோ உள்ளே செல்லாமலும், உள்ளிருந்து எந்தத் தகவலும் ஆள்களும் வெளியேறாமலும் கவனமாகப் பார்த்துக் கொண்டார்.

மற்றொரு புறம் கோட்டைக்கு உள்ளிருக்கும் சீக்கியப் படையினரை தங்கள் பக்கம் சேர்ந்து கொள்ளும்படி பலவிதங்களில் ஆசை காட்டியும் மிரட்டியும் பார்த்தார். புத்திமதி கூறினார். சீக்கியர்கள் எதற்கும் மசியவில்லை. அவர்கள் ஆங்கிலேயர்களைக் கைவிட்டு விடவில்லை. முற்றுகையின் காரணமாக கோட்டைக்குள் குடி தண்ணீர் பற்றாக்குறை ஏற்பட்டபோது 24 மணிநேரத்தில் அவர்கள் ஒரு கிணற்றையே உருவாக்கி வெள்ளையர்களின் தவித்த வாய்க்கு தண்ணீர் ஊற்றி தங்களின் விசுவாசத்தை அழுத்தமாகவே வெளிப்படுத்தினார்கள்.

முற்றுகையிட்டு மூன்று நாள்கள் ஆகிவிட்டது. புரட்சிக்காரர்கள் பீரங்கிகளால் சுட்டும், கோட்டையின் மதில் சுவர்களுக்கு அடியில் வெடிகளை வைத்து வெடித்தும் பலவித முயற்சிகளில் ஈடுபட்டனர். வெள்ளைப் படையும் விடாமல் எதிர் தாக்குதல் நடத்தித் திணறடித்தது. நான்காம் நாள் தூரத்தில் பீரங்கிகள் வெடிக்கும் சத்தம் எதிரொலித்தது. கோட்டைக்குள் இருக்கும் வெள்ளையர்களின் இறுகிய முகத்தில் புன்னகையைத் தோற்றுவித்தது.

ஆம்! அரா வெள்ளையர்களுக்கு உதவிக் கரம் நீட்ட ஓடோடி வந்துவிட்டது டான்பார் தலைமையிலான படை.

டான்பார், தானாப்பூர் சிப்பாய்களுடன் ஷான் நதிகரையைத் தாண்டி அரா பாலத்தை நெருங்கினான். எதிர்ப்பு வரும் என்று எதிர்பார்த்தான். எச்சரிக்கையாகப் படையை நகர்த்தினான். வெகுதூரம் வரையில் எதுவுமே நடக்கவில்லை. பிரதேசம் எங்கும் ஆளவரமே இல்லாமல் நிசப்தமாக இருந்தது. படையுடன் தான் வரும் தகவல் அறிந்து புரட்சிக்காரர்கள் பயந்து ஓடியிருப்பார்களோ? அப்படித்தான் இருக்கும்! அரா கோட்டை நோக்கி உற்சாகமாக ஆரவாரத்துடன் படையைச் செலுத்தினான் டான்பார்.

வெள்ளைப்படை ஒரு மாந்தோப்பின் வழியாகப் புகுந்து அதைக் கடந்து செல்ல முற்பட்டது. வந்தது வினை! அங்கே புரட்சிக்காரர்களின் தாக்குதல் தொடங்கிவிட்டது. மரத்தின் மறைவிலிருந்தும், கிளைகளின் மேலாகவும் பதுங்கியிருந்த பல துப்பாக்கிகள் தொடர்ச்சியாக வெள்ளையர் படையை நோக்கி குண்டுகளைப் பொழிந்தன. மாந்தோப்பின் அடர்த்தியான இருளில் பகைவர்கள் எங்கே ஒளிந்திருக்கிறார்கள் என்றே டான்பாருக்குப்

புரியவில்லை. சுதாரித்து பதில் தாக்குதல் நடத்தும் முன்பாகவே அழிவு ஏற்பட்டு விட்டது. கண் மூடித் திறக்கும் நேரத்துக்குள் டான்பார் படை சின்னாபின்னமாகியது. உதிர்ந்த மாங்காய்கள் போல தோப்பெங்கும் உடல்கள் சிதறிக் கிடந்தன.

டான்பார் படை மிக மோசமான தோல்வியுடன் பின் வாங்கியது. ஷான் நதிக்கரைக்கே ஓடியது. அங்கும் அதிர்ச்சி! அவர்கள் வந்த படகுகள் மூழ்கடிக்கப்பட்டிருந்தன. முன்புறம் சென்றால் குன்வர் சிங்கின் படை. பின்வாங்கலாமென்றாலோ படகுகள் இல்லை. வெள்ளைப் படையின் மிஞ்சிய சிப்பாய்கள் வேறு வழியின்றி நதியில் குதித்து கை சளைக்கும்வரை நீந்தித் தப்பித்தார்கள்.

தானாப்பூர் வெள்ளை வட்டாரம் திகைத்துப் போனது. டான்பூர் தலைமையில் சென்ற 450 சிப்பாய்களில் வெறும் 50 பேர் மட்டுமே தப்பித்து வந்த செய்தி அவர்களை திகிலில் ஆழ்த்தியது. ஜெனரல் லாயிட்ஸும், ஆளுநர் டெய்லரும் கவலையில் மூழ்கினார்கள். 'அரா கோட்டை வெள்ளையரின் கதி என்னாயிற்றோ தெரியவில்லையே'

அதிர்ஷ்டவசமாக அரா கோட்டைவாசிகளுக்கு எதிர்பாராத இடத்திலிருந்து உதவி கிடைத்துவிட்டது!

ஹிந்துஸ்தானத்தின் கிளர்ச்சிப் பகுதிகளை அடக்குவதற்காக தனது படையுடன் வலம் வந்து கொண்டிருந்த மேஜர் அயர் அங்கே வந்துவிட்டான். அவன் தனது படையுடன் தானாப்பூர் பிரதேசத்தைக் கடந்து செல்வதற்காக வந்த சமயத்தில்தான் அரா கோட்டையின் ஆபத்து அவன் காதுகளுக்கு வந்திருந்தது.

ஆங்கிலேயர்களுக்கு எங்கே ஆபத்து நேர்ந்தாலும் அவர்களின் உதவிக்குச் செல்வது ஒவ்வொரு வெள்ளையனின் கடமை. அயர் தனது படையை அராவை நோக்கிச் செலுத்தினான். செல்லும் வழியிலேயே டான்பார் படையின் தோல்வியைப் பற்றி அறிந்து கொண்டதால் அயர் மேலும் எச்சரிக்கையாகி சர்வ ஜாக்கிரதையாகவே படையை நகர்த்தினான். அரா எல்லைப் பகுதியில் அயரை எதிர்கொள்ள மிகத் தயாராகக் காத்திருந்தார் குன்வர் சிங். அவரது படை அயரின் படையை வழிமறித்து அராவுக்குள் செல்லமுடியாதபடி யுத்தம் நடத்தியது.

யுத்தம் மிகக் கடுமையாக நடந்தது. குன்வர் சிங்கின் புரட்சிப் படை அயரின் காலாட் படையை படு மோசமாக சேதப்

படுத்தியது. கிட்டத்தட்ட தோற்றுப் போகும் நிலை! இந்தத் தோல்விச் சூழல் ஆங்கிலேயரை மேலும் ஆவேசப்படுத்தியது. தோற்று வீழ்வதற்கு முன்பு முடிந்த அளவுக்கு புரட்சி சிப்பாய் களைக் கொன்று குவிப்பது என்கிற வெறியுடன் அவர்கள் போரிட்டார்கள். கண்மூடித்தனமான தாக்குதல் நடத்தினார்கள். நிலைமை தலைகீழானது!

வெள்ளைப் படைகளின் இடைவிடாத பீரங்கித் தாக்குதலுக்கும், துப்பாக்கி முழக்கத்துக்கும், வரைமுறையற்ற வன்முறைத் தாக்குதலுக்கும் ஈடு கொடுக்க முடியாமல் புரட்சி சிப்பாய்கள் தத்தளித்தார்கள். மெல்லப் பின் வாங்கினார்கள். நாலாபுறமும் தப்பித்து ஓடி மறைந்தார்கள்.

மேஜர் அயர் வெற்றிகரமாக அரா கோட்டைக்குள் புகுந்தான். கோட்டையை மேலும் பலப்படுத்தினான். இரண்டு தினங்களுக் குள்ளாகவே மீண்டும் தனது படைகளுடன் வந்து சூழ்ந்து கொண்டார் குன்வர் சிங். மறுபடியும் யுத்தம். குண்டுகளின் சத்தம். இம்முறை குன்வர் சிங்கின் முற்றுகைத் தாக்குதல்களை சுலபமாக எதிர் கொண்டான் அயர். முற்றுகை எட்டு நாள்கள் நீடித்தது. போதுமான ஆயுத பலம் இல்லை. கட்டுக்கோப்பான வீரர்கள் இல்லை. நாளுக்கு நாள் சிப்பாய்களின் எண்ணிக்கை குறைந்து கொண்டே வந்ததில் குன்வர் சிங் படை பலவீன மடைந்தது. வேறு வழியில்லாமல் குன்வர் சிங் முற்றுகையைக் கைவிட்டு, மீதமிருந்த வீரர்களுடன் ஜகதீஷ்பூருக்கே சென்று சேர்ந்தார். அங்கிருந்தபடியே வெள்ளையர் மீதான அடுத்த தாக்குதல்களுக்கு படை திரட்டும் முயற்சிகளில் இறங்கினார்.

குன்வர் சிங்கின் யுத்த ஏற்பாடுகள் ஒற்றர்களின் மூலம் அயருக்கு தெரிய வந்தது. கோபம் கொள்ள வைத்தது. அரா கோட்டையை வளைக்க நினைக்கும் குன்வர் சிங்கை இனியும் விட்டு வைக்கக் கூடாது என்று முடிவெடுத்தான் அயர்.

மேலிடத்துக்கு எழுதி பல இடங்களிலிருந்தும் வெள்ளைப் படைகளை உதவிக்கு வரவழைத்துக் கொண்டான். பிருமாண்ட படையுடன் அராவிலிருந்து குன்வர் சிங் பதுங்கியிருந்த ஜகதீஷ் பூருக்குப் புறப்பட்டான்.

ஜகதீஷ்பூர் செல்லும் வழியிலேயே அயரின் படையை எதிர் கொண்டது குன்வர் சிங்கின் படை. எண்ணிக்கை குறைந்த படை, தோல்வியால் துவண்டிருந்த வீரர்கள், இவர்களைக்

கொண்டு குன்வர் சிங் என்னதான் சாதித்து விடமுடியும்? வயோதிகரான அவருக்குள் இருந்த வீரமும், வெறியும், ஆவேசமும் அவரது படை வீரர்களுக்கு இல்லாததால் யுத்தத்தில் தோல்வியே கிடைத்தது. விளைவு, குன்வர் சிங் ஜகதீஷ்பூர் விட்டும் ஓடி ஒளிய நேர்ந்தது.

அயரின் படை ஆகஸ்ட் 14 ம்தேதி குன்வர் சிங்கின் மாளிகையைக் கைப்பற்றி அடித்து நொறுக்கியது. ஜகதீஷ்பூரின் கோயில்களுக்கும் அதுவே நடந்தது. என்ன செய்துதான் என்ன? குன்வர் சிங் தப்பித்துத் தலைமறைவாக இருக்கும்வரை வெள்ளையருக்கு நிம்மதியான தூக்கமில்லை. குன்வர் சிங் கை கட்டிக் கொண்டு இருக்கப்போவதுமில்லை.

உண்மைதான்! இத்தனை தோல்விகளுக்குப் பின்னும் குன்வர் சிங் மனம் தளர்ந்து விடவில்லை. காடுகளுக்குள் பதுங்கி, மலைப் பகுதிகளில் திரிந்து, உணவில்லாமல், உறக்கமில்லாமல் ஊர் ஊராகப் போய்க் கொண்டேயிருந்தார். படைக்கு ஆள்களைத் திரட்டிச் சேர்த்துக் கொண்டேயிருந்தார். இதற்குப் பிறகுதான் அவர் நானா சாகிப்பின் அழைப்பை ஏற்று கால்ஃபிக்குப் போனதும், ஆங்கிலேயருடனான போரில் தாத்தியா தோபேயுடன் இணைந்து போரில் பங்கேற்றதும், தோற்று தப்பித்ததும் நடந்தேறியது.

குன்வர் சிங் ஜகதீஷ் பூரிலிருந்து தப்பித்து வந்து வெகுநாள்களாகி விட்டன. எப்படியும் அவர் ஜகதீஷ்பூரைக் கைப்பற்ற மீண்டும் வந்தே தீருவார் என்று வெள்ளையர் சுற்றி வளைக்கக் காத்திருந்தனர். ஆனால் குன்வர் சிங் மற்ற புரட்சித் தலைவர்களைப் போல தனது பிராந்தியத்தை மட்டுமே குறிக்கோளாகக் கொண்டு இருக்கவில்லை. ஜகதீஷ்பூரை மீட்டுக் கொண்டால் போதும் என சுயநலம் கொள்ளவில்லை. முழு ஹிந்துஸ்தானத்தை விட்டே வெள்ளையரை விரட்ட வேண்டுமென்பதையே லட்சியமாகக் கொண்டிருந்தார். எனவேதான் ஜகதீஷ்பூர் பற்றிக் கவலைப் படாமல் எங்கிருந்தெல்லாம் ஆங்கிலேயரை எதிர்க்க முடியுமோ அங்கிருந்தெல்லாம் தாக்குதல் நடத்தினார்.

1958 மார்ச் மாதம் குன்வர் சிங் தனது சிறு படை பலத்துடன் கிழக்கு அயோத்திக்குச் சென்றார். ஆங்காங்கே சிதறிக் கிடந்த புரட்சிக்காரர்களை ஒன்று திரட்டி அஸிம்காரைத் தாக்க முடிவெடுத்தார். இது மட்டும் வெற்றிகரமாக நிறைவேறி

விட்டால் காசியையும், அலகாபாத்தையும்கூட மீட்டுவிடலாம். அஸிம்காரை வளைப்பதற்காக புரட்சிப் படையுடன் மார்ச் 18ம் தேதி அஸிம்காருக்கு முன்பாக அட்ரோலி என்ற இடத்தில் முகாமிட்டார்.

அஸிம்கார் தளபதி கர்னல் மில்மன் அதிர்ந்து போனான். குன்வர் சிங் இத்தனை அருகில் வரும்வரை எப்படி வழியிலிருந்த ஆங்கிலப் படைகளுக்கு தெரியாமல் போனது. ஆத்திரமடைந் தவன் அதற்கு மேல் நாள்களை தள்ளிப் போடவிரும்பாமல் உடனடியாக தனது படையைத் திரட்டிக் கொண்டு, அஸிம்காரி லிருந்து குன்வர் சிங் முகாமிட்டிருந்த அட்ரோலிக்கு விரைந்தான்.

அட்ரோலியில் மார்ச் 22 ம் நாள் இருதரப்புக்கும் நடந்த சிறு சண்டையில் குன்வர் சிங்கின் படை அதிகத் தாக்குதலில் ஈடுபடாமல் சட்டென்று பின் வாங்கி மறைந்தது. எதிரிகளை மிகச் சுலபமாக விரட்டியடித்த சந்தோஷத்தில், மில்மன் படை மாந்தோப்பு ஒன்றில் நிம்மதியாக பேசிச் சிரித்தபடி உண வருந்திக் கொண்டிருந்தது. அப்போது பெரும் கூச்சல் எழுந்தது. ஆக்ரோஷத்துடன் புகுந்த குன்வர் சிங்கின் படை வந்த வேகத்தி லேயே வெள்ளைப் படையை வெட்டித் துண்டாடியது. எதிர் பாராத தாக்குதலில் நிலைகுலைந்து போன மில்மன் படை தப்பித்தால் போதுமென்று தலைதெறிக்க ஓடிப் போனது. அஸிம்காருக்குள் சென்று பதுங்கிக் கொண்டது.

மில்மன் படையின் தோல்வி காசி, லக்னோ எங்கும் பரவி வெள்ளையர் மத்தியில் குன்வர் சிங் பற்றி பயம் கொள்ள வைத்தது. அலகாபாத்திலிருந்த ஆங்கிலத் தலைமை ஆளுநர் கானிங் பதறிப் போனார். 'குன்வர் சிங்கின் இந்த வெற்றி மிக மிக ஆபத்தான ஒன்று. அஸிம்காரை நெருங்கி அவர் கைப்பற்றி விட்டால் அங்கிருந்து காசியைக் கைப்பற்றுவது பெரிய கஷ்ட மில்லை. அதுமட்டும் நடந்துவிட்டால் லக்னோவுக்கும், அலகாபாத்துக்குமான ஆங்கிலத் தொடர்புகள் துண்டிக்கப்பட்டு விடும். பிரிட்டிஷ் கம்பெனியே ஆட்டம் கண்டுவிடும்!'என்று அஞ்சினார். மார்க்கெர் என்பவனின் தலைமையில் பெரும்படை ஒன்றை அஸிம்காரை நோக்கி அனுப்பிவைத்தார்.

இதற்குள்ளாகவே அஸிம்காரின் மில்மன் தோல்விக்கு பழி தீர்ப் பதற்காக கர்னல் டேம்ஸ் என்பவன் காசியிலிருந்து படையுடன்

புறப்பட்டுச் சென்று குன்வர் சிங்குடன் ஒரு மோதல் நடத்தி முடித்திருந்தான். அப்போதும் குன்வர் சிங் பெரிய யுத்தத்தில் ஈடுபடாமல் பின் வாங்கி மறைந்து, எதிர்பாராதபோது வந்து தாக்கி டேம்ஸ் படையை முற்றும் முழுதாக நாசப்படுத்தி விரட்டியிருந்தார்.

கானிங்கின் கட்டளைப்படி அஸிம்காருக்குச் சென்று கொண் டிருந்த மார்க்கெருக்கு டேம்ஸ் படையின் தோல்வியும் தெரிய வந்தது. ஆனால் தனது படை பலத்தின்மீது பெரும் நம்பிக்கை வைத்திருந்த மார்க்கெர் இத்தகவலை பெரிதாக எடுத்துக் கொள்ளவில்லை. 500 சிப்பாய்கள், எட்டு பீரங்கிகள் கொண்ட அவனது படை அஸிம்காருக்கு எட்டு மைல் முன்னால் முகா மிட்டுத் தங்கியது.

அடுத்த நாள் ஏப்ரல் 6ம் தேதி மார்க்கெர் தனது படையை நகர்த்தியபோது, குன்வர் சிங்கின் படை வந்து சூழ்ந்து கொண்டது. குன்வர் சிங் பல இடங்களிலிருந்து திரட்டிச் சேகரித் திருந்த புரட்சிப் படையிடம் அப்போது பீரங்கிகள் கூட இருக்க வில்லை. ஆனாலும் மிகுந்த துணிச்சலுடன் வெள்ளையரை எதிர்த்துத் தாக்கியது புரட்சிப் படை. குன்வர் சிங் முன்னிலையில் நின்று கட்டளைகள் பிறப்பித்தபடியே வாளைச் சுழற்றி வெள்ளையர் தலைகளைப் பந்தாடிக் கொண்டிருந்தார்.

வெகு லாகவமாக முன்னும், பின்னும், பக்கவாட்டிலும் எதிரி களின் பலவீனப் பகுதிகளையெல்லாம் பார்த்துப் பார்த்துத் தாக்கினார் குன்வர் சிங். திடீரென்று முன்புறம் பெரும் தீ மூட்டிவிட்டு விநாடி நேரத்தில் வெள்ளைப் படையின் பின்புறம் சென்று விட்டது குன்வர் சிங்கின் படை. அங்கே பலத்த தாக்குதல் நடத்தித் திணறடித்தது. மாயாவிகள் போல் முன்னும் பின்னும் சுழன்று தாக்கிய புரட்சிப் படையின் வேகத்தை எதிர் கொள்ள முடியாமல் வெள்ளைப் படை வேதனையடைந்தது. முன்புறம் மூட்டிய தீ விரைந்து பரவி கொழுந்து விட்டு எரிந்தது. பின்புறத்திலோ புரட்சிப் படையின் காட்டுத் தாக்குதல். மார்க் கெர் மூச்சுத் திணறினான். மிஞ்சியிருந்த வீரர்களுடன் தப்பித்து அஸிம்கார் கோட்டைக்குள் சென்று புகுந்துகொண்டான்.

அஸிம்கார் கோட்டையைத் தவிர மற்றைய பகுதிகள் குன்வர் சிங் வசம் வந்துவிட்டன. கோட்டையையும் கைப்பற்ற வந்தே தீருவார் என்று ஆங்கிலேயர் எதிர்பார்த்தனர். அவரது படையை

வீழ்த்துவதற்காக கோட்டையை பலப்படுத்திக் காத்திருந்தனர். ஆனால் குன்வர் சிங் கோட்டையைக் கைப்பற்ற முனையவில்லை. அவர் வேறுவிதமாக திட்டம் வகுத்திருந்தார். வெள்ளையர் தன்னை அஸிம்கார் கோட்டைக்கு அருகில் எதிர்பார்த்திருந்த நிலையில் அவர்களை அந்த எண்ணத்திலேயே இருக்கவிட்டு கங்கையைக் கடந்து ஜகதீஷ்பூரைக் கைப்பற்றலாம் என்று தீர்மானித்திருந்தார்.

அதற்கான முயற்சிகளில் இருந்தபோதே லூகார்ட் என்பவனின் படை குன்வர் சிங் படையைத் தாக்கியது. குன்வர் சிங் அலட்டிக் கொள்ளவே இல்லை. வழக்கமான பின் வாங்கும் சூழ்ச்சி. எதிர்பாராதபோது பின்புறமாக வந்து கெரில்லா தாக்குதல், ஒழிந்தது லூகார்ட் படை!

ஆங்கிலப் படைகளின் தொடர் தோல்வியால் கோபம் கொண்ட கானிங், பல இடங்களிலிருந்தும் வெள்ளைப் படைகளை குன்வர் சிங் மீது ஏவிக் கொண்டேயிருந்தான். குன்வர் சிங் சலித்துப் போனார். இந்தச் சில்லறைப் போர்களில் சக்தியை வீணாக்க விரும்பாமல் எல்லா இடங்களிலும் லேசான தாக்குதலில் மட்டும் ஈடுபட்டு பின் வாங்கிக் கொண்டார். பின் வாங்கிய படைகள் பல திசைகளிலும் கலைந்து பிரிந்தன. குன்வர் சிங்கின் திட்டப்படி வேறோர் இடத்தில் குறித்த காலத்தில் வந்து இணைந்துகொண்டன. இந்தச் சூட்சுமம் தெரியாமல் வெள்ளைப் படை தலையைப் பிய்த்துக்கொண்டது.

குன்வர் சிங் கங்கையைக் கடந்து ஜகதீஷ்பூர் செல்லத் தயாரானார். அப்போது டக்ளஸ் என்பவனின் தலைமையில் வந்த படை குன்வர் சிங்கை தானு நதிப் பாலத்தின் அருகிலும், பிறகு மனோஹா கிராமத்திலும் இருமுறை தாக்கித் துரத்தியது. குன்வர் சிங் தனது படையை நான்கு பிரிவுகளாகப் பிரித்து நான்கு திசைகளில் அனுப்பி வைக்க, டக்ளஸ் எந்தப் படையைப் பின் தொடர்வது என்று புரியாமல் திகைத்துப் போனான். குன்வர் சிங் படை மறுபடியும் எந்த இடத்தில் ஒன்று சேர்கிறது என்பது தெரியும்வரை மனோஹா கிராமத்திலேயே தங்கியிருக்கத் தீர்மானித்தான்.

டக்ளஸ் எதிர்பார்ப்பு வீணாகவில்லை. குன்வர் சிங், ஏப்ரல் 1ம் தேதி நள்ளிரவு சிவபுரி சென்று அங்கிருந்து பாகீரதி நதியைக் கடந்து ஜகதீஷ்பூர் செல்லவிருப்பதாக ரகசியத் தகவல்

கிடைத்தது. அவசரமும், ஆவேசமுமாக டக்ளஸ் தனது படையுடன் பாகீரதி நதிக்கரைக்குச் சென்றான். காலம் கடந்து விட்டது.

குன்வர் சிங்கும் அவரது படையும் படகுகளில் ஏறி பயணத்தைத் தொடங்கியிருந்தனர். வெள்ளைப்படை கரையிலிருந்து படகுகளை நோக்கி துப்பாக்கிகளை முழக்கியது. குண்டுகள் சரம் சரமாகச் சென்று புரட்சிக்காரர்களை வீழ்த்தின. ஒரு குண்டு குன்வர் சிங்கின் மணிக்கட்டில் பாய்ந்து ரத்தத்தைப் பீய்ச்சியது.

குன்வர் சிங் கொஞ்சமும் தயங்காமல், இடையிலிருந்து வாளை உருவினார். காயமடைந்த கையின் மணிக்கட்டுக் கீழே வெட்டி, துண்டுபட்ட கையைத் தூக்கி நதியில் வீசியெறிந்தார். ஜகதீஷ்பூர் சென்று சேர்ந்தார்.

அவர் அரா பிரதேசத்தை அடைந்த போது, அதன் தளபதி லே கிராண்ட் தடுத்துத் தாக்கினான். குன்வர் சிங்கின் புரட்சிப் படை அராவினுள் நுழைய முடியாதபடிச் செய்ய பெரிதும் போராடினான். அது எளிதாக இல்லை.

வெள்ளையர்களுடன் மாதக்கணக்காக யுத்தம் நடத்திக் கொண்டு, பதுங்கித் திரிந்தும், பட்டினி கிடந்தும், கையை இழந்தும் பலதுன்பங்களை அனுபவித்துக் களைத்தபோதும் குன்வர் சிங்கின் மனத்தில் துணிவும், திடமும் குறையவேயில்லை. ஆங்கிலேயர் மீதான பழி தீர்க்கும் வெறி அவரைப் பிசாசு போல் செலுத்தியது. உடல் பலவீனமான நிலையிலும் போர்க்களத்துக்கு வந்து வீரர்களை வழி நடத்தினார் குன்வர் சிங். ராஜபுத்திர வாள்கள் சீறிச் சுழன்றதில் வெள்ளைப் படை அங்கங்கள் இழந்து சிதறியோடியது. கேப்டன் லா கிராண்ட் இறந்து போனான்.

குன்வர் சிங் வெற்றியைக் கைப்பற்றிய கடைசி போர் அது. உடலில் பல விழுப்புண்களைத் தாங்கிய அந்த ராஜபுத்திர சிங்கம், நோயின் காரணமாக மரணமடையாமல், போர்க் காயங்களின் காரணமாகவே தன் இறுதி மூச்சை நிறுத்திக் கொண்டது.

பீகாரில் வீர சிவாஜிக்கு நிகராக போற்றப்படும் குன்வர் சிங் குறித்த வீர தாலாட்டுப் பாடல்கள் இன்றும் அப்பிரதேச தாய்மார்களால் பாடப்பட்டு, தொட்டில் குழந்தைகளின் காதில் ஒலித்துக் கொண்டுதான் இருக்கிறது.

குன்வர் சிங்குப் பிறகு அவரது தம்பி அமர்சிங் புரட்சிக்குத் தலைமையேற்க, வெள்ளைப் படை அவர் மீது தொடர் தாக்குதல் நடத்தியது. 1858 அக்டோபர் வரை நடந்த பல யுத்தங்களில் இருதரப்புக்கும் வெற்றி தோல்வி மாறி மாறிக் கிடைத்தது. இறுதியாக அக்டோபர் 19ம் தேதி கெய்மூர் மலை அருகில் நடந்த யுத்தத்தில் அமர்சிங்கின் படை பெரும் சேதமடைந்தது. புரட்சி வீரர்கள் அனைவரும் கொல்லப்பட்டனர். ராணா அமர்சிங் மட்டும் வெள்ளையர் கையில் சிக்கவில்லை. அவர் இறந்தாரா, தப்பித்தாரா, எங்கே போனார், என்ன ஆனார் என்று கடைசிவரை தெரியவேயில்லை.

அமர்சிங் எக்கெடு கெட்டால் என்ன , பீகார் மீண்டுவிட்டது. பெருமூச்சு விட்டது வெள்ளைப்படை. இனி மிச்சமிருப்பது ஜான்சியும், ரோஹில்கண்ட்டும் இன்னும் சில துண்டு, துக்கடா பிரதேசங்கள்தான்!

21

ஜான்சி எழுச்சியும், முற்றுகையும்...

'மேரா ஜான்சி நஹீன் டெங்கே!'

'என் ஜான்சியை விட்டுத் தரமாட்டேன். தைரிய முள்ளவர்கள் அதைக் கைப்பற்ற வரட்டும் பார்க்க லாம்!'- துணிச்சலுடன் சொல்லிவிட்டு போர்க் கோலம் கொண்டு விட்டாள் ராணி லட்சுமி பாய்.

வெளியே ஜான்சியைத் தாக்குவதற்காக பெரும் படை பலத்துடன் முற்றுகையிட்டிருந்தான் மேஜர் ஜெனரல் ஹியூ ரோஸ்.

அவகாசியிலிக் கொள்கையினால் தாங்கள் பிடுங்கிக் கொண்ட ஜான்சி ராஜ்ஜியம் மறுபடியும் லட்சுமி பாயின் கைக்குச் செல்லும் என்றோ, அதற்காக ஒரு பெரும் யுத்தத்தையே நடத்த வேண்டி வரு மென்றோ வெள்ளையர் யாரும் எதிர்பார்க்க வில்லை. லட்சுமி பாய் உட்பட!

ஆனால் மீரட்டைத் தொடர்ந்து ஜான்சியில் ஏற்பட்ட புரட்சி எல்லாவற்றையுமே புரட்டிப் போட்டு விட்டது. புரட்சிக்குப் பின் நிகழ்ந்த நிகழ்வுகள்,

எதிர்பாராத சம்பவங்கள், அதன் திருப்பங்கள் எல்லாம் ஜான்சியின் சரித்திரத்தையே மாற்றியமைத்து விட்டன.

1854 மார்ச் 15ம் தேதியோடு ஜான்சி, லட்சுமி பாயின் கையை விட்டுப் போய்விட்டது. கால் பக்க அறிக்கையில் ஜான்சியை அபேஸ் செய்து கிழக்கிந்தியக் கம்பெனியோடு சேர்த்துக் கொண்டான் டல்ஹௌசி.

ராணி லட்சுமி பாய்க்கு மிஞ்சியது வருடத்துக்கு 60,000 ரூபாய் மான்யத் தொகையும், வசிக்க தனியொரு மாளிகையும்தான்! மன்னர் கங்காதரன் தன் மகனுக்காக விட்டுப் போன 2,45,738/- ரூபாய் மதிப்பிலான கஜானா பொக்கிஷங்களோடு, அரண்மனையைக்கூட பிடுங்கிக் கொண்டனர் வெள்ளை அயோக்கியர்கள். ஆனால் கங்காதரன் தங்களுக்குத் தரவேண்டிய கடன் பாக்கியை மட்டும் லட்சுமி பாயின் மான்யத் தொகையில் கழித்துக் கொள்வார்களாம். போங்கு!

ராணி லட்சுமி பாய் லண்டன் கவுன்சிலில் செய்த மேல்முறையீடு தோற்றுப் போய்விட்டது. கவர்னர் ஜெனரலின் முடிவை மாற்றக் காரணங்கள் இல்லை என்று கவுன்சில் கை விரித்து விட்டது.

கொந்தளித்த உணர்ச்சிகளைக் கட்டுப்படுத்திக் கொண்டு தந்தை தாம்பே, மகன் தாமோதரனுடன் அரண்மனையிலிருந்து தனக்கென ஒதுக்கப்பட்டிருந்த மாளிகைக்கு மாறினாள் லட்சுமி பாய். விதிக்கப்பட்ட வாழ்க்கைக்கு பழகிக் கொண்டாள். குரூரமான வாழ்க்கை. நான்கு சுவர்களுக்குள் முடங்கிக் கிடக்கும் ஹிந்துஸ்தானத்தின் பரிதாபத்துக்குரிய அபலைகளான சராசரி ஹிந்து விதவைகளுள் ஒருத்தி.

1857 மே மாதம் மீரட் வெடித்தது; அதைத் தொடர்ந்து ஜுன் மாதம் 5ம் தேதி ஜான்சியில் கலகம் எழுந்தது. ரஸல்தார் காலாகான் மற்றும் தாசில்தார் முகமது உசேன் தலைமையில் கிளர்ச்சியில் இறங்கிய சுதேசி சிப்பாய்கள், படைத்தளத்துக்கு அருகில் இருந்த சிறிய கோட்டைக்குள் நுழைந்தார்கள். கருவூலத்தைக் கைப்பற்றி லட்சக்கணக்கான ரூபாய்களைக் கொள்ளையடித்து லாபகரமாக புரட்சியைத் தொடங்கினார்கள். தடுக்க முயன்ற வெள்ளையர்கள் வெட்டிக் கொல்லப்பட்டனர். தப்பியோட முயன்றவர்கள் சுட்டுக் கொல்லப்பட்டனர்.

படைத்தளத்து சிப்பாய்கள் புரட்சியில் இறங்கி விட்டார்கள் என்றதுமே ஜான்சியின் வெள்ளையர் குடியிருப்புப் பகுதிகள் குலை நடுங்கிப் போயின. அனைவரும் அலறியடித்துக் கொண்டு தங்கள் உயிரைக் காப்பாற்றிக் கொள்ள நகரத்திலிருக்கும் கோட்டைக்குள் புகுந்து கொண்டனர். கேப்டன் கார்டன், ஜான்சியின் நிர்வாக அதிகாரி அலெக்ஸாண்டர் ஸ்கீன் போன்ற உயர் அதிகாரிகள் அங்குதான் இருந்தார்கள். ஆனால் புரட்சிக் காரர்களை எதிர் கொள்ளக்கூடிய நிலையில் அவர்கள் இல்லை. கோட்டைக்குள் பெரிய அளவில் ஆயுதத் தளவாடங்கள் இல்லை. திடீரென வெள்ளைக் குடும்பங்கள் அங்கே வந்துவிட்டதால் அனைவருக்கும் போதுமான உணவும் இருக்கவில்லை. அவர்கள் திகைத்துத் தடுமாறி யோசித்துக் கொண்டு இருந்தபோதே புரட்சிக்காரர்கள் கோட்டையைச் சூழ்ந்துகொண்டார்கள். தாக்கு தலைத் தொடங்கிவிட்டார்கள்.

கோட்டையின் மதில் மீதிருந்த பீரங்கிகள் மூலம் வெள்ளையர் கள் விட்டு விட்டு பதில் தாக்குதல் நடத்தினார்கள். தொடர்ச்சி யான தாக்குதலுக்கு அவர்களிடம் போதுமான குண்டுகள் இல்லை. அப்படியும் நீண்ட நாள்கள் அவர்களால் தாக்குப் பிடிக்கமுடியவில்லை. கேப்டன் கார்டனும் மேலும் சில சிப்பாய்களும் குண்டு வீச்சில் இறந்து போனார்கள். படை பலம் குறைந்து கொண்டே வந்தது. உணவும், ஆயுதங்களும்கூட. அலெக்ஸாண்டர் ஸ்கீன் உத்தரவில் கோட்டையின் மீது வெள்ளைக் கொடி ஏற்றப்பட்டது.

வெள்ளையர்கள் புரட்சியாளர்களுடன் சமாதானப் பேசி, சரண் அடைய ஒப்புக் கொண்டனர். கோட்டைக்குள் உள்ள ஆங்கிலேயர்கள் அனைவரையும் ஜான்சியை விட்டு பத்திரமாக வெளியே அனுப்பி விடவேண்டும் என்பதுதான் ஒப்பந்தம்.

ஆனால் அப்படி நடக்கவில்லை. கோட்டையை விட்டு வெள்ளையர் அனைவரும் வெளிப்பட்டதுமே, புரட்சிக் காரர்கள் அவர்கள் எல்லோரையும் கட்டியிழுத்து ஜோகன்பாக் நந்தவனத்துக்கு அழைத்துச் சென்றார்கள். பச்சைப் பசே லென்ற தோட்டம் சில நொடிகளில் ரத்தத்தால் சிவந்து போனது. அலறல்கள், கூக்குரல்கள், வேதனை முனகல் களால் அந்தப் பிரதேசம் அதிர்ந்தது. ஆண்கள், பெண்கள், குழந்தைகள் ஒருவர் மிச்சமில்லாமல் கொடூரமாகக் கொல்லப்பட்டனர்.

இந்தக் கோரச் சம்பவம் லட்சுமி பாயின் சம்மதத்தின் பேரில் நடந்ததா, அல்லது அவளுக்குத் தெரியாமல் நிகழ்ந்ததா தெரிய வில்லை.

அப்போது லட்சுமி பாய் தனது தனி மாளிகையில்தான் இருந் தாள். கோட்டையின் வெள்ளையர்கள் சிலர் அவளிடம் சென்று சமாதானம் பேசி, அவள் பாதுகாப்புக்கு உத்தரவாதம் தந்ததாலேயே கோட்டையை விட்டு சரணடைய முற்பட்டனர் என்பது ஒரு கருத்து. அப்படி எதுவும் நடக்கவில்லை. அவளுக் கும் புரட்சிக்கும், புரட்சிக்காரர்களுக்கும் எந்தச் சம்பந்தமும் இல்லை. நடந்தது எதுவுமே அவளுக்குத் தெரியாது என்று இன்னொரு கருத்து. இருவேறு கருத்துகள் வரலாற்றில் இடம் பெற்றுள்ளன. எது உண்மை? யாருக்கும் தெரியாது!

எப்படியோ ஜான்சியில் வெள்ளையர் ஆதிக்கம் முடிந்து விட்டது. அடுத்து அரசாளப் போவது யார்? மக்கள் மனத்தில் கேள்வி முளைத்தது!

இதென்ன கேள்வி? அடுத்து அரியணை ஏறவேண்டியவள் லட்சுமி பாய்தானே? இல்லை, அப்போது ஜான்சியின் அரசுரிமைக்குப் போட்டி நிலவியது. கங்காதரனின் உறவினனான சதாசிவ ராவ் என்பவன் மன்னன் இறந்தபோதே ஆட்சியைப் பிடிக்க முயற்சித் தான். ஆங்கிலேயர்கள் ஜான்சியை அபகரித்துக் கொண்டதால் போட்டிக்கு அவசியமில்லாமல் போய்விட்டது. இப்போது வெள்ளையர்கள் அகற்றப்பட்டு ஜான்சி சுதந்தரம் பெற்றுவிட்ட தால் மீண்டும் வாரிசுரிமைப் போட்டி கிளம்பிவிட்டது. சதாசிவ ராவ் ஆட்சியைக் கைப்பற்றிக் கொள்ளத் துடித்தான். புரட்சித் தலைவனான காலாகானுடன் பேச்சு வார்த்தை நடத்த முற்பட்டான்.

கிளர்ச்சிக்குப் பிறகு ஜான்சி முழுவதும் புரட்சிக்காரர்களின் பிடியில்தான் இருந்தது. மொத்தப் பிரதேசத்தையும், கோட்டை கொத்தளங்கள் உட்பட அனைத்தையும் புரட்சி சிப்பாய்கள்தான் காவல் காத்துக் கொண்டிருந்தார்கள்.

ஜான்சியை தன்னிடம் ஒப்படைத்தால் நிறையப் பணம் தருவ தாகவும், பதவி தருவதாகவும் சதாசிவ ராவ், காலாகானுக்கு ஆசை காட்டினான். 'அடடா! புரட்சியின் முடிவில் இப்படி யொரு புதையல் சான்ஸா?'காலாகான் குஷியாகி விட்டான்.

லட்சுமி பாய், மற்றும் சதாசிவ ராவ் இருவரிடமும் ஒரே சமயத்தில் பேரம் பேசத் தொடங்கினான்.

திரை மறைவில் என்ன நிகழ்ந்ததோ தெரியவில்லை. சதாசிவ ராவுக்கும் காலாகானுக்கும் சரிப்பட்டு வரவில்லையா, அல்லது ராணியை நேசித்து வந்த மக்கள் சதாசிவ ராவை ஏற்றுக் கொள்ள மாட்டார்கள் என்பதாலா, ஏதோ காரணத்தால் காலாகான், ஜான்சி ராஜ்ஜியத்தை லட்சுமி பாயிடம் ஒப்படைத்து விட்டான். மூன்று லட்ச ரூபாய் பேரம் பேசி கடைசியாக ஒரு லட்ச ரூபாயை ராணியிடம் பெற்றுக் கொண்டவன் தன்னுடைய புரட்சி சிப்பாய்களுடன் டெல்லிக்கு புறப்பட்டுப் போய் விட்டான்.

மக்களின் விருப்பப்படியே கோலாகலமான வாழ்த்துகளுடன் அரியணை ஏறிவிட்டாள் லட்சுமி பாய். வெறும் பதினோரு மாத காலம்தான் அவள் அரசாண்டாள் என்றாலும், அதுவரை ஜான்சியை ஆண்ட மன்னர்களை விட வெகு சிறப்பாகவே அரசை நிர்வகித்தாள் என்பது நிஜம்.

லட்சுமி பாய் ஆட்சிப் பொறுப்பை ஏற்றதுமே, காவல் அதிகாரிகள், ராணுவத் தலைவர்கள், நீதிபதிகள், மந்திரிகள் என எல்லாத் துறைகளுக்கும் சாதி மதம் பாராமல் திறமையான ஆட்கள் நியமிக்கப்பட்டார்கள். கடுமையான சட்ட திட்டங்கள் அமலாக்கப்பட்டன. மக்கள் நலனுக்கான திட்டங்கள் தீட்டப் பட்டு செயல்படுத்தப்பட்டன. வெள்ளையர்களால் நிறுத்தி வைக்கப்பட்டிருந்த கோயில்களுக்கான மான்யங்கள் மீண்டும் அளிக்கப்பட்டன. தினமும் தனது அரசவையில் மக்களை நேரடியாகச் சந்தித்து அவர்களின் குறைகளைக் கேட்டுப் போக்கினாள் ராணி லட்சுமி பாய். ஜான்சியில் மிகப் பெரிய நூலகத்தை உருவாக்கினாள். பல மொழிகளிலும் உள்ள நூல் களை மொழி பெயர்க்கச் செய்தாள்.

ஆங்கிலேயர்களுக்கு மனம் பொறுக்கவில்லை. அந்தச் சமயம் வட இந்தியா முழுவதும் புரட்சி வெடித்து களேபரம் மூண்டதால் உடனடியாக ஜான்சியின் மீது நடவடிக்கை எடுக்க வழியில்லாமல் போனது. ஆனாலும் ஜான்சியின் மீதான பிடியை இழக்க விரும்பாத வெள்ளை அரசு, சிப்பாய் கலகத்தைத் தூண்டிவிட்டதாகவும், ஜான்சியில் நடந்த வெள்ளையர் படுகொலைக்கு உடந்தையாக இருந்தாள் என்றும் ராணியைக்

குற்றம் சாட்டியது. லட்சுமி பாயிடம் விளக்கம் கேட்டுக் கடிதம் அனுப்பியது.

புரட்சியைத் தூண்டி விட்டாள் என்கிற குற்றச்சாட்டு பற்றி லட்சுமி பாய் கவலைப்படவில்லை என்றாலும், வெள்ளையர் கள் தன்னை ஒரு கொலைகாரியாக சித்திரித்ததை அவளால் சகித்துக் கொள்ளமுடியவில்லை. கம்பெனியின் தலைமைக்குக் காரசாரமாக பதில் கடிதம் அனுப்பி வைத்தாள். உண்மையான நிகழ்வுகளை ஒளிவு மறைவில்லாமல் எழுதி, அதில் தன் தரப்பு நியாயங்களை விளக்கமாக எடுத்து வைத்திருந்தாள்.

வெள்ளை அரசுக்கு ராணியின் மீதான சந்தேகம் தீரவில்லை. ஆனால் வேறு வழியிருக்கவில்லை. அப்போதைக்கு ராணியின் விளக்கத்தை ஏற்றுக் கொண்டு கம்பெனிக்குக் கீழ்ப்பட்ட அரசியாக லட்சுமி பாயை அங்கீகரித்தது. தவறாமல் கப்பம் கட்டச் சொல்லிக் கட்டளையிட்டது.

தாற்காலிகமாக பிரிட்டிஷ் பிரச்னை முடிந்தது என்று நினைத்த போது, அடுத்தடுத்த பிரச்னைகள் லட்சுமி பாய் முன் வந்து வரிசை கட்டி நின்றன. ஜான்சி ராஜ்ஜியம் லட்சுமி பாயின் கைக்குச் சென்றதில் எரிச்சல் கொண்டிருந்த சதாசிவ ராவ் ஆங்காங்கே ஆட்களைப் பொறுக்கிச் சேர்த்துக் கொண்டு ஜான்சியின் எல்லைப்பகுதியில் ஓயாமல் தொல்லை கொடுத்துக் கொண்டிருந்தான். ஜான்சியின் படை வீரர்கள் பலமுறை அவனைத் தாக்கி விரட்டிய போதும் அவன் அடங்காதது மட்டு மில்லாமல், ஜான்சி பிரதேசத்தின் குராரா கோட்டையையும் கைப்பற்றிக் கொண்டான். ராணியின் படை புறப்பட்டுச் சென்று சதாசிவ ராவை தோற்கடித்துக் கைது செய்தது. இழுத்து வந்து சிறையில் தள்ளிப் பூட்டியது.

ஜான்சிக்கு அடுத்த ஆபத்து அண்டை நாடுகளான ஓர்ச்சா, டாட்யா மூலம் வந்தது. ஆதிகாலத்திலிருந்தே மராட்டிய நாடான ஜான்சியை வெறுத்து வந்த அந்த ராஜபுத்திர நாடுகள் புரட்சி ஏற்பட்ட சமயம் பார்த்து ஜான்சியின் மீது போர் தொடுத் தன. இரண்டு நாடுகளை எதிர்க்குமளவுக்கு ஜான்சியில் படை பலம் இல்லை. லட்சுமி பாய் கிழக்கிந்தியக் கம்பெனியின் உதவியை நாடினாள். ஜபல்பூர் கமிஷனர் படை உதவி அனுப்புவ தாகச் சொல்லி நாட்களைக் கடத்தினானே தவிர, சிறு துரும்பை யும் அசைக்கவில்லை. ஓர்ச்சாவும் டாட்யாவும் வெள்ளை

விசுவாசிகள் ஆயிற்றே; திமிர் பிடித்த ராணிக்காக அவர்களை எதற்குப் பகைத்துக் கொள்ளவேண்டும்?

லட்சுமி பாய் சூழலைப் புரிந்து கொண்டாள். வெள்ளையரை வெறுத்த பான்பூர் மன்னனின் உதவியைப் பெற்று ஓர்ச்சா படைகளைத் தோற்கடித்துத் துரத்தினாள். டாட்யா படை பின் வாங்கி ஓடிப் போனது. ராணி லட்சுமி பாய் மனத்தில் அப்போது ஒரு தீர்மானம் உருவாகியிருந்தது. 'ஆபத்துக் காலத்தில் உதவிக்கு வராத வெள்ளையருக்கு ஜான்சி இனி அடிபணியாது! கப்பம் கட்டாது. ஜான்சி இனி சுதந்தர நாடு'

பிரிட்டிஷாரை எதிர்கொள்ளத் தயாராக ஜான்சியை பலப் படுத்தினாள். நாடெங்கிலும் இருந்து ராணுவத்துக்கு புதிதாக ஆட்கள் சேர்க்கப்பட்டார்கள். லட்சுமி பாயின் மீது அன்பும் மதிப்பும் கொண்ட மக்கள் கூட்டம் கூட்டமாக ஆர்வத்துடன் வந்து படையில் சேர்ந்து கொண்டார்கள். ஆயுதப் பட்டறைகள் இரவும் பகலுமாக இயங்கின. ஏராளமான ஆயுதங்கள், வெடி மருந்துகள் தயாரிக்கப்பட்டு குவிக்கப்பட்டன. ஜான்சியின் கோட்டை சீர்படுத்தப்பட்டது.

கிழக்கிந்தியக் கம்பெனிக்கு லட்சுமி பாயின் போக்கு புரிந்துவிட்டது. உடனடியாக ஜான்சியின் மீது போர் தொடுத்து அதைக் கைப்பற்றுமாறு உத்தரவிட்டது. ராபர்ட் ஹாமில்டன் என்பவன் நியமிக்கப்பட்டான். அவன், மேஜர் ஜெனரல் ஹியூ ரோஸ் தலைமையில் பம்பாயிலிருந்து ஒரு படையை வட கிழக்கு வழியாக பயணித்து கால்ஃபியை நோக்கி முன்னேறச் சொன்னான். கால்ஃபிக்கு முன்னதாகவே போகும் வழியிலேயே ஜான்சியைத் தாக்கிக் கைப்பற்ற வேண்டிய பொறுப்பு ஹியூ ரோஸ்க்கு.

ஹியூ ரோஸுக்கு உதவியாகச் சென்று சேரும்படி, ஜபல்பூரி லிருந்தும் விட் லாக்கின் தலைமையில் ஒரு படையை வேறு மார்க்கத்தில் அனுப்பி வைத்தான். போகும் வழியெல்லாம் புரட்சிப் பகுதிகளைத் தாக்கிக் கொண்டே சென்று இறுதியாக அப்படை ஹியூ ரோஸுடன் சேர்ந்து கொள்ளும்.

1958 ஜனவரி மாதம் 6ம் தேதி ஜெனரல் ஹியூ ரோஸின் படை பம்பாயின் இந்தூருக்குப் பக்கத்திலிருந்த 'மோ'படைத்தளத்தி லிருந்து புறப்பட்டது. படைகள் இரண்டாகப் பிரிந்து

முன்னேறின. ஒரு அணி சந்தேரிக் கோட்டை வழியாகவும், மற்றொரு அணி ரெய்கர் கோட்டை நோக்கியும் சென்றன.

மத்தியப் பிரதேசத்தைத் தொட்டதுமே ஜனவரி 24ம் தேதி தொடங்கி வரிசையாகப் போர்கள் நடந்தன. ரெய்கர் கோட்டையின் புரட்சி வீரர்கள் தோற்கடிக்கப்பட்டு கோட்டை வெள்ளையர் வசமாகியது. அதற்கடுத்த படியாக பிப்ரவரி மாதம் ஸாகர் கோட்டை கைப்பற்றப்பட்டது. புரட்சி வீரர்களின் முற்றுகை காரணமாக எட்டு மாதங்களாக அக்கோட்டைக்குள் அடைபட்டிருந்த வெள்ளையர்கள் பத்திரமாக மீட்கப்பட்டனர். மார்ச் 10ம் தேதி வெள்ளையரை எதிர்த்த பான்பூர் மன்னன் வீழ்த்தப்பட்டான். இனி அடுத்த இலக்கு ஜான்சிதான்!

வெற்றிகளை வாரிக் குவித்தபடி வந்த ஹியூ ரோஸ் ஜான்சிக்கு பதினான்கு மைல் தூரத்தில் வந்து முகாமிட்டான். 'மோ'வி லிருந்து புறப்பட்ட மற்றொரு அணி தன்னுடன் வந்து சேர்ந்து கொள்வதற்காகக் காத்திருந்தான். அந்த அணி பிப்ரவரி 17ம் தேதி சந்தேரி கோட்டையைக் கைப்பற்றிய பிறகு ஹியு ரோஸுடன் வந்து இணைந்து கொண்டது. ஜபல்பூரிலிருந்து புறப்பட்ட படையும் வந்து சேர்ந்து கொண்டது. இனி ஜான்சியின் மேல் பாய்ந்து விடலாம்!

22

ஆங்கிலேயர்களை அலைக்கழித்த லட்சுமி பாய்

ஜான்சி முற்றுகைக்கு ஹியூ ரோஸ் வியூகம் வகுத்துத் தயாரானபோது, ஓர் இடைஞ்சல் வந்து சேர்ந்தது! தலைமை ஆளுநர் கேனிங்கிடமிருந்தும், தலைமைத் தளபதி கேம்பலிடமிருந்தும் அவசரத் தந்திகள் வந்து அலறியது.

'ஜான்சிக்கு கிழக்கேயுள்ள சர்க்காரி நாட்டை தாத்தியா தோபே தாக்கிக் கொண்டிருக்கிறார். நமது நண்பரான சர்க்காரி மன்னனுக்கு பிரிட்டிஷ் படையின் உதவி தேவைப்படுவதால் நீங்கள் உடனடியாக சர்க்காரிக்குப் புறப்பட்டுச் செல்லவும்!'

ஹியூ ரோஸ் மனம் சலித்துப் போனான். ஜான்சி வந்து சேர்வதற்குள்ளாக வெள்ளைப் படைகள் பட்ட கஷ்டம் கொஞ்ச நஞ்சமல்ல. ராணி லட்சுமி பாய் அவர்களை வாட்டி வதைப்பதற்கென்றே திட்டமிட்டுச் செயல்பட்டிருந்தாள்.

வெள்ளைப் படைகள் வெயிலில் பொசுங்கிச் சாகட்டும் என்று ஜான்சி வரும் வழியெங்கும் நிழல்

தரும் மரங்களை வெட்டி வீழ்த்தியிருந்தாள். வயல்கள் எல்லாம் ஒரு சோளக் கதிர் கூட வெள்ளையர்களுக்குக் கிடைக்காதபடி தீ வைத்துக் கொளுத்தப்பட்டிருந்தன. ஒரு சொட்டுக் குடி தண்ணீரும் கிடைக்காமல் நீர் நிலைகள் அனைத்தும் பாழாக்கப் பட்டிருந்தன. சில குளங்களில் விஷமும் கலக்கப்பட்டிருந்தது. ஆடு, மாடு, கோழிகள் கூட கையில் சிக்காதபடி அருகாமை கிராமங்கள் அத்தனையும் காலி செய்யப்பட்டு உணவுப் பொருள் ஒன்றும் கிடைக்கவில்லை. குவாலியர் மன்னன் சிந்தியாவும், ஓர்ச்சா ராணி லர்கி பாயும் உதவியிருக்காவிட்டால் வெள்ளைப் படைகள் ஜான்சி வந்து சேரும் முன்பாகவே சுருண்டு விட்டிருக்கும்.

இத்தனை துன்பங்களைத் தாங்கிக் கொண்டு, பழிக்குப் பழி வாங்க ஜான்சியை நெருங்கி விட்ட சமயத்தில், இங்கிருந்து 80 மைல் தாண்டி உள்ள சர்க்காரி நாட்டைக் காப்பாற்றச் சென்றால் இதுவரை பெற்ற வெற்றிகளுக்கு அர்த்தமில்லாமல் போய் விடும். அதற்குள் ஜான்சிக்கு மேலும் சில நாடுகளின் உதவிப் படைகள் வந்துவிட்டால் பின் ஜான்சியை பிடிக்க முடியாமலே போனாலும் போகலாம். ஹியூ ரோஸ் அஞ்சினான். ஆனால் இந்த யதார்த்தத்தை எல்லாம் தலைமையிடம் சொல்லிக் கொண்டு இருக்க முடியாது. பிடிக்கிறதோ இல்லையோ, தலைமையின் கட்டளைக்கு அடிபணிய வேண்டியது ஒவ்வொரு பிரிட்டிஷ் சோல்ஜரின் கடமை.

ஹியூ ரோஸ் இயலாமையுடன் கைகளைப் பிசைந்து கொண்ட போது, ஹேமில்டன் அவனுக்கு துணை நின்றான்.

'மிஸ்டர் ரோஸ் கவலைப்படாதீர்கள். இந்தப் பிரச்னையை நான் பார்த்துக் கொள்கிறேன். உங்கள் விருப்பப்படியே நீங்கள் ஜான்சியின் மீது யுத்தம் நடத்துங்கள். நான் எதிர்பார்ப்பது சரியாக இருந்தால் ஜான்சிக்கு உதவி செய்வதற்காக தாத்தியா தோபே சர்க்காரி யுத்தத்தை விட்டு அவரே இங்கு ஓடோடி வருவார். நமக்கு வேலை சுலபமாகி விடும். இந்தக் காரணத்தையே நான் தலைமைக்கு எழுதி விடுகிறேன். நிச்சயம் அவர்கள் இதை ஏற்றுக் கொள்வார்கள்.'

பிப்ரவரி 22-ம் தேதி ஹியூ ரோஸ் ஜான்சியின் மீதான முற்றுகைப் போரைத் தொடங்கினான். வெள்ளை பீரங்கிகள் ஜான்சியை நோக்கிச் சீறின. நெருப்புக் குண்டுகளை உமிழ்ந்தன. வெள்ளைச்

சிப்பாய்கள் இடைவிடாமல் வெறித் தாக்குதல் நடத்தினார்கள். ஜான்சியின் மதில்களைச் சிதைக்க முயன்றார்கள்.

ஜான்சி கோட்டை உயர்ந்த மலைப் பாறைகளுக்கு மேல் கருங்கற்களால் கட்டப்பட்ட திடமான கோட்டை. பத்து அடி அகலமும், 20 அடி உயரமும் கொண்ட அக்கோட்டையை லட்சுமி பாய், மேலும் பலப்படுத்தி யுத்தத்துக்கான வசதிகளை தானே திட்டமிட்டு உருவாக்கியிருந்தாள். சிப்பாய்கள் வசதி யாக நின்று எதிரிகளைத் தாக்குவதற்கான காவல் அரண்கள், ரகசிய பீரங்கி அறைகள், ஆயுதங்களைக் குவித்து வைப்பதற் கான அறைகள் எல்லாம் அதிகப்படியாக நிர்மாணிக்கப் பட்டிருந்தன.

ஆனால் வெள்ளைப் படைகளுடன் ஒப்பிடும்போது ஜான்சியின் படைபலம் மிகவும் குறைவுதான். அதிலும் பயிற்சி பெற்ற சிப்பாய்கள் கால் சதவிகிதம் கூட இல்லை. என்றாலும் ஜான்சியின் படை வீரர்கள், வெள்ளைப் படைச் சிப்பாய்களைப் போல கூலிக்கு மாரடிக்காமல், கடமைக்காகப் போரிடாமல், அந்நியருக்கு எங்கள் நாட்டை விட்டுத் தரமாட்டோம் என்று உணர்வுபூர்வமாக வீரத்துடன் போரிட்டார்கள்.

வெள்ளையரின் பீரங்கித் தாக்குதலால் கோட்டை மதில்கள் சேதமடைந்ததுடன், குண்டுகள் நகருக்குள்ளும் விழுந்து வீடுகள், மாளிகைகள் நொறுங்கி தீப்பிடித்து எரிந்தன. குடி மக்கள் ஒன்று திரண்டு அவ்வப்போது தீயணைக்கும் முயற்சியில் இறங்கினார்கள். வீரர்களுக்கு ஆயுதங்கள், குண்டுகள், வெடி மருந்துகள் எடுத்துத் தந்து உதவினார்கள். ஓடோடிச் சென்று உணவும், தண்ணீரும் கொடுத்தார்கள். வீரர்கள் காயமடைந்த போது அவர்களை மருத்துவ சாலைக்குத் தூக்கிச் சென்று காப்பாற்றினார்கள். வெள்ளையர் குண்டுகளால் தகர்க்கப்பட்ட பீரங்கி மேடைகளை இரவுக்கிரவே சரி செய்தார்கள். ஆயுதப் பட்டறைகளின் ஆயுதத் தயாரிப்புகளில் தாங்களும் இரவு பகல் பாராமல் ஈடுபட்டார்கள். மொத்தத்தில் ஜான்சி முழுவதுமே அந்தப் போரில் பங்கு கொண்டு இயங்கியது.

ராணி லட்சுமி பாய், படை முழுவதற்கும் பொறுப்பேற்று போரை, தானே தலைமை வகித்து நடத்தினாள். யுத்த நடவடிக்கைகள், தாக்குதல் வியூகங்கள் போன்றவற்றை அவளே மேற்பார்வையிட்டாள். ஒவ்வொரு வீரனிடமும் சென்று

உற்சாகப்படுத்தித் தூண்டினாள். எங்கும் எங்கெங்கும் சுழன்று சுழன்று அனைத்தையும் கவனித்தாள்.

ஒரு மாத காலத்துக்கு மேலாகியும் முற்றுகைப் போர்தான் தொடர்ந்ததே தவிர, வெள்ளையர்களால் ஜான்சி கோட்டையை நெருங்கக்கூட முடியவில்லை. அவர்களை மேலும் கிலியில் ஆழ்த்த வந்து விட்டார் தாத்தியா தோபே.

சர்க்காரி மன்னனை ஜெயித்து அவனிடமிருந்து 24 பீரங்கிகளைக் கைப்பற்றிக் கொண்டு, அபராதமாக மூன்று லட்ச ரூபாய் பணத்தையும் பெற்றுக் கொண்டு பெரும் படையுடன் ஜான்சியை நோக்கி வந்து கொண்டிருந்தார் தாத்தியா தோபே. அவரது படையில் 22000 வீரர்கள் இருந்தனர்.

தாத்தியா தோபே வருவார் என்பது ஹியூ ரோஸும், ஹேமில்டனும் எதிர்பார்த்ததுதான் என்றாலும் படை வீரர்களின் எண்ணிக்கைதான் அவர்களை பயமுறுத்தியது. ஜான்சிக்கு வரும் தாத்தியாவின் படை பின்புறமும், அதே சமயத்தில் கோட்டையைத் திறந்து கொண்டு ராணி லட்சுமி பாயின் படை முன்புறமும் வெள்ளைப் படைகளைத் தாக்கினால் தாங்கள் உருளைகளின் மத்தியில் சிக்கிய கரும்பு போல சக்கையாகிப் போய் விடுவோம் என்று தோன்றியது.

ஹியூ ரோஸ், தாத்தியாவின் படை ஜான்சிக்கு வரும் முன்பாகவே தடுக்க நினைத்தான். ஜான்சி முற்றுகையைத் தொடர்ந்தபடியே படையின் இன்னொரு பிரிவுடன் ரகசியமாக முன்னேறிச் சென்று, பேட்வா நதிக்கரையில் தாத்தியாவின் படை மீது திடீரெனப் பாய்ந்து தாக்கினான்.

ஜான்சியை நெருங்கும் முன்பாகவே வெள்ளையரின் இந்தத் திடீர்ப் பாய்ச்சலை எதிர்பார்க்காத தாத்தியாவின் படை மிரண்டு போனது. ஏப்ரல் 1 ம் தேதி, இரு தரப்புக்கும் நடந்த போரில் புரட்சிப் படை பலத்த சேதத்தைச் சந்தித்தது. ஏராளமான புரட்சி சிப்பாய்கள் சுதாரித்துக் கொள்ளும் முன்பாகவே உயிரிழந்து போனார்கள். மற்றவர்கள் பயந்து போய் பின் வாங்கி ஓட்டமெடுத்தார்கள். அவர்களைப் பின் தொடர்ந்து துரத்திச் சென்ற வெள்ளைப் படை மேலும் 1500 சிப்பாய்களைக் கொன்று குவித்தது. மிஞ்சிய வீரர்களுடன் தாத்தியா கால்ஃபிக்கு தப்பியோடினார்.

தாத்தியாவின் படை உதவி ஜான்சிக்குக் கிடைக்காமல் போனது ஏமாற்றத்தை அளித்தாலும் லட்சுமி பாய் மனம் சோர்ந்து விடவில்லை. வெற்றி அல்லது வீர மரணம் என்பதை அவள் எப்போதோ நிச்சயித்துவிட்டிருந்தாள்.

ஏப்ரல் 3ம் தேதி வெள்ளையரின் இறுதித் தாக்குதல் தொடங்கியது. பீரங்கிகள் விடாமல் கர்ஜித்த குண்டுச் சீறலில் கோட்டை மதில்கள் விரிசலடைந்தன. வெள்ளைப் படையின் ஒரு பிரிவு கோட்டையின் பிரதான வாசலை உடைத்தெறியும் முயற்சியில் இறங்கியது. ஆங்கிலேய சிப்பாய்கள் பல இடங்களிலும் ஏணி வைத்து கோட்டையின் மீது ஏற முயன்றார்கள். ஜான்சி வீரர்கள் உக்ரத்துடன் அதைத் தடுத்துப் போரிட்டார்கள். ஆக்ரோஷத்துடன் வெள்ளையரின் தலைகளைச் சீவித் தள்ளினார்கள். துப்பாக்கியால் சுட்டுக் கொன்றார்கள். மதில்களின் மீது இரு தரப்புக்கும் நடந்த சண்டையில் மனித உயிர்கள் மானாவாரியாக காலாவதியாகின. சடலங்கள் சரிந்து கொண்டேயிருந்தன.

அதற்குள்ளாகவே வெள்ளைப் படையின் வேறொரு பிரிவு, ஜான்சியின் பலவீனமான தெற்கு வாசலை வீழ்த்தி கோட்டைக்குள் பிரவேசித்தது. அதைத் தொடர்ந்து ஹியூ ரோஸின் மொத்தப் படையும் கோட்டைக்குள் நுழைவது சுலபமாகிவிட்டது. ஆனாலும் தொடர்ந்து முன்னேற முடியாமல், ஜான்சியின் புரட்சி படை உயிரைப் பணயம் வைத்து வீராவேசமாகப் போரிட்டது. கடுமையான போர். ஜான்சியின் வீரர்கள் ஒவ்வொருவரும் உயிர் போகும் நொடி வரை மனம் தளராமல் சண்டையிட்டபடியே உயிரிழந்தனர். வீரர்கள் மட்டுமல்ல, ஜான்சியின் குடி மக்களும் கூட தங்களால் முடிந்தவரை வெள்ளைச் சிப்பாய்களைத் தாக்கி வெட்டிக் கொன்றனர்.

கோபமடைந்த வெள்ளையர் படை மூன்று பிரிவாகப் பிரிந்து ராஜ்ஜியத்துக்குள் முன்னேறியது. வழி நெடுகிலும் எதிர்பட்ட மக்களைக் கொன்று குவித்தும், வீடுகள், கோயில்களை இடித்துப் போட்டும், தீ வைத்துக் கொளுத்தியும் வெறியாட்டம் ஆடினர். மருத்துவ சாலைகளைக் கூட விட்டு வைக்கவில்லை. ராணி லட்சுமி பாய் வெகு விருப்பத்துடன் நிர்மாணித்த நூலகமும் அழிக்கப்பட்டது. ஜோகன்பாக் நந்தவன வெள்ளை அகதிகளின் கொலைக்கு பழி தீர்க்கும் விதமாக ஜான்சி சீரழிக்கப்பட்டது. மக்கள் கொத்துக் கொத்தாகக் கொல்லப்பட்டனர்.

ஆங்கிலேயர்களாலேயே நம்ப முடியவில்லை. ஆம்! அவர்கள் வெற்றி பெற்றுவிட்டார்கள். ஜான்சி வீழ்ந்துவிட்டது. மொத்தப் படையும் அரண்மனை நோக்கி விரைந்தது. அரண்மனையைக் கைப்பற்றிய வெள்ளைப் படை சிப்பாய்கள் வெறியாட்டம் போட்டார்கள். எதிர்த்த ராணியின் சிப்பாய்களை ஒருவர் பாக்கி யில்லாமல் வெட்டிப் போட்டனர். அரண்மனை களேபரமாகி யது. சிப்பாய்கள் ஓரிடத்தையும் விட்டு வைக்காமல் தேடித் தேடிக் கொள்ளையடித்தனர். ராணி லட்சுமி பாயும் சரி, மற்ற புரட்சித் தலைவர்களும் சரி, கைக்குச் சிக்கவில்லை. லட்சுமி பாய் முன் தினம் இரவே ஜான்சியை விட்டு வெளியேறியிருந் தாள். அவள் தந்தை தாம்பே மட்டும் வெள்ளையர் கையில் சிக்கி தூக்கிலிடப்பட்டார். வெள்ளையர் படையின் ஒரு பிரிவு தப்பித்துப் போன ராணியைத் தேடி துரத்திச் சென்றது.

லட்சுமி பாய் ஆப்கானிஸ்தான் வீரர்கள் கொண்ட ஒரு சிறு படையின் பாதுகாப்பில் சில அந்தரங்கத் தோழிகள் உடன்வர குதிரையில் விரைந்து கொண்டிருந்தாள். அவளைத் துரத்தி வந்த வெள்ளையர் படை பந்தீர் கிராமத்துக்கு அருகில் சுற்றி வளைத்தது. ஆணுடை தரித்து, வளர்ப்பு மகன் தாமோதரனை முதுகில் வைத்துக் கட்டிக் கொண்டு குதிரையில் வீற்றிருந்த லட்சுமி பாய் பெண் புலியாகப் பாய்ந்தாள்.

இருபதே வயதான ஓர் இளம்பெண் கையில் வாளுடன் போர்க் களத்தின் மத்தியில் சூறாவளியாகச் சுழன்று தாக்குவதையும், அவளது வாள் வீச்சில் பறங்கியர்களின் தலைகள் பனங்காயைப் போல் தெறித்து விழுவதையும் கண்டு ஆங்கிலேயர்கள் அதிச யித்துப் போனார்கள். ஆத்திரம் கொண்டார்கள். லட்சுமி பாயை வீழ்த்தும் ஆவேசத்துடன் அடுக்கடுக்காக முன்னேறினார்கள். நெருங்கவே முடியாதபடி அவள் நெருப்பு போல் சீறினாள். படைத் தளபதி பௌகர், லட்சுமி பாயால் பலத்த காயமடைந்து வீழ்ந்தான். வெள்ளைப் படையினர் மிரண்டு போய் நின்றார்கள். அவர்கள் திகைத்து நின்ற விநாடியில் குதிரையை மின்னலாகப் பறக்கவிட்டு கண்ணெதிரே தப்பித்து விட்டாள் லட்சுமி பாய். கால்ஃபிக்குச் சென்று அடைக்கலமாகி விட்டாள்.

•

கால்ஃபிதான் அப்போது புரட்சித் தலைவர்கள் கூடாரமாகி யிருந்தது. கால்ஃபியின் பேஷ்வாவான ராவ் சாகிப் நானா

சாகிப்பின் உறவினர். புரட்சியை ஆதரித்த ராவ் சாகிப் புரட்சித் தலைவர்களுடன் சேர்ந்து அடுத்தகட்ட ஆலோசனையில் இறங்கினார். ஜான்சியை விட்டு ராணி லட்சுமி பாய் விரட்டப் பட்டது அனைவரையும் ஆவேசப்படுத்தியிருந்தது. எப்பாடு பட்டாவது ஜான்சியை வெள்ளையர் பிடியிலிருந்து மீட்க நினைத்த லட்சுமி பாய்க்கு உதவி செய்வதென்று அனைவரும் தீர்மானித்தார்கள். லட்சுமி பாய்க்கு ஆதரவாக தாத்தியா தோபே, பண்டா நவாப், ஸாகர் மன்னன், பான்பூர் ராஜா போன்ற பல சிற்றரசர்கள் அணிவகுத்தார்கள்.

லட்சுமி பாயின் ஆலோசனைப்படி அனைவரின் படையையும் ஒரே தலைமையின் கீழ் ஒன்று திரட்டிய ராவ் சாகிப், அப் படைக்கு லட்சுமி பாயே தலைமை வகிக்கட்டும் என்றார். ராவ் சாகிப்பின் இந்த முடிவு தாத்தியா தோபேக்குப் பிடிக்கவில்லை. ஒரு பெண்ணின் தலைமையில் ஆண் புரட்சியாளர்கள் திரண்டு செல்வது கேலிக்குரிய விஷயம் என்று கருதினார். தானே தலைமையேற்பதாகச் சொல்லி அனைவரின் சம்மதத்தையும் பெற்றார். லட்சுமி பாயின் சில ஆலோசனைகளையும் அவர் காதில் வாங்கவேயில்லை. ஜான்சியை நோக்கிப் புறப்பட்டார்.

கால்ஃபியை நோக்கி வந்து கொண்டிருந்த ஹியூ ரோஸு ம், தாத்தியாவும் கஞ்ச் பகுதியில் மோதிக் கொண்டார்கள். வெள்ளையர்கள் வெப்பத்தைத் தாங்கமாட்டார்கள் என்பதால் வேண்டுமென்றே உச்சிப் பொழுதில் யுத்தத்தைத் தொடங்கிய தாத்தியா தோபே ஆரம்பத்தில் எதிரிகள் படையில் மிகுந்த சேதத்தையும் ஏற்படுத்தினார். ஆனால் எந்தப் பயனுமில்லை.

ஒழுங்கு, ஒற்றுமை, கட்டுப்பாடு எதையுமே மேற்கொள்ளாத புரட்சிப் படையினர் தலைமையின் திட்டமான உத்தரவுகளை கடைபிடிக்கத் தவறி விட்டனர். ஒவ்வொரு ராஜாவும் அவரவர் படையுடன் அவரவர் விருப்பப்படி இயங்கினர். இதன் காரணமாகவே கட்டுக்கோப்பாக அணிவகுத்துத் தாக்கிய, பலமான வெள்ளை ராணுவப் படையால் வெகு சுலபமாக சிதறடிக்கப்பட்டனர். வெள்ளையரின் ஆவேசத் தாக்குதலை எதிர்கொள்ள முடியாமல் மிரண்டு போயினர். பயந்து பின் வாங்கி கால்ஃபிக்குள் சென்று புகுந்து கொண்டனர். கஞ்ச் தோல்விக்குக் காரணமாக ஒருவரையொருவர் குற்றம் சாட்டி சண்டையிட்டுக் கொண்டனர்.

அதற்குள்ளாகவே ஹியூ ரோஸ் தனது படைகளுடன் கால்ஃபியை நெருங்கி விட்டிருந்தான். லட்சுமி பாய் புரட்சித் தலைவர்களை சமாதானப்படுத்தி ஒன்றுபடுத்தினாள். எல்லோரும் கூடி மிச்சம் மீதியிருந்த படைகளைத் திரட்டிக் கொண்டு புறப்பட்டார்கள். கால்ஃபியை நெருங்கிவிட்ட ஹியூ ரோஸை முழு வேகத்துடன் தாக்கினார்கள்.

பலமான யுத்தம்தான், ஆக்ரோஷமான போர்தான். தாத்தியா தோபேவும், லட்சுமி பாயும் எத்தனைதான் வீரத்துடனும், சாதுர்யத்துடனும் போரிட்ட போதிலும் வெள்ளைப் படையை புரட்சி வீரர்களால் ஜெயிக்க முடியவில்லை. வெள்ளையர்கள் அவர்கள் பயன்படுத்திய ஒட்டகங்களின் காரணமாகவே புரட்சிக் காரர்களின் பலத்த மோதலையும், ஆவேசத் தாக்குதலையும் எளிதாக சமாளித்து விட்டார்கள். அதிகப்படியான ஆயுத பலமும் அவர்களின் வெற்றிக்கு வழி வகுத்தது.

ஆங்கிலேயர்களின் தொடர்ச்சியான பீரங்கிப் பிரயோகமும், துப்பாக்கிகளின் இடைவிடாத சீறலும் புரட்சிக்காரர்களை முன்னேற விடாமல் அடித்துத் துரத்தியது. மாண்டவர்கள் போக மிச்சமிருந்தவர்கள் அனைவரும் நாலாபுறமும் பிரிந்து பின் வாங்கி ஓடிவிட்டார்கள். இதனால் வெள்ளையருக்கு கால்ஃபியை வளைப்பது எளிதாகிவிட்டது. அவர்கள் உள்ளே நுழைந்ததுமே ஒட்டுமொத்தப் புரட்சித் தலைவர்களும் கால்ஃபியை விட்டு வெளியேறினார்கள். வெள்ளையரின் கைக்குச் சிக்காமல் தலைமறைவாகி தப்பித்தார்கள். கால்ஃபியும் வெள்ளையர் வசமாகியது.

நாடுகளைக் கைப்பற்றி விட்டாலும், அதன் நாயகர்களை வளைக்காதவரை வெற்றி நிரந்தரமில்லை என்பது வெள்ளை யருக்கு திட்டமாகப் புரிந்தது. ஒட்டுமொத்தப் புரட்சித் தலைவர் களையும் பிடித்து அழிப்பதற்காக எல்லாப் படைகளையும் களத் தில் இறக்கி தேடுதல் வேட்டையைத் தொடங்கினார்கள்.

23

ராணி லட்சுமி பாயின் முடிவு

இன்னமும் மனம் தளராமல் இருந்தவர்கள் ராணி லட்சுமி பாயும், தாத்தியா தோபேயும்தான். ஹிந்துஸ்தானத்தின் சூழலை அலசிப் பார்த்து லட்சுமி பாயின் மனம் வேகமாகக் கணக்குப் போட்டுக்கொண்டிருந்தது. வெள்ளையர் மீதான அடுத்த நடவடிக்கைக்கு வியூகம் வகுத்தது.

அப்போது அவளும் ராவ் சாகிப்பும் ஜான்சிக்கு அருகேயிருந்த கோபால்பூரில் பதுங்கியிருந்தனர். தாத்தியா தோபேவும் தகவல் அறிந்து அங்கே வந்து சேர்ந்திருந்தார். லட்சுமி பாய் தான் வகுத்திருந்த திட்டத்தை விளக்கினாள்.

'நமக்கென்று ஒரு ராஜ்ஜியமோ, கோட்டை கொத்தளமோ இல்லாமல் வெள்ளையரை வெட்டவெளியில் எதிர்ப்பதென்பது முடியாத காரியம்.இப்போது நமக்கிருக்கும் ஒரே வழி பக்கத்திலிருக்கும் குவாலியர் ராஜ்ஜியம்தான். குவாலியர் கோட்டை நமக்குக் கிடைத்தால் அங்கிருந்து கொண்டு நாம் ஆங்கிலேயரை எதிர்ப்பது சுலபம்!'

‘ஆனால் குவாலியர் சிந்தியா பறங்கியரின் பரம விசுவாசி யாயிற்றே?’- என்றார் ராவ் சாகிப்.

‘அதனாலென்ன? முயற்சித்தால் முடியாதது எதுவுமில்லை. பேசிப் பார்ப்போம். நம் பக்கம் சேரும்படி வலியுறுத்துவோம். அப்படி அவன் நமக்கு உதவி செய்ய மறுத்துவிட்டால் படை யெடுத்துச் சென்று பணிய வைப்போம். அவனது கோட்டை யைக் கைப்பற்றுவோம். அங்கிருந்து ஆங்கிலேயருடனான போரைத் தொடர்வோம்!’என்றார் தாத்தியா.

ராவ் சாகிப்பும், மற்ற சிற்றரசர்களும் குவாலியர் மன்னன் ஜங்கோஜி ராவ் சிந்தியாவுக்கு கடிதம் எழுதி தூது அனுப்பி னார்கள். ஹிந்துஸ்தானத்திலிருந்து வெள்ளையரை விரட்டும் தங்களது முயற்சியில் அவரையும் இணைந்து கொள்ளுமாறு வேண்டுகோள் விடுத்தார்கள். ஆனால், சிந்தியாவின் மனத்தை மாற்ற முடியவில்லை.

புரட்சிக்காரர்களுக்கு உதவ மறுத்து விட்டாரே தவிர, சிந்தியாவின் மனத்தில் பயம் இன்னும் விலகவில்லை. குவாலியரில் 1857 ஜூன் மாதமே ஒரு கிளர்ச்சி தோன்றி முடிந்திருந்தது. அந்தப் புரட்சியின் போது பல ஆங்கிலேயர்களும் கொல்லப்பட்டிருந்தனர். நல்ல வேளையாக கிளர்ச்சிப் படை டெல்லி நோக்கிச் செல்லும் ஆர்வத் தில் அங்கிருந்து புறப்பட்டுப் போய்விட்டதால் சிந்தியா சுதா ரித்துக் கொள்ளமுடிந்தது. அதன்பின் தனது படையை பல மடங்கு கவனமாகக் கண்காணித்து கட்டுப்படுத்திதான் வைத்திருந்தார். ஆனாலும் இன்னமும் படைத் தளத்தின் சிப்பாய்கள் பலரும் புரட்சி யின் மேல் நாட்டம் கொண்டவர்களாக இருப்பது அவருக்குத் தெரிந்துதான் இருந்தது. அதனால்தானே தன்னையும் மீறி கான்பூர் தாக்குதலுக்கான வீரர்களை தாத்தியா தோபே இங்கிருந்தே படை திரட்டிச் செல்லமுடிந்தது. தற்போதும் அதுபோல ஏதாவது நடந்து விடுமோ என்கிற அச்சம் சிந்தியாவை தொற்றிக் கொண்டது. அது தவறான முடிவை நோக்கிச் செலுத்தியது. சிந்தியா தனது படையி லிருந்த மராட்டிய வீரர்களைத் தவிர மற்ற இன சிப்பாய்களை கொஞ்சம் கொஞ்சமாக நீக்கி வெளியேற்றினார். விலக்கப் பட்டவர்கள் அனைவரும் சிறிதும் வருத்தம் கொள்ளாமல் புரட்சிப் படையில் சென்று சேர்ந்துகொண்டனர்.

புரட்சித் தலைவர்கள் மேலும் காலம் தாழ்த்தவேண்டாம் என்று முடிவெடுத்தார்கள். குவாலியரைத் தாக்க படை திரட்டிக்

கொண்டு புறப்பட்டார்கள். ஜூன் 1ம் தேதி சிந்தியாவும் தனது படையுடன் போர்க்களத்துக்குச் சென்றான். ஆனால் அங்கே யுத்தம் நடக்கவில்லை. சிந்தியாவின் படையில் பெரும்பாலான சிப்பாய்கள் தாத்தியா தோபேவால் வசீகரிக்கப்பட்டவர்கள் என்பதால் புரட்சிப் படையினரைப் பார்த்ததுமே ஆரவாரம் செய்தபடி அவர்களுடன் சென்று சேர்ந்துகொண்டனர். சிந்தியா பயந்து போய் போர்க்களத்திலிருந்து தப்பி ஆக்ராவுக்குச் சென்று ஆங்கிலேயர்களிடம் தஞ்சம் புகுந்து கொண்டார்.

குவாலியர் கோட்டை புரட்சிக்காரர்கள் வசமானது. மக்களின் ஆதரவுடனும், அமோக வரவேற்புடனும் புரட்சித் தலைவர்கள் குவாலியருக்குள் நுழைந்தனர். குவாலியரின் கஜானாப் பணம் அவர்களின் காலடியில் கொண்டு வந்து குவிக்கப்பட்டது. அதிலிருந்த இருபது லட்ச ரூபாயும் தலைவர்கள் முதல் அடி மட்ட சிப்பாய்கள் வரை அனைவருக்கும் பகிர்ந்து அளிக்கப் பட்டது. சிந்தியாவால் சிறையில் அடைக்கப்பட்டிருந்த புரட்சி யாளர்கள் அனைவரும் விடுவிக்கப்பட்டார்கள். ராவ் சாகிப், குவாலியர் மன்னனாக முடி சூட்டப்பட்டார். படாடோபமான ராஜ தர்பார் நடத்தப்பட்டு, குவாலியர் வெற்றி புரட்சியாளர் களால் கோலாகலமாகக் கொண்டாடப்பட்டது.

கால்ஃபியை கைப்பற்றிய கையோடு சந்தோஷமாக விடு முறைக்கு விண்ணப்பித்திருந்த ஹியூ ரோஸ் விடுமுறையை ரத்து செய்துவிட்டுப் புறப்பட்டு விட்டான். படை வீரர்களை எங்கும் தங்கவிடாமல் சிறிதும் ஓய்வளிக்காமல் துரிதமாக படை நகர்த்தி ஜூன் 16 ம் நாள் குவாலியரை நெருங்கிவிட்டான். அவனுடன் பிரிகேடியர் ஸ்மித்தும் ஜெனரல் நேப்பியரும் உடனிருந்தார்கள்.

புரட்சித் தலைவர்களும் போருக்குத் தயாரானார்கள். படைகளை நான்காகப் பிரித்து கோட்டையின் நான்கு புறமும் காத்து நின்றார்கள். குவாலியரின் கிழக்கு வாசலை லட்சுமி பாய் தனது படைகளுடன் காத்து நின்றாள். ஆங்கிலேயர்கள் குவாலியரின் மீதான முதல் தாக்குதலை அங்கிருந்துதான் தொடங்கினார்கள்.

லட்சுமி பாய்க்கும், ஸ்மித் தலைமையிலான படைக்கும் கடும் யுத்தம் நடந்தது. ஆங்கிலேயர்களை வெறி கொண்டு தாக்கினாள் லட்சுமி பாய். முதல்நாள் போரில் லட்சுமி பாயை எதிர்க்க முடியாமல் ஸ்மித் பின் வாங்கினான். ஆனால் மறுநாள் போரில் லட்சுமி பாய்க்கு முடிவு ஏற்பட்டுவிட்டது. மின்னல் போல்

பாய்ந்து சண்டையிட்டுக் கொண்டிருந்த லட்சுமி பாய், ஒரு கால்வாயைத் தாண்ட முயற்சித்த போது குதிரை காலொடிந்து கீழே விழுந்தது. அப்போது வெள்ளையரின் குண்டு ஒன்று அவளைப் பதம் பார்த்துவிட்டது. அவள் தள்ளாடிய சமயத்தில் ஸ்மித் அவளை தனது வாளால் முன்னும் பின்னுமாக வெட்டினான். தோளில் விழுந்த வெட்டினால் அவள் கை துண்டு பட்டுத் தொங்கியது. சரிந்து கீழே விழுந்தாள்.

அதற்குள் ஓடோடி வந்த புரட்சி சிப்பாய்கள் லட்சுமி பாயை சூழ்ந்து கொண்டனர். சிலர் ஸ்மித்தை எதிர்க்க, இன்னும் சிலர் லட்சுமி பாயை தூக்கிக் கொண்டு போர்க்களத்தை விட்டு விலகினார்கள். அருகிலிருந்த பூல்பாக் என்னும் பூந்தோட்டத்துக்குக் கொண்டு சென்றார்கள். பலத்த காயமடைந்த லட்சுமி பாய் மரணத்தை நெருங்கிவிட்டிருந்தாள். அங்கேயே அவள் உடல் சிதையில் தீ மூட்டி எரிக்கப்பட்டது.

ராணி லட்சுமி பாய் இறந்த பின் வெகு சீக்கிரத்திலேயே குவாலியர் வெள்ளையர்களால் மீட்கப்பட்டது. ராவ் சாகிப், தாத்தியா முதலான புரட்சித் தலைவர்கள் தப்பிவிட்டார்கள். சிந்தியா பெருமிதத்துடன் மீண்டும் மன்னனாகி ஆங்கிலேயர்களின் தாசானுதாசனாகவே மாறிப் போனார்.

அடுத்து பறங்கியரின் பாய்ச்சல் ரோஹில்கண்ட் மாகாணத்தின் மேல்!

●

ரோஹில்கண்ட், கிட்டத்தட்ட பதினொரு மாதங்கள் ஆங்கிலேயரின் பிடியிலிருந்து விடுபட்டு, சுதந்தரக் காற்றை சுவாசித்துக் கொண்டிருந்த பூமி. பெரேய்லியை தலைநகராகக் கொண்டு கான் பகதூர் கான் ஆட்சி நடத்திக் கொண்டிருந்தார். மற்ற முக்கியப் பிரதேசங்களையெல்லாம் ஆங்கிலேயர்கள் கைப்பற்றியிருக்க இறுதியாக ரோஹில்கண்ட்டுக்கும் ஆபத்து வந்தே தீரும் என்பதை எல்லோரும் அறிந்தே இருந்தார்கள். அப்போது மௌல்வி அகமது ஷாவும், அயோத்தி ராணி பேகம் ஹஸ்ரத் மகாலும் கூட மிஞ்சியிருந்த தங்களின் புரட்சிப் படையுடன் அங்கேதான் பதுங்கியிருந்தார்கள்.

கான் பகதூர் கானிடமும் பெரிய படை பலம் இல்லை. ஆயுதங்களும் அதிக அளவில் இல்லை. அருகாமை நாடுகளில் இருந்து

படைகள் திரட்ட முயற்சித்துக் கொண்டிருந்தார். உதவி செய்யத் தான் ஒருவரும் முன் வரவில்லை. ஆனாலும் விடாப்பிடியாக தன்னிடம் இருந்த வீரர்களுக்கு தீவிரப் பயிற்சி அளிக்க தளபதி களுக்கு உத்தரவிட்டிருந்தார்.

ரோஹில்கண்ட்டைத் தாக்க பெரும்படை நடத்தி வந்த ஜெனரல் கேம்பலும், கேப்டன் ஜோன்ஸுூம் இரு பிரிவாகப் பிரிந்து பெரேய்லியைத் தாக்கினார்கள். கடுமையாக தொடங்கிய யுத்தம் வெகு சீக்கிரத்திலேயே முடிந்துவிட்டது. புரட்சிப் படை தோற்றுவிட்டது. கான் பகதூர் கான் தப்பிவிட்டார்.

பெரேய்லி கைப்பற்றப்பட்டதே தவிர முழு ரோஹில்கண்ட் மாகாணமும் வசப்படவில்லை. ஷாஜஹான் பூரில் மௌல்வி அகமது ஷா, பேகம் ஹஸ்ரத் மகால், டெல்லி ராஜ குடும்பத்தைச் சேர்ந்த இளவரசன் பிரோஸ் ஷா இன்னும் நானா சாகிப்பின் படைப் பிரிவினர் போன்றோர் வெள்ளையரை எதிர்க்கக் காத்திருந்தனர்.

ஹாஜஹான்பூரில் மே 15ம் தேதி இருதரப்புக்கும் தீவிர யுத்தம் நடந்தது. ஆங்காங்கே இருந்த ஆங்கிலப் படைகள் எல்லாம் வந்து சேர்ந்து கொண்டேயிருந்ததால் வெள்ளையரின் படை பலத்துக்கு முன்னால் புரட்சிக்காரர்களின் படை ஈடு கொடுக்க முடியவில்லை. தீவிர யுத்தத்துக்குப் பிறகு வெள்ளையரே வெற்றி பெற்றனர். தலைவர்கள் அனைவரும் தப்பிவிட்டனர்.

மௌல்வி அகமது ஷா தனது சிறிய படையுடன் அயோத்தி எல்லையில் இருந்த பொவெய்ன் சிற்றரசுக்குச் சென்றார். அதன் அரசன் ஜெகநாத் சிங் தனக்கு ஆதரவளிப்பான் என்று நம்பினார். அவனைச் சந்திக்க அனுமதி கேட்டு கோட்டைக்குள் நுழைந் தார். அங்கே ஒரு சதி உருவாகியிருந்ததை அவர் அறியவில்லை.

அகமது ஷா தனது யானையின் மீதேறி கோட்டைக்குள் நுழைந் ததுமே மன்னன் ஜெகநாத் சிங் வாயிற் கதவுகளை மூடுமாறு காவலர்களுக்கு உத்தரவிட்டான். மதில் மீதிருந்த வீரர்களின் துப்பாக்கிகள் அகமது ஷாவை குறி பார்த்துத் திரும்பின. அகமது ஷா திகைத்துப் போனார். ஜெகநாத் சிங்கின் துரோகம் அவரை வேதனைப்படுத்தியது. நிச்சயம் இவன் தன்னை பரங்கியரின் கைகளில் பிடித்துக் கொடுக்கத்தான் திட்டமிட்டிருக்கிறான் என்பதைப் புரிந்து கொண்டதால் கோட்டையை விட்டு

வெளியேற முயன்றார். தனது யானையைக் கொண்டு கோட்டை யின் வாயிற் கதவை மோதவிட்டார்.

காரியம் மிஞ்சி விட்டது! மதில் மீதிருந்த ஜெகநாத் சிங்கின் தம்பி, யானை மேல் வாகாக அமர்ந்திருந்த அகமது ஷாவை துப்பாக்கி யால் குறி வைத்துச் சுட்டான். குண்டு பாய்ந்த வேகத்தில் யானை மீதிருந்து கீழே விழுந்த அகமது ஷாவின் உயிர் பிரிந்தது.

அகமது ஷாவின் உடலிலிருந்து அவரது தலை மட்டும் தனியாகத் துண்டிக்கப்பட்டு, ஷாஜஹான்பூரிலிருந்த வெள்ளையர் வசம் ஒப்படைக்கப்பட்டது. அகமது ஷாவின் தலைக்கு வைக்கப் பட்டிருந்த பரிசுத் தொகை ஜெகநாத் சிங்கிடம் அளிக்கப்பட்டது. மறுநாள் அந்தத் தலை ஷாஜஹான் பூரின் கடை வீதியில் புரட்சிக்காரர்களை எச்சரிக்கும் விதமாக தொங்க விடப்பட்டு ஊசலாடியது.

ஹிந்துஸ்தானத்து புரட்சியில் எந்த ஆதாயமும் எதிர்பாராமல் சுதந்தர வேட்கையுடன் போராடிய போராளிகளுள் முதன்மை யானவர் அகமது ஷா. ஆங்கிலேயரின் அடிமைத் தளையிலிருந்து ஹிந்துஸ்தானத்தை மீட்க வேண்டுமென்கிற உன்னத லட்சியத் துக்காகவே பாடுபட்ட புரட்சிக்காரர் அவர்.

ஹிந்துஸ்தானத்தை முழுவதும் மீட்டாகி விட்டது என்றாலும், புரட்சிக்காரர்களில் ஒருவரும் பிடிபடவில்லை என்னும் வருத் தும் வெள்ளையர்களுக்கு இருந்தது. அவர்கள் பதுங்கியிருக் கும்வரை ஆபத்துதான். மேலும் மக்கள் மீண்டும் சலனப்பட்டு விடக்கூடாது. மறுபடியும் புரட்சிக்காரர்களின் வலையில் வீழ்ந்து விடக்கூடாது. என்ன செய்யலாம்? பிரிட்டன் அரசு யோசித்தது.

1858 ஆகஸ்ட் மாதம் 2ம் நாள் இங்கிலாந்தின் பாராளுமன்றத்தில் பிரிட்டன் ராணி விக்டோரியா கையெழுத்துடன் சட்டமொன்று தாக்கல் செய்யப்பட்டு நிறைவேற்றப்பட்டது. அதன்படி ஹிந்துஸ்தானத்தின் ஆட்சியானது கிழக்கிந்தியக் கம்பெனியிட மிருந்து பிரிட்டிஷ் அரசுக்கு மாறியது. இந்தியா இனி பிரிட்டன் காலனி. அதன் அரசியார், மகாராணி விக்டோரியா.

எஜமான்தான் மாறியிருக்கிறாரே தவிர லகான் விடுபடவில்லை. ஆனால் ஒன்று, இதன் மூலம் இந்தியர்களின் தீர்க்க தரிசனம் பலித்துவிட்டது. நூறு வருடக் காலம்தான் ஆங்கிலேய கிழக்

கிந்தியக் கம்பெனியின் ஆட்சி இந்தியாவில் செல்லுபடியாகும். அதன்பின் காணாமல் போய் விடும் என்பது பலித்துவிட்டது!

நவம்பர் முதல் நாள் அலகாபாத்தில் மகாராணி விக்டோரியா சார்பாக ஆடம்பர தர்பார் நடத்தப்பட்டது. அங்கே மகாராணி விக்டோரியாவின் கருணை மிகு பிரகடனம் வெளியிடப்பட்டது.

'இந்திய தேச மன்னர்களுடன் இதுவரை கம்பெனி செய்து கொண்ட ஒப்பந்தங்களை பிரிட்டிஷ் அரசு அப்படியே அங்கீகரிப் பதுடன் தொடர்ந்து அதை கடைப்பிடிக்கவும் செய்யும். அது போல மன்னர்களும் இந்த ஒப்பந்தங்களிலிருந்து நழுவாமல் கடைபிடிக்கவேண்டும். மன்னர்கள் அனைவரும் அவர்களுக் குரிய மதிப்புடன் மரியாதையாக நடத்தப்படுவார்கள். அவர் களுடைய சலுகைகள் அதிகரிக்கப்படும். பிரிட்டிஷ் அரசு இப்போதிருக்கும் தனது எல்லைகளை இனி விரிவுபடுத்தாது. எந்த ராஜ்ஜியத்தையும் ஆக்ரமிக்காது. கிழக்கிந்தியக் கம்பெனி யின் கீழ் வேலை பார்த்த ராணுவ, சிவில் இலாகாவைச் சேர்ந்த வர்கள் அனைவரும் அந்தந்தப் பதவிகளில் அப்படியே நிரந்தர மாக்கப்படுவார்கள். எமது குடி மக்களானாலும், மன்னர்களின் குடிமக்களானாலும் அவர்கள் நலமாகவும், சந்தோஷமாகவும் இருக்கவேண்டும் என்பதையே பிரிட்டன் அரசு விரும்புகிறது. எனவே மக்கள் நலன்கள் பாதுகாக்கப்படும். துயரங்கள் களையப் படும். இந்திய மக்களின் சமூக வாழ்வு, மதம் மற்றும் ஜாதிய விஷயங்களில் பிரிட்டிஷ் அரசு எவ்விதக் குறுக்கீடும் செய்யாது. புரட்சியின் போது பிரிட்டிஷ் பிரஜைகளின் கொலையில் நேரடியாக ஈடுபட்டவர்களைத் தவிர மற்ற குற்றவாளிகள் மன்னிக்கப்படுவார்கள். கலகத்தில் மட்டுமே ஈடுபட்டவர்கள் உடனடியாக சரணடைந்தால் அவர்கள் கண்ணியத்துடன் நடத்தப்பட்டு விசாரணைக்குப் பின் விடுவிக்கப்படுவார்கள்.'

மகாராணியே விடுத்த இந்தப் பிரகடனம் புரட்சியை நசுக்கி விடும் என்று எதிர்பார்க்கப்பட்டது.

இல்லை! அயோத்தி ராணி பேகம் ஹஸ்ரத் மகால், விக்டோரியா வின் பிரகடனத்தை எதிர்த்து இந்திய மக்களுக்கு பதில் அறிக்கை விடுத்தாள்.

'அரசியின் இந்தப் பிரகடனம் அநீதியானது. கிழக்கிந்தியக் கம் பெனி அக்ரமமாகச் செய்து கொண்ட ஒப்பந்தங்களையும்,

உடன்படிக்கைகளையும் பிரிட்டன் அரசி அங்கீகரிப்பதாக அவரது பிரகடனம் அறிவிக்கிறது. நியாயமில்லாமல் பிடுங்கிக் கொண்ட ராஜ்ஜியங்களையும் அங்கீகரிக்கும் இந்தப் பிரகடனத்தின் சூழ்ச்சியை நாட்டு மக்கள் நன்கு புரிந்து கொள்ளவேண்டும். இதை அப்படியே நாம் ஏற்றுக் கொண்டால் ஹிந்துஸ்தானம் முழுவதையும் ஆக்ரமித்துக் கொண்ட கிழக்கிந்தியக் கம்பெனியின் மோசச் செயல்களை நாமும் ஒப்புக் கொண்டு அடி பணிந்ததாகத்தான் அர்த்தமாகும்!'

ராஜ்ஜியமில்லாத அரசி, பிரிட்டன் சாம்ராஜ்ஜியத்தை ஆளும் பேரரசியின் பிரகடனத்தை எதிர்த்து விடுத்த அறிக்கை எந்த விளைவையும் ஏற்படுத்தவில்லை.

பிரகடனத்தில் இருந்த மற்ற ஷரத்துகளை மக்கள் புரிந்து கொண்டார்களோ இல்லையோ, ஒன்றை மட்டும் தெளிவாகத் தெரிந்து கொண்டார்கள். புரட்சியில் ஈடுபட்ட தலைவர்கள் எவரும் மன்னிக்கப்பட மாட்டார்கள். தண்டனை உறுதி!

24

இறுதி வீழ்ச்சி

விக்டோரியா மகாராணியின் பிரகடனத்தில் ஒருபகுதி திட்டவட்டமாகக் கூறியிருந்தது.

'கலகக்காரர்களுக்கு அடைக்கலம் கொடுத்தவர்களும், கலகக்காரர்களைத் தூண்டிவிட்டவர்களுக்கும் உயிர்ப் பிச்சை அளிக்கப்படும் என்றாலும் குற்றத்துக்கான தண்டனையிலிருந்து விலக்களிக்க முடியாது. வெள்ளையர்களைக் கொன்றவர்களுக்கும், அந்தக் கொலைகளில் உடந்தையாக இருந்தவர்களுக்கும் கொஞ்சமும் கருணை காட்டப்பட மாட்டாது. இந்தக் குற்றங்களில் ஈடுபடாமல் கலகத்தில் பங்கு பெற்றவர்கள் மன்னிக்கப்படுவார்கள்'

பேகம் ஹஸ்ரத் மகால் முதல் நானா சாகிப்பும் அவரைச் சார்ந்த அனைவரும் வெள்ளையர் பிடியிலிருந்து தப்பிக்க அங்குமிங்குமாக ஓடி இறுதியில் நேபாளக் காடுகளில் போய் ஒளிந்து கொண்டார்கள். அவர்கள் மட்டுமல்ல வெள்ளையர்களால் நாலாபுறமும் வளைக்கப்பட்டு இறுக்கப்பட்ட

புரட்சிக்காரர்கள் ஏராளம் பேர் நேபாளத்துக்குள்தான் நுழைந் தார்கள். கிட்டத்தட்ட ஐம்பதாயிரம் பேர்! இவர்களில் முக்கால் சதவிகித ஆள்கள் அயோத்தியைச் சேர்ந்தவர்கள்.

இன்னும் பெரும்பான்மையான புரட்சிக்காரர்கள் வேறு வழியில்லாமல் ஆதரவளிக்க ஆட்கள் இல்லாமல் ஆங்கிலேய ரிடம் சரணடைந்தார்கள். மரண தண்டனையும், ஆயுள் தண்டனையும், குறைந்த கால சிறை வாசமும் அடைந்தார்கள். சிலர் மன்னிக்கப்பட்டார்கள். வெகு சிலருக்கு மன்னிப்புடன் மான்யமும் கிடைத்தது.

புரட்சி சந்தேகமில்லாமல் ஒடுக்கப்பட்டு விட்டது. ஒழுங்கான திட்டமிடலோ, உருப்படியான தலைமையோ இல்லாமல் கிளர்ந்துவிட்ட கிளர்ச்சி முழுத் தோல்வி அடைந்துவிட்டது. புரட்சியில் இணைந்த சாதாரணச் சிப்பாய்கள் பல்லாயிரம் பேர் விரக்தியடைந்து சத்தமில்லாமல் அவரவர் வீடு போய் சேர்ந் தார்கள். ஆங்கிலேயர்களின் கீழ் அடிமைகளாக வாழ ஆயத்தப் படுத்திக் கொண்டார்கள்.

நேபாளத்தில் ஒளிந்திருந்த நானா சாகிப் முதலானோர், தங்களை ஆதரித்து அடைக்கலம் தருமாறு நேபாள மன்னனுக்குக் கடித மெழுதிக் காத்திருந்தார்கள். அயோத்தியை மீட்கும் முயற்சியில் ஆங்கிலேயர்களுக்கு பக்கபலமாக நின்று படையுதவி செய்த நேபாள மன்னன் தங்களைக் காப்பான் என்று இவர்கள் நம்பியது விசித்திரம்தான்!

மன்னன் ஜங் பகதூர் தளபதி மூலம் திட்டவட்டமாகச் சொல்லிவிட்டான்.

'பிரிட்டிஷார் எமது பெருமைக்குரிய நண்பர்கள். அவர்களின் விரோதிகளுக்கு நாங்கள் உதவி செய்ய முடியாது. மதிப்பிற்குரிய மகாராணி விக்டோரியா தனது பிரகடனத்தின் மூலம் உங்க ளுக்குக் கருணை காட்டியிருக்கிறார். எனவே நீங்கள் அனை வரும் ஆயுதங்களைத் தூக்கித் தூரப் போட்டுவிட்டு ஆங்கிலேயர் களிடம் சரணடைந்துவிடுங்கள். இல்லாவிட்டால் நேபாளப் படைகள் உங்களைப் பிடித்து அவர்களிடம் ஒப்படைத்து விடும். மரியாதையாக இங்கிருந்து ஓடிப் போய்விடுங்கள்.'

எச்சரிக்கை செய்ததுடன் நிற்காமல் செயலிலும் இறங்கினான். நேபாளப் படைகள் களத்தில் இறங்கி புரட்சிக்காரர்களைத்

தேடித் தேடி வேட்டையாடியது. ஒருபுறம் வெள்ளையர், மறுபுறம் நேபாளச் சிப்பாய்கள்! யார் கைகளிலும் சிக்காமல் மாறி மாறி ஓடி ஒளிந்து புரட்சிக்காரர்கள் பெரும் அல்லல் பட்டார்கள். ஏராளமான மராட்டிய வீரர்கள் கூர்க்காப் படையுடன் மோதி உயிர் துறந்தார்கள். நானாவின் நண்பர் அஸிமுல்லா கான், கொண்டா சிற்றரசர் தேவி பக்ஷ் போன்ற முக்கியஸ்தர்கள் அகதிகளாகவே மாண்டு போனார்கள்.

நவாப் மம்முகான், பெரேய்லியின் தலைவர் கான் பகதூர் கான், நானாவின் தளபதி மற்றும் பலர் கைது செய்யப்பட்டு வெள்ளையர் வசம் ஒப்படைக்கப்பட்டனர்.

இறுதிக் கட்டம் நெருங்கிவிட்டது! நானா நம்பிக்கையானவர்கள் மூலம் ஆங்கிலேயரைத் தொடர்பு கொண்டார். பேச்சு வார்த்தை நடத்தினார். அவர் சரணடைவதற்கு விதித்த சில நிபந்தனை களை வெள்ளையர்கள் ஏற்றுக் கொள்ள மறுத்து விட்டார்கள். நானாவின் தலைக்கு ஒரு லட்சம் விலை வைத்து அறிவிப்பு வெளியிட்டார்கள்.

நானா கொந்தளித்தார். காரசாரமாக கடிதம் எழுதினார்.

புரட்சியின் நாயகன் தானல்ல என்று மறுப்புத் தெரிவித்திருந்த அந்தக் கடிதம் பலவகையான உணர்ச்சிகளின் கலவையாக வெள்ளையர் முன் விரிந்தது.

'ஹிந்துஸ்தானத்தில் நடந்த மற்றெல்லாவற்றையும் மறந்து, மன்னித்து விட்ட நீங்கள், புரட்சி சிப்பாய்களின் நிர்பந்தத்தால் நான் புரட்சிக்கு தலைமையேற்க நேர்ந்ததை மட்டும் மன்னிக்க மறுக்கிறீர்கள். இதுவரை நான் ஒரு ஆங்கிலேயரையும் கொன்ற தில்லை. கான்பூர் படுகொலைக்கு ஒரு போதும் காரணமான வனும் இல்லை. அந்தக் கொலைகள் ஆவேசம் கொண்ட சிப்பாய்களால் எனக்குத் தெரியாமல் தன்னிச்சையாக நடத்தப் பட்டவை.'என்றெல்லாம் விவரித்திருந்த நானாவின் கடைசி வரிகள் கொந்தளித்து முடித்திருந்தது வினோதமானதுதான்!

'ஹிந்துஸ்தானை ஆக்ரமித்துக் கொள்ளவும், எங்கள் அனைவரை யும் சட்ட விரோதிகள் என்று கூறவும் உங்களுக்கு என்ன உரிமை இருக்கிறது? எங்கள் தாய்நாட்டை ஆட்சி செய்ய அந்நியர்களான உங்களுக்கு யார் அதிகாரத்தை அளித்தது? என்ன அநீதி இது? எங்கிருந்தோ வந்த நீங்கள் மன்னர்கள், இந்த நாட்டில் பிறந்த

நாங்கள் உங்களுக்கு அடிமைகளா? நானும் தயாராகத்தான் இருக்கிறேன். எல்லோரையும் மன்னித்து அரவணைத்து உங்கள் பக்கம் இழுத்துக் கொண்ட நீங்கள் என்னை மட்டும் தனியனாக்கி நிறுத்தி விட்டீர்கள். கவலையில்லை. என்னுடைய வீரர்களைக் கொண்டு என்ன சாதிக்கிறேன் என்பதைப் பார்க்கத்தான் போகிறீர்கள். சாகத் துணிந்திருக்கும் நான் இம் மண்ணில் வெள்ளையர் ரத்தத்தை ஆறாக ஓடச் செய்வேன். இது உறுதி!'

இந்தக் கடிதத்துக்குப் பிறகு நானா என்னவானார், எங்கே போனார்? யாருக்கும் எதுவும் தெரியவில்லை. கடைசிவரை அவர் ஆங்கிலேயர்களின் கைகளில் அகப்படவேயில்லை! சரித்திரத்தின் பக்கங்களிலும் சிக்கவில்லை.

1895 - ல் குஜராத் ரயில் நிலையம் ஒன்றில் துறவி ஒருவர், 'நான் தான் நானா'என்று சுய தம்பட்டம் அடித்துக் கொண்டிருந்தார். இது புதிதாக பணிக்குச் சேர்ந்திருந்த அந்த ஊர் உதவி கலெக்டருக்குத் தெரிய வந்தது. அந்த வெள்ளையன் துறவியைக் கைது செய்து வைத்துக் கொண்டு கல்கத்தாவுக்கு தந்தி கொடுத்தான்.

'Have arrested the Nana Sahib! wire instruction?'

உடனே பதில் வந்தது.

'Release at once!'

கூர்க்கப் படைகளால் பிடித்துக் கொடுக்கப்பட்டவர்கள் வரிசையாக விசாரிக்கப்பட்டார்கள். பெரேய்லி புரட்சித் தலைவன் கான் பகதூர் கான், நானா சாகிப்பின் மற்றொரு தளபதி ஜுவாலா பிரசாத் முதலானோர் கொலைக் குற்றவாளிகள் என்று தீர்மானிக்கப்பட்டு தூக்கில் ஏற்றப்பட்டார்கள். பெரேய்லி நிதியமைச்சர் சோபாராம் போன்ற சிலர் ஆயுள் தண்டனைக்கு ஆளானார்கள். சாதாரணச் சிப்பாய்கள் 2000 பேர் மன்னிக்கப்பட்டு விடுவிக்கப்பட்டார்கள்.

அயோத்தியின் முன்னாள் ராணி பேகம் ஹஸ்ரத் மகால், அவள் மகனுடன் நேபாளத்திலேயே இருந்து விட விரும்புவதாகக் கூறி அங்கேயே தங்கிவிட்டாள். அவளுக்கும் அவள் மகனுக்கும் வெள்ளையர் தருவதாகக் கூறிய ஓய்வுத் தொகையையும், உரிய மரியாதைகளையும்கூட அவள் ஏற்றுக் கொள்ள மறுத்து விட்டாள். அந்நிய நாட்டில் அகதியாக 15 ஆண்டுகள் எளிய வாழ்க்கை வாழ்ந்து அங்கேயே இறந்து போனாள்.

அவ்வளவுதானா? எல்லாம் முடிந்து விட்டதா? ஹிந்துஸ்தானம் அமைதியாகி விட்டதா? எல்லோரும் அடங்கிப் போய்விட்டார் களா? இல்லை!

இத்தனைக்குப் பிறகும் வெள்ளையரை நிம்மதியாகத் தூங்க விடாமல் கனவிலும் வந்து இம்சித்துக் கொண்டிருந்தது ஒரு மராட்டியப் பிசாசு! தாத்தியா தோபே என்னும் யுத்தப் பிசாசு!

1858 ஜூன் மாதம் 19ம் நாள் குவாலியர் வீழ்ச்சிக்குப் பின் தப்பியோடிய தாத்தியா தோபே, 1859, ஏப்ரல் வரை வெள்ளையருக்கு பெரிய தொல்லையாகவே இருந்தார்.

வட இந்தியா முழுவதும் அங்கிங்கு என்றில்லாமல் தாத்தியா தோபே ஓடிக் கொண்டேயிருந்தார். மேப்பை எடுத்து வைத்துக் கொண்டு வெள்ளையர் படை அவரை துரத்திக் கொண்டே யிருந்தது. அவ்வப்போது கைக்குச் சிக்குவதும், கடைசி நொடியில் துணிச்சலுடன் தப்பிச் செல்வதுமாக தாத்தியா நிகழ்த்திய சாகசம் வரலாற்றின் சுவாரஸ்யம்!

ராணி லட்சுமி பாயின் மரணத்துக்குப் பிறகு துவண்டு போன புரட்சியாளர்கள், குவாலியர் போரில் தோற்றதுமே ஜாவ்ரா அலிப்பூருக்குச் சென்றார்கள். பின் அங்கு நடந்த சண்டையிலும் தோற்றுப் போன தாத்தியாவும், ராவ் சாகிப் மற்றும் பண்டா நவாப்பும் வெள்ளைப் படையிடம் சிக்காமல் தப்பித்து சரமதுரா என்னும் இடத்துக்குச் சென்று பதுங்கினார்கள்.

அவர்களின் தற்போதைய அவசியத் தேவை உணவு, ஆயுதங்கள் மற்றும் பணம்.

வட இந்தியா முழுவதும் சின்னச் சின்ன சமஸ்தானங்களுக்குப் பஞ்சமேயில்லை. தாத்தியா தனது சிறிய படையுடன் ஒவ்வொரு சமஸ்தானமாகச் சென்றார். சமஸ்தான மன்னர்கள் யாரிடமும் பெரிய படைபலமெல்லாம் இல்லை. வெள்ளையருக்கு அஞ்சி நடுங்கிக் கொண்டிருந்த மன்னர்கள் படையுடன் வந்த தாத்தியாவை விரோதித்துக் கொள்ளவும் பயந்தார்கள். சிலர் தாத்தியா கேட்டதுமே, உணவுப் பொருள்கள், ஆயுதங்கள் எல்லாம் தந்து கூடவே தங்களால் முடிந்த அளவுக்கு பணத்தை யும் கொடுத்து, அவர் அங்கிருந்து போனால் போதுமென்று கை கூப்பி அனுப்பி வைத்தார்கள். தர மறுத்த சமஸ்தானங்களில் தாத்தியாவின் படையினர் உள்ளே நுழைந்து வலுக்கட்டாயமாக பிடுங்கிக் கொண்டு அங்கிருந்து விலகினார்கள்.

தாத்தியா குழுவின் நோக்கம் எப்படியாவது நர்மதை நதியைக் கடந்து தங்களது மராட்டிய தேசத்துக்கு செல்வது. அதை எப்படியாவது தடுத்தே தீரவேண்டும் என்பது பறங்கியர் தீர்மானம். அவர்கள் வெறி கொண்டவர்களாக நாலாபுறமும் வலை விரித்துக் காத்திருந்தார்கள்.

முதலில் ஜெய்பூர் செல்ல உத்தேசித்திருந்த தாத்தியா, அங்கு வெள்ளையர் படை வந்து குவிந்துவிடவே, திட்டத்தை மாற்றிக் கொண்டு டாங்க் சமஸ்தானத்தை நோக்கிச் சென்றார். டாங்கின் மன்னன் வெள்ளையர் ஆதரவாளன் என்பதால் அவன் தாத்தியா வின் படையை எதிர்க்க நான்கு பீரங்கிகளுடன் தனது படையை அனுப்பிவைத்தான். டாங்க் சிப்பாய்கள் போர்க்களத்துக்கு வந்ததும் தாத்தியாவின் படையினருடன் சென்று சந்தோஷமாகச் சேர்ந்து கொண்டார்கள். டாங்க் மன்னன் தயவால் தாத்தியாவின் புரட்சிப் படைக்கு நான்கு பீரங்கிகளும், கூடுதல் சிப்பாய்களும் கிடைத்துவிட்டார்கள்.

தாத்தியா நாஸராபாத் மாகாணத்துக்கு வந்தபோது, 1858 ஆகஸ்ட் 7ம் தேதி ராபர்ட்ஸ் என்பவனின் தலைமையிலான வெள்ளைப் படை, புரட்சிப் படையைத் தாக்கியது. வெறும் தற்காப்புத் தாக்குதல் மட்டுமே நடத்தி தப்பித்த தாத்தியாவின் படை, மீண்டும் நாத்வாரா கிருஷ்ணன் கோயில் பிரதேசத்தில் மறுபடி யும் ராபர்ட்ஸின் படையால் மடக்கப்பட்டது. நடந்த போரில் புரட்சிப் படை பலமான சேதம் அடைந்து, பீரங்கிகள், உணவுப் பொருள்கள், ஆயுதங்கள் என மொத்த உடமைகளையும் விட்டு விட்டு பின் வாங்கியது. தொடர்ந்து வரும் வெள்ளைப் படை யிடமிருந்து தப்பிக்க சம்பல் நோக்கி விரைந்தது.

முன்புறமும், பக்கவாட்டிலும் துரத்தி வரும் வெள்ளைப் படைகள் மட்டுமில்லாமல், தாத்தியாவின் வருகைக்காகவே சம்பல் நதிக்கரையிலும் ஒரு படை அவரைக் கைது செய்யக் காத்திருந்தது. நதியில் கடும் வெள்ளம் கரை புரண்டு ஓடிக் கொண்டிருந்த நிலையிலும், தாத்தியாவின் படையினர் உயிருக்கு அஞ்சாமல் மிகத் துணிச்சலாக சம்பல் நதியைக் கடந்துவிட்டார்கள். முப்புறமும் சூழ்ந்த வெள்ளையர் படைகள் மூக்கில் விரல் வைத்து வாய் பிளந்து நின்றன.

தாத்தியாவின் புரட்சிப் படையினரிடம் மீண்டும் ஒன்றுமே யில்லை. எல்லாமே இழந்து நின்றவர்களை ஈர்த்தது

அருகிலிருந்த ஜால்ரா பட்டணம். அதன் அரசனும் வெள்ளையர் விசுவாசிதான். தாத்தியாவை எதிர்ப்பதற்காக தானே படைகளுக்குத் தலைமை தாங்கி வந்தவன் போர்க்களத்துக்கு வந்ததும் தனியனாகிப் போனான். ஆம்! அவனது சிப்பாய்களும் மனம் மாறிவிட்டார்கள். தாத்தியாவுக்கு ஆதரவாக வெற்றி கோஷம் முழக்கி அவருடன் சேர்ந்து கொண்டார்கள். ஜால்ரா மன்னனின் அனைத்துப் போர்த் தளவாடங்களையும் கைப்பற்றிக் கொண்ட தாத்தியா, அபராதமாக 15 லட்சம் பெற்றுக் கொண்டுதான் அவனை விடுவித்தார். தாத்தியாவுடன் இருந்த சிப்பாய்கள் அனைவருக்கும் அதைக் கொண்டு அபரிமிதமான சம்பளம் கொடுக்கப்பட்டது.

தாத்தியாவும், ராவ் சாகிப்பும், பண்டா நவாப்பும் நர்மதையைக் கடந்து தட்சிணப் பிரதேசத்துக்குச் சென்றுவிட திட்டமிட்டனர். அதன் முதல்படியாக இந்தூர் செல்லத் தீர்மானித்தனர். இந்தப் பயணத்தின் போது பியோவாரா என்னும் இடத்தில் கேப்டன் மைக்கேல் தாத்தியாவின் படையை வழிமறித்துத் தாக்கினான். புரட்சிப் படையைத் தோற்கடித்தான்.

தாத்தியா வழக்கம்போல் தப்பி பெட்வா நதியைக் கடந்து லலித்பூருக்குச் சென்றார். அவரை பின் தொடர முயற்சித்த மைக்கேலை ராவ் சாகிப் தடுத்து நிறுத்தி சண்டையிட்டார். தோற்றுப் போனார். பின் வாங்கி தப்பித்து தானும் லலித்பூர் சென்று தாத்தியாவுடன் இணைந்து கொண்டார். ஆனாலும் புரட்சித் தலைவர்களைக் கைது செய்ய முடியவில்லை.

இப்படியாகவே பத்து மாத காலம் வரையிலும் தாத்தியா ஆங்கிலேயப் படைகளின் முற்றுகையிலிருந்து தப்பித்து விரைந்து கொண்டேயிருந்தார்.இண்டு இடுக்கெல்லாம் புகுந்து நுழைந்து கடைசியாக நர்மதை நதியைக் கடந்துவிட்டார். தாத்தியாவின் சாகசத்தைக் கண்டு இந்திய வெள்ளையர்கள் மட்டுமில்லை, இங்கிலாந்து, ஐரோப்பிய வெள்ளையர்களும் வியந்து போனார்கள்.

'தாத்தியா ஓர் அசாதாரண மனிதரென்றே தோன்றுகிறது' என்று , 1859 ஜனவரி 17ம் தேதியிட்ட லண்டன் 'டைம்ஸ்' இதழ் பாராட்டி எழுதியது.

ஆனாலும் என்ன? எத்தனை ஆர்வமாக தாத்தியா உயிரைப் பணயம் வைத்து தாய் மண்ணுக்கு ஓடி வந்தாரோ, அந்த

உற்சாகமும், வேகமும் விரைவிலேயே வடிந்து போனது. எவரெவரோ வியந்து பாராட்டி, பிரமித்துப் போன தாத்தியாவின் சிறப்பை அவரது சொந்த மராட்டிய மக்கள் அறியவும் இல்லை; போற்றவும் இல்லை. அவருக்கு உதவவும் இல்லை. மற்ற இடங்களைப் போல சொந்தத் தேசத்து மக்களைக் கொள்ளை யடிக்க தாத்தியாவுக்கு மனம் இல்லை.

தாத்தியா மேற்கே சென்று பம்பாய், ஆக்ரா செல்லும் நெடுஞ் சாலைகளில் ஆங்கிலேயர்களுக்காக அனுப்பிவைக்கப்படும் ஆயுதங்களையும், உணவுப் பொருள்களையும் கொள்ளையடித்து நிலைமையைச் சமாளித்தார். மனம் வெறுத்துப் போய் மீண்டும் நர்மதை நதியைக் கடந்து பரோடா செல்ல முயன்றார். பரோடா சமஸ்தானத்தின் மன்னர் கெய்க்குவாட் மராட்டியர் என்பதால் கண்டிப்பாக தாத்தியாவுக்கு உதவத் தயங்க மாட்டார்.

பல வெள்ளைப் படைகளை ஏமாற்றி விட்டு கர்குன் கிராமத் துக்கு வந்த தாத்தியா அங்கிருந்து நர்மதையைக் கடக்க முயன் றார். அப்பகுதியைக் காவல் காத்து நின்றிருந்த ஸாண்டர்சன் தலைமையிலான வெள்ளைப் படை தாத்தியாவை திடீரென்று சுற்றிச் சூழ்ந்து கொண்டு தாக்கியது. தாத்தியா தப்பிக்க வழி யில்லை. நர்மதை நதியில் வெள்ளம் கரை புரண்டு ஓடிக் கொண்டிருந்தது.

தாத்தியா தனது பீரங்கி முதலான ஆயுதங்கள் அனைத்தையும் அப்படியே விட்டு விட்டு தனது படை வீரர்களை நதியில் குதித்து அக்கரைக்குச் செல்லுமாறு கட்டளையிட்டார். அவரும் நதியில் குதித்தார். அடித்துச் செல்லும் ஆறு வெள்ளத்தில் அனைவரும் உயிருக்கும் அஞ்சாமல் எதிர் நீச்சல் போட்டு நதியைக் கடந்து அக்கரையை அடைந்தனர்.

ஆனாலும் அவர்கள் பரோடாவை அடையமுடியவில்லை. தாத்தியாவின் நோக்கத்தை அறிந்து கொண்ட வெள்ளைப் படைகள் வேகமாகப் பயணித்து வந்து பரோடாவின் சாலை களை மறித்து நின்று கொண்டன. சுறுக்கு இறுகிவிட்டது.

தாத்தியாவும், ராவ் சாகிப்பும் ராஜபுதனத்தின் அடர்ந்த காட்டுப் பகுதியான வஸ்வாராவுக்குள் சென்று புகுந்து கொண்டார்கள். இவர்களுடன் இருந்த பண்டா நவாப் மனம் சோர்ந்து போய், விக்டோரியா ராணியின் பிரகடனத்துக்கு இணங்கி ஆயுதங் களைப் போட்டு விட்டு சரணடைந்தார்.

அவ்வளவுதான். இனி நர்மதையைக் கடந்து தாத்தியாவால் எங்கும் அடைக்கலம் பெறமுடியாது. தெற்கே நர்மதையும், மேற்கே ராபர்ட்ஸின் படைகளும், வடக்கிலும்,கிழக்கிலும் கடக்க முடியாத மலைகளும் இருந்தன. கூண்டுக்குள் சிக்கிய புலியாகி விட்டார் தாத்தியா. கண்டிப்பாக இனி அவர் சரணடைந்துதான் ஆகவேண்டும் என்று வெள்ளையர் எதிர்பார்த்தனர்.

இரண்டொருமுறை காட்டை விட்டு வெளிப்பட முயற்சித்து, வெள்ளையர் துரத்தலால் மீண்டும் காட்டுக்குள்ளேயே சென்று பதுங்கிக் கொண்ட தாத்தியா, 1859 ஜனவரி மாதம் 13ம் தேதி இந்திரகார் என்கிற இடத்துக்கு வந்து சேர்ந்தார். அங்கே மேலும் சில கூட்டாளிகள் வந்து சேர்ந்து கொண்டனர்.

ஒருவர் ரோஹில்கண்ட் போரின் போது தப்பியோடிய பிரோஸ் ஷா, மற்றவர் மான்சிங் என்கிற ராஜபுத்திர வீரன். அப்போது இவர்களிடம் வெறும் 2000 வீரர்கள் மட்டுமே இருந்தனர். வெள்ளைப் படையின் பலமோ அபரிமிதமாக இருந்தது.

வட கிழக்கில் நேப்பியரும், வட மேற்கே ஷவர்ஸூம், தெற்கே மைக்கேலும், பென்சனும், தென் கிழக்கே ஸ்மித்தும், தென் மேற்கே பானருமாக மிகப் பெரிய வலை விரித்து தயாராகக் காத்திருந்தனர். எந்தத் திக்கில் சென்றாலும் புரட்சிப் புலிகள் வலைக்குள் சிக்கித்தான் தீரவேண்டும்.

ஜனவரி 12ம் தேதி சிகார் நகரில் புரட்சிக்காரர்கள் தலை நீட்டிய போது, வெள்ளையர் படை வெறி கொண்டு துரத்தியது. அங்கே புரட்சிக்காரர்களுக்கும், ஹோம்ஸ் படையணிக்கும் நடந்த போரில் தாத்தியாவின் படை மோசமாக தோல்வியடைந்தது. தலைவர்கள் தனித் தனியே சிதறியோடித் தப்பித்தார்கள்.

தாத்தியா பரோன் காடுகளுக்குள் சென்று பதுங்கிக் கொண்டார். அவர் இருப்பிடம் தெரிந்தவன் மான்சிங் மட்டும்தான். அவன் மனம் மாறினான். துரோகியானான். 1859 ஏப்ரல் 2ம் நாள் வெள்ளை முகாமுக்குச் சென்ற மான்சிங் தாத்தியா ஒளிந்திருந்த இடத்தை அவர்களுக்கு காட்டிக் கொடுத்தான்.

ஏப்ரல் 7 ம் நாள் மான்சிங் தயவுடன் அவனுடன் சென்ற வெள்ளைப் படை காட்டுக்குள் ஒளிந்திருந்த தாத்தியாவை அவர் உறங்கிக் கொண்டிருந்தபோது சுற்றி வளைத்துப் பிடித்தது. கை

கால்களில் சங்கிலியிட்டுக் கைது செய்தது. சிப்ரியின் ஜெனரல் மீய்ட்டின் முகாமுக்கு இழுத்துப் போனது.

ஏப்ரல், 8 ம் தேதி சிப்ரியின் கோட்டையின் ராணுவக் கோர்ட்டில் விசாரணை நடந்தது. தாத்தியாவின் வாக்குமூலம் கேட்கப் பட்டது.

'எனது தலைவரான நானா சாகிப்பின் கட்டளைப்படிதான் நான் செயல்பட்டேன். கல்பி போர்வரை அவரது உத்தரவைத்தான் பின் பற்றினேன். எஜமானனது கட்டளைக்குக் கீழ்படிவதுதான் உண்மையான சிப்பந்தியின் கடமை. நானும் எனது மன்னர் நானா சாகிப்பும் தர்ம யுத்தம்தான் நடத்தினோமே தவிர தனிப்பட்ட முறையில் ஒரு வெள்ளையரையாவது கொன்றதில்லை. இதற்கு மேல் பதில் சொல்லவோ, விசாரணையில் கலந்து கொள்ளவோ எனக்கு விருப்பமில்லை.'

மேற்படியான வார்த்தைகளில் வாக்குமூலம் அளித்த தாத்தியா தனது விருப்பமாக வெள்ளையர்களிடம் ஒன்றை மட்டும் கேட்டுக் கொண்டார்.

'நான் புரட்சிக்காரனாக செயல்பட்டதில் எனது தந்தைக்கு எந்தச் சம்பந்தமும் கிடையாது. வயோதிகரான அவரை தயவுசெய்து துன்புறுத்தாதீர்கள். குவாலியரில் இருக்கும் எனது குடும்பத் தினரையும் விசாரிக்க வேண்டிய அவசியமில்லை. அவர் களுக்கும் ஒன்றும் தெரியாது.'

வெள்ளையரின் உத்தரவுப்படி, புரட்சி தொடங்கியதிலிருந்து இறுதிவரை நடந்த நிகழ்வுகளை தாத்தியா விவரித்துச் சொல்ல அது அப்படியே பதிவு செய்யப்பட்டது. தாத்தியாவின் கையொப் பம் பெறப்பட்டது (இந்தக் குறிப்பு இன்றும் இருக்கிறது).

வெள்ளையர்களால் தாத்தியாவின் மேல் கொலைக் குற்றம் எதையும் நிரூபிக்க முடியவில்லை என்பதால் சாதி சௌரா படித்துறையில் நடந்த வெள்ளையர் கொலைகளுக்கு தாத்தியா உடந்தையாக இருந்தார் என்று குற்றம் சுமத்தப்பட்டது. மூன்று நாள்கள் நடந்த விசாரணைக்குப் பிறகு தாத்தியாவுக்குத் தூக்குத்தண்டனை விதிக்கப்பட்டு தீர்ப்பாகியது.

1859 ஏப்ரல் 14 ம் நாள் பிற்பகலில் சிப்ரி படைத்தளத்தில் ஆங்கில, இந்திய சிப்பாய்கள் மற்றும் நூற்றுக் கணக்கான பொது மக்கள் முன்னிலையில் தாத்தியா தூக்கில் தொங்கவிடப்பட்டார்.

நானா சாகிப்பின் உறவினரான ராவ் சாகிப் எங்கெங்கோ ஒளிந்து திரிந்து இறுதியாக அவர் ஒளிந்திருந்த ஜம்மு பகுதியில் மராட்டியன் ஒருவனாலேயே காட்டிக் கொடுக்கப்பட்டு கைது செய்யப்பட்டார். 1859 ஆகஸ்ட் 20ம் நாள் தூக்கிலிடப்பட்டார்.

டெல்லியின் கடைசி இளவரசனான பிரோஸ் ஷா இந்தியா விலிருந்து தப்பித்து பாரசீகம், பொகாரோ, டெஹ்ரன், காபூல், துருக்கி என்று கால் போன போக்கில் எங்கெல்லாமோ சுற்றித் திரிந்து கடைசியாக மெக்காவில் தனது இறுதி நாள்களில் கிட்டத்தட்ட பிச்சைக்காரரைப் போல மாண்டு போனார்.

தாத்தியாவின் மரணத்தோடு எரிமலையாக வெடித்து எழுந்த புரட்சியின் கடைசிப் பொறியும் சாம்பலாகி முற்றிலுமாக அவிந்து அடங்கிப் போனது. ஹிந்துஸ்தானத்து இந்திய மக்களின் ரத்த வெள்ளத்தால் மூழ்கடிக்கப்பட்டது.

அவுத் சமஸ்தானத்தில் மட்டுமே 1,50,000 லட்சம் பேர் கொல்லப் பட்டனர். அவர்களில் 50,000 பேர் மட்டுமே சிப்பாய்கள். மற்றவர்கள் பொது மக்கள். இப்படி ஒவ்வொரு பிராந்தியத் திலுமே சிப்பாய்களுடன் பொது மக்களும் தீவிரமாக ஈடுபட்ட போதும், கோடிக்கணக்கான மக்களை வசீகரித்து ஈர்த்தபோதும், நாடு தழுவிய எழுச்சியாக கிளர்ந்தெழாத புரட்சி தனது பலத்தையே முழுவதுமாக உணராமல், சின்னச் சின்ன பலவீனங்களால் நசுக்கப்பட்டுவிட்டது.

சரியான முறையில் திட்டமிடப்படாதது, ஒரே சமயத்தில் கிளர்ந் தெழாமல் போனது, இறுதி வரையில் புரட்சிப் பிரதேசங்கள் ஒருங்கிணையாமல் உதிரி உதிரியாகவே போராடியது, ஆயுத பலமில்லாதது, முக்கியமாக புரட்சி சிப்பாய்களை சரியானபடி வழிநடத்த ஒரு நல்ல தலைமை கடைசி வரையில் கிடைக் காமலே போனது என்று சின்னச் சின்னதாக ஏகப்பட்ட பலவீனங் கள் புரட்சி வெற்றியடையாமல் போனதின் பின்னணியில் இருந்தன.

இதற்கெல்லாம் மேலாக புரட்சி தோல்வியடைய மிக முக்கிய காரணம் இந்தியர்களுக்கு இந்தியர்களே விரோதிகளானதுதான்!

பெரும்பாலான சிற்றரசர்களும் மன்னர்களும் புரட்சியை ஆதரிக்கவில்லை என்பதுடன், வெள்ளையருக்கு உதவியாக தங்கள் படைகளை அனுப்பி வைத்தும், ஆயுத உதவிகள்

செய்தும் எழுச்சியை ஒடுக்க பக்கபலமாக நின்றார்கள். குவாலியர் சிந்தியா, இந்தூரின் ஹோல்கர், ஹைதராபாத் நிஜாம், சீக்கிய ராஜபுதன மன்னர்கள், ஜோத்பூர், பாட்டியாலா, காஷ்மீர், நேபாள அரசர்கள் என்று புரட்சியை நசுக்கத் துணை புரிந்த துரோகிகளின் பட்டியல் மிகப் பெரியது.

'இந்த மன்னர்கள் மட்டும் தடுப்பரண்களாக நின்று செயல் பட்டிருக்கவில்லை என்றால் புரட்சியின் சூறாவளிப் பேரலை நம்மை வாரிச் சுருட்டிச் சென்று தேம்ஸ் நதிக்கரையிலேயே வீசியிருக்கும்' என்றான் தலைமை ஆளுநர் கானிங்.

அதுபோலவே வெள்ளை ராணுவத்தின் விசுவாசம் மிக்க கடை நிலை இந்தியச் சிப்பந்திகளின் உதவி இல்லாமல் போயிருந் தாலும் வெள்ளையர்களின் பாடு படு திண்டாட்டமாகிப் போயிருக்கும்.

புரட்சியெழுந்த சமயத்தில் இந்தியாவில் சுற்றி வந்த பத்திரிகைக் காரரான ரஸ்ஸெல் எழுதியிருக்கும், 'இந்தியாவில் எனது குறிப்புகள்' புத்தகத்தின் ஒரு பகுதி இப்படிச் சொல்கிறது:

'பிரிட்டிஷார் எத்தனைதான் துணிச்சல் மிக்கவர்களாக இருந் தாலும் புரட்சியின் போது இந்தியர்கள் எல்லோரும் வெள்ளை யருக்கு விரோதமாக இருந்திருந்தால் இந்தியாவில் அவர்களின் சுவடே இல்லாமல் ஆகியிருக்கும். ஆங்கிலேயர்களின் வெற்றிக்கு முக்கிய காரணம் இந்தியர்கள்தான். இந்தியர்களின் உதவி கிடைத்ததால்தான் புரட்சிக்காரர்களை எதிர்ப்பது வெள்ளையருக்கு சாத்தியமானது. பாட்டியாலா, ஜிந்த் ராஜா போன்ற மன்னர்கள் ஆதரவும், சீக்கியர்களின் பெரும் உதவியும் மட்டுமல்ல, கடைநிலை சிப்பந்திகளுக்கும் வெள்ளையரின் வெற்றியில் பங்குண்டு.

வெள்ளையரின் காவல் கூடங்களில் இருந்தவர்கள் இந்தியர்கள் தான். வெள்ளையர் படையின் குதிரைகளுக்கு புல் கொண்டு வந்து போட்டு, அவற்றைப் பராமரித்தவர்களும் அவர்கள்தான். போக்குவரத்து சாதனங்களைப் பராமரிப்பது, படைகளுக்கு உணவளிப்பது, சிப்பாய்களுக்காக சமைப்பது, முகாம்களைச் சுத்தம் செய்வது, கூடாரங்களை அமைப்பது என சகல பணிகளையும் பார்த்துக் கொண்டவர்கள் இந்தியர்கள்தான். இம்மாதிரி இந்திய வேலைக்காரர்களும், டோலி தூக்குபவர் களும், ஆஸ்பத்திரி ஆள்களும், மற்ற வேலையாள்களும்

இல்லாவிட்டால் வெள்ளைப் படைகள் ஒரு வாரம்கூட உயிர் வாழ்ந்திருக்க முடியாது. எப்போதோ பெட்டி படுக்கையைக் கட்டிக் கொண்டு கப்பலேற நேர்ந்திருக்கும்.

இப்படி ஆகாததற்குக் காரணம், பிரிட்டன் பேரரசின் ஆதரவு பெற்ற பலம் பொருந்திய கிழக்கிந்தியக் கம்பெனியை சாதாரணச் சிப்பாய்கள் வீழ்த்தி விட முடியாது என்று எல்லோரும் நம்பியது தான். ஆங்கிலேயர்கள் ஹிந்துஸ்தானத்தை விட்டு ஓட வேண்டும் என்று உள்ளூர விரும்பியவர்கள் கூட, சிப்பாய் புரட்சி வெற்றி யடைந்தால் நல்லது என்று நினைத்தார்களே தவிர, அவர்களுக்கு உதவி செய்ய வேண்டுமென்றோ, புரட்சியில் தாங்களும் இணைந்து கொள்ளலாமென்றோ யோசிக்கவேயில்லை. பின்னால் சிலர் தயங்கித் தயங்கி எழுந்தாலும் காலதாமதத் தாலேயே அது பிரயோசனப்படவில்லை. தனித் தனியாக அவர்களை வீழ்த்துவது வெள்ளையருக்கு மிகச் சுலபமாகி விட்டது.

இதனாலேயே வேகமாக வெடித்தெழுந்த புரட்சிக்கு இறுதி வரை ஒரு தேசியத்தன்மை கிடைக்காமலே, கோடிக்கணக்கான மக்கள் பொங்கியெழுந்தும் வெறும் சிப்பாய் கலகமென்றே வெள்ளையர் ஸ்தாபிக்க வழி வகுத்துவிட்டது. ஹிந்துஸ்தானம் முழுவதும் பரவாமல் வட இந்தியாவிலேயே முடங்கிப் போய் விட்டது.

தென்னகத்திலும் ஆங்கிலேயர் மீது அளவுகடந்த வெறுப்பு இருந்த போதிலும், இங்கும் கிளர்ச்சியாளர்களை வழி நடத்திச் செல்ல சரியான தலைமை இல்லை. வட இந்தியச் சிப்பாய் களாவது ஒப்புக்குச் சப்பாணியாக மொகலாய மன்னர் பகதூர் ஷாவை சக்ரவர்த்தியாக ஏற்றுக் கொண்டு செயல்பட்டார்கள். ஆனால் அதுவரை கண்ணால் பார்த்தறியாத கிழட்டு ராஜாவின் மீது தென்னகச் சிப்பாய்களுக்கு எந்த மதிப்பும் மரியாதையும் இல்லை.

ஆனாலும் வட இந்தியப் புரட்சியின் தாக்கம் தென்னிந்தியாவில் பரவாமல் இல்லை. சென்னை, செங்கல்பட்டு, கோயமுத்தூர், தஞ்சாவூர் கடலோரப் பகுதிகள், சேலம் முதலான இடங்களிலும் பலப்பல கிளர்ச்சிகள், போராட்டங்கள் நடந்த போதும் அவை உடனடியாக வெள்ளையர்களால் முரட்டுத்தனமாக அடக்கப் பட்டன.

எப்படியோ ஹிந்துஸ்தானம் மீண்டுவிட்டது. பிரிட்டன் நிம்மதிப் பெருமூச்சு விட்டுக் கொண்டது. இந்திய வெள்ளையர்கள் ஒரு கெட்ட கனவு கண்டதுபோல தலையை உலுக்கிக் கொண்டு மீண்டும் மலை வாசஸ்தலம் போனார்கள். காட்டுப் பரண்களில் கால் நீட்டிக் கொண்டு சுகமாக சுருட்டுப் பிடித்தபடி வேட்டையாடினார்கள். யானைகளை மோதவிட்டு வேடிக்கை பார்த்தார்கள். கிளப்புகளில் தத்தம் மாதுக்களுடன் மது அருந்திய படியே நடனம் ஆடினார்கள். இந்தியாவையே மாபெரும் மைதானமாக்கி கோல்ஃப் விளையாடினார்கள்.

அவர்களது ஆட்டத்தை முடிவுக்குக் கொண்டு வர இந்தியா இன்னொரு நூற்றாண்டு காத்திருக்க வேண்டியிருந்தது.

பின்னிணைப்பு

ஆதாரங்கள்:

Rebellion 1857 - Edited by - P.C. Joshi - Forward by - Irfan Habib, National Book Trust.

The Penguin 1857 Reader - Edited by - Pramod K. Nayar, Penguin.

A History of the Indian Mutiny - Forrest, GW, William Blackwood & Sons.

The Last Moghul, The fall of a Dynasty Delhi 1857 - Dalrymple, William, Penguin.

The Sepoy Mutiny and the Revolt of 1857 - R.C. Majumdhar, Firma K.L. Mukhopadhyay.

The Indian Rebellion of 1857 & 1858, Thomas Lowe, Longman, Green, Logman and Roberts.

The Punjab and Delhi in 1857, Rev. J. Cave-Browne, William Blackwood and Sons.

எரிமலை அல்லது இந்திய சுதந்தர யுத்தம் - வீர சாவர்க்கர் (தமிழில் ஜெயமணி சுப்ரமணியம்), இரண்டாம் பதிப்பு, 1951 - சக்தி காரியாலயம்.

1857 எழுச்சியின் பேரோசை - முனைவர் கா. மோகன்ராம், வாசல் வெளியீடு.

திப்பு சுல்தான் - மருதன், கிழக்கு பதிப்பகம்.

ஜான்சி ராணி - பா. தீனதயாளன், ப்ராடிஜி

The Call of 1857, Barun De, Frontline, June 16-29, 2007

1857 and Ideas about Nationhood in Bengal, Swarupa Gupta, Economic and Political Weekly, May 12, 2007

The Beginning of 'People's War' in India, Kaushik Roy, Economic and Political Weekly, May 12, 2007

Reactivating the Past - Dalits and Memories of 1857, Badri Narayan Tiwari, Economic and Political Weekly, May 12, 2007

http://www.1857.in/timeline.html

http://www.gutenberg.net/1/0/2/3/10234

http://www.csas.ed.ac.uk/mutiny/Part1Texts.html

www.ingramcontent.com/pod-product-compliance
Lightning Source LLC
LaVergne TN
LVHW090321051026
849518LV00005B/1843